കെ എൻ പണിക്കർ
ചരിത്രമെന്ന പോർക്കളം

k n panikkar
charithramenna porkalam

•

editor
dr. p j vincent

•

first edition
september 2018

•

typesetting
star communications, thiruvananthapuram

•

published
chintha publishers, thiruvananthapuram

•

cover
vinod

വിതരണം

ദേശാഭിമാനി ബുക്ക് ഹൗസ്

H O തിരുവനന്തപുരം-695 035
Ph: 0471-2303026, 6063020
www.chinthapublishers.com
chinthapublishers@gmail.com

ബ്രാഞ്ചുകൾ

ഹെഡ്ഡാഫീസ് ബ്രാഞ്ച് കുന്നുകുഴി • സ്റ്റാച്യു തിരുവനന്തപുരം • കെ എസ് ആർ ടി സി ബസ് സ്റ്റേഷൻ ആലപ്പുഴ • കെ എസ് ആർ ടി സി ബസ് സ്റ്റേഷൻ എറണാകുളം • മച്ചിങ്ങൽ ലെയ്ൻ തൃശൂർ • ഐ ജി റോഡ് കോഴിക്കോട് • മാവൂർ റോഡ് കോഴിക്കോട് • എൻ ജി ഒ യൂണിയൻ ബിൽഡിങ് കണ്ണൂർ • സെൻട്രൽ ബസ് ടെർമിനൽ കോംപ്ലക്സ് താവക്കര കണ്ണൂർ

CO - 2693 / 4715
ISBN - 978-93-87842-71-0

കെ എൻ പണിക്കർ ചരിത്രമെന്ന പോർക്കളം

എഡിറ്റർ
ഡോ. പി ജെ വിൻസെന്റ്

ചിന്ത പബ്ലിഷേഴ്സ്
തിരുവനന്തപുരം-695 035

ഡോ. പി ജെ വിൻസെന്റ്

പാലക്കുഴിയിൽ ജോസഫിന്റെയും അന്ന ജോസഫിന്റെയും മകനായി 1972 ഡിസംബർ 28 ന് ജനനം. കണ്ണൂർ ജില്ല യിലെ കുടിയാൻമലയാണ് സ്വദേശം. തളിപ്പറമ്പ് സർ സയ്യിദ് കോളേജിൽ [illegible] ചരിത്രപഠനത്തിൽ [illegible]. കോഴി ക്കോട് സർവ്വകലാശാല ചരിത്രവിഭാഗത്തിൽനിന്നും എം എ, എം ഫിൽ, പി എച്ച് ഡി ബിരുദങ്ങൾ നേടി. ഗവ. കോളേജ് തലശ്ശേരി (ചൊക്ലി)യുടെ സ്പെഷ്യൽ ഓഫീസർ, ഗവ. ആർട്സ് & സയൻസ് കോളേജ് (കോഴിക്കോട്) ചരിത്രവിഭാഗം മേധാവി എന്നീ നിലകളിൽ സേവനമനുഷ്ഠിച്ചു. നിലവിൽ ഡെപ്യൂട്ടേഷൻ വ്യവസ്ഥയിൽ ബഹു. കേരള നിയമസഭാ സ്പീക്കറുടെ പ്രസ് സെക്രട്ടറിയായി പ്രവർത്തിക്കുന്നു.

India- West Asia Relations: Under standing cultural Interplays, Local History: Explorations in Theory and Method എന്നിവ എഡിറ്റു ചെയ്തു. ഗവ. ആർട്സ് & സയൻസ് കോളേജ് റിസർച്ച് ജേർണലിന്റെ 6 വാല്യങ്ങളും ഫോക്ലോർ പ്രത്യേക പതിപ്പും എഡിറ്റ് ചെയ്ത് പ്രസി ദ്ധീകരിച്ചു. ചരിത്രം, അന്താരാഷ്ട്രബന്ധങ്ങൾ എന്നീ വിഷ യങ്ങളിൽ 21 ഗവേഷണ പ്രബന്ധങ്ങൾ. ആനുകാലികങ്ങ ളിലും ദിനപത്രങ്ങളിലും എഴുതുന്നു. കൈരളി-പീപ്പിൾ ടി വിയിൽ പ്രതിവാര സാർവ്വദേശീയ വാർത്താവലോകന പരി പാടിയായ *ലോകകാഴ്ച* അവതരിപ്പിക്കുന്നു.

കൃതികൾ: *കുന്നുമ്മൽ ഗ്രാമചരിത്രം: വാമൊഴിയിലൂടെ, അധിനിവേശത്തിന്റെ അസുരകാണ്ഡം, അധിനിവേശം പ്രതിരോധം: ഒരു പശ്ചിമേഷ്യൻ അനുഭവം.*

ഭാര്യ	:	ബിന്ദു വർമ്മ
മക്കൾ	:	നേഹ, നിള
വിലാസം	:	1-5, ജീവൻ ബീമ നഗർ, കാരപ്പറമ്പ്, കോഴിക്കോട് – 10
E-mail	:	palakuzhiyil@gmail.com
Mobile	:	996199622, 7012338689

ഉള്ളടക്കം

ഭാഗം രണ്ട്
അഭിപ്രായങ്ങൾ/നിലപാടുകൾ

അനുബന്ധം

പ്രസാധകക്കുറിപ്പ്

ഒരു ചരിത്രകാരനെന്ന നിലയ്ക്കും ബുദ്ധിജീവി എന്ന നിലയ്ക്കും അക്കാദമിക് ലോകത്തും പൊതുസമൂഹത്തിലും ഉള്ള ആർക്കും അവഗ ണിക്കാനാവാത്ത ധൈഷണിക സംഭാവനകൾ നല്കിയ വ്യക്തിയാണ് പ്രൊഫ. കെ എൻ പണിക്കർ. സ്വാതന്ത്ര്യാനന്തര ഇന്ത്യാചരിത്രം ഒരു പോർമുഖമായിമാറിയപ്പോൾ ഈ രണാങ്കണത്തിൽ ഉറച്ച കാൽവ യ്പോടെ കെ എൻ പണിക്കർ മുന്നോട്ടുവച്ച ചരിത്ര വാദമുഖങ്ങളുടെ യുക്തിഭദ്രതയും, സത്യസന്ധതയും കെട്ടുറപ്പും എടുത്തുപറയുവാൻ കഴിയും. ഇത്തരം പ്രത്യയശാസ്ത്ര പോർക്കളത്തിലുള്ള ഡോ. പണി ക്കരുടെ പ്രത്യക്ഷ സാന്നിദ്ധ്യം അദ്ദേഹത്തിന്റെ ഔന്നത്യം വെളിപ്പെടു ത്തുന്നതാണ്.

വിവിധ മേഖലകളിലും വിവിധ വിഷയങ്ങളിലുമുള്ള ഡോക്ടർ പണി ക്കരുടെ സംഭാവനകൾ വിശകലനം ചെയ്യുന്നതാണ് ഡോ. പി ജെ വിൻസെന്റ് സമാഹരിച്ച *കെ എൻ പണിക്കർ ചരിത്രമെന്ന പോർക്കളം*, എന്ന ഈ ഗ്രന്ഥം. സംസ്കൃത സർവ്വകലാശാല വൈസ് ചാൻസലർ എന്ന നിലയിലും ഉന്നത വിദ്യാഭ്യാസ കൗൺസിൽ അദ്ധ്യക്ഷനെന്ന നില യിലും ഉള്ള ഡോ. പണിക്കരുടെ സംഭാവനകളും ഇതിൽ പരാമർശിക്ക പ്പെട്ടിട്ടുണ്ട്.

ഒരു ചരിത്രകാരനെ നാം ഈ ഗ്രന്ഥത്തിലൂടെ നേരിൽ കാണുക യാണ്, നമ്മുടെ കൂടെയുള്ള ഒരു ചരിത്രകാരൻ, ഡോ. കെ എൻ പണി ക്കർ. വലിയ തോതിൽ സ്വീകരിക്കപ്പെടും എന്ന ഉറപ്പോടെ ഞങ്ങൾ ഈ ഗ്രന്ഥം പ്രസിദ്ധീകരിക്കുകയാണ്. വാങ്ങുക വായിക്കുക.

ചിന്ത പബ്ലിഷേഴ്സ്

ഭാഗം ഒന്ന്

കെ എൻ പണിക്കർ
അധിനിവേശകാല
ഇന്ത്യയുടെ ചരിത്രവിശ്ലേഷകൻ

ചരിത്രം എന്ന പോർക്കളം

റൊമില ഥാപ്പർ

ഒരു ചരിത്രകാരനെന്ന നിലയ്ക്കും ബുദ്ധിജീവി എന്ന നിലയ്ക്കും കെ എൻ പണിക്കരുടെ ധൈഷണിക സംഭാവനകൾ അക്കാദമിക ലോകത്തും പൊതുസമൂഹത്തിലുമുള്ള ആർക്കും അവഗണിക്കാനാവില്ല. ഇന്ത്യയുടെ കഴിഞ്ഞ അരനൂറ്റാണ്ടിൽ ചരിത്രം അനിഷേധ്യമായും ഒരു സമരമുഖമായി മാറി എന്ന് കാണാൻ കഴിയും. കെ എൻ ഉൾപ്പെടുന്ന പ്രമുഖ ചരിത്രകാരന്മാർ ഈ പോർമുഖത്ത് കുറേക്കാലമായി സജീവസാന്നിദ്ധ്യമാണ്. ഈ സമരവീഥിയിൽ ദൃഢപ്രത്യയത്തോടെ നിലയുറപ്പിച്ചുകൊണ്ട് കെ എൻ മുന്നോട്ടുവെച്ച ചരിത്രവാദമുഖങ്ങളുടെ യുക്തിഭദ്രതയും കെട്ടുറപ്പും പ്രത്യേകം പ്രസ്താവ്യമാണ്. ഇത്തരം പ്രത്യയശാസ്ത്ര പടക്കളങ്ങളിലുള്ള പണിക്കരുടെ പരിണതപ്രതിജ്ഞ സാന്നിദ്ധ്യം അദ്ദേഹത്തിന്റെ ഔന്നത്യം ഉത്തരോത്തരം ഉയർത്തുന്നു. ഇക്കാലത്ത് നമ്മുടെ രാജ്യത്ത് കെ എന്നിനെപ്പോലുള്ള വ്യക്തികൾ അപൂർവ്വമത്രേ.

അധിനിവേശകാല ഇന്ത്യയുടെ ചരിത്രവിശ്ലേഷകൻ എന്ന നിലയിലാണ് കെ എൻ പണിക്കർ പൊതുവെ അറിയപ്പെടുന്നത്. കേരള സംസ്കാരവും മലബാറിൽ അധിനിവേശകാലത്ത് പൊട്ടിപ്പുറപ്പെട്ട കർഷക കലാപങ്ങളും ആധുനിക ഇന്ത്യൻ സാഹിത്യത്തിലെ മദ്ധ്യവർഗ്ഗ സാംസ്കാരിക സമസ്യകളും ധൈഷണിക ചരിത്രവും പണിക്കരുടെ പഠനമനനങ്ങൾക്ക് പാത്രമായി. ചരിത്രത്തെ ഒറ്റതിരിഞ്ഞ സംഭവങ്ങളുടെയോ പ്രവർത്തനങ്ങളുടെയോ അടിസ്ഥാനത്തിൽ നിർദ്ധാരണം ചെയ്യാനല്ല, സാമൂഹിക പ്രക്രിയയുടെയും സാമൂഹികാവിഷ്കാരത്തിന്റെയും വൈരുദ്ധ്യാത്മക മാനങ്ങൾ ഇഴകീറി പരിശോധിച്ച് അപഗ്രഥിക്കാനാണ് അദ്ദേഹം ശ്രമിച്ചുപോന്നത്. ചരിത്രത്തിന്റെ പ്രക്രിയാത്മകവും അതേ

സമയം വൈരുദ്ധ്യാത്മകവുമായ ഈ സങ്കീർണ്ണതലം അനാച്ഛാദനം ചെയ്യുന്നതിനാണ് പണിക്കർ പ്രാമുഖ്യം കൊടുത്തത്.

സംസ്കാരം നമ്മുടെ നിത്യജീവിതത്തിൽ അനുപേക്ഷണീയ ഭാഗ മായിരുന്നു. ഇപ്പോഴും അങ്ങനെത്തന്നെ. രാഷ്ട്രീയത്തെക്കാളും ജീവിത വ്യവഹാരങ്ങളെ സ്പർശിക്കുന്ന മണ്ഡലമാണത്. എന്നിട്ടും വളരെക്കു റച്ച് പണ്ഡിതരേ ഈ സുപ്രധാന മണ്ഡലത്തെ അന്വേഷണവിധേയമാ ക്കുന്നുള്ളൂ. ചരിത്രകാരന്മാരിൽ മിക്കവാറും സംസ്കാരത്തിന്റെ മണ്ഡ ലത്തെ അഗണ്യകോടിയിൽ തള്ളുകയാണ് പതിവ്. കെ എൻ പണിക്ക രാകട്ടെ പിന്നിട്ട രണ്ട് ശതാബ്ദങ്ങളിലെന്നും സമകാലിക ഇന്ത്യനിലെന്നും സാംസ്കാരികവും മതപരവുമായ സാമൂഹികാവിഷ്കാരങ്ങളെ സൂക്ഷ്മ വിശകലനം നടത്തുന്നതിൽ സവിശേഷ ശ്രദ്ധ പതിപ്പിച്ചു.

ജവഹർലാൽ നെഹ്റു സർവ്വകലാശാലയിൽ ചരിത്രപഠനകേന്ദ്രം ആരംഭിച്ചതോടെയാണ് അക്കാദമിക ചരിത്രകാരനും പൊതുജന ബുദ്ധി ജീവിയുമെന്ന നിലയിൽ പരസ്പര പൂരകങ്ങളായ ചുമതലകളിൽ പണി ക്കർ സജീവമാകുന്നത്. ഞങ്ങൾ അവിടെ ഒരുമിച്ചാണ് അദ്ധ്യാപനം നട ത്തിയിരുന്നത്. അപ്പോഴാണ് അദ്ദേഹത്തിന്റെ ചരിത്രരചനകളെ ഞാൻ പരിചയപ്പെടുന്നത്. ചിന്തയിലും കർമ്മത്തിലും ജെ എൻ യുവിലെ ചരിത്ര പഠനവകുപ്പിലെ അദ്ധ്യാപകവൃന്ദം ഉല്പതിഷ്ണുക്കളായിരുന്നു. സർവ്വേ പ്പള്ളി ഗോപാലും ബിപിൻ ചന്ദ്രയുമായിരുന്നു മുന്നിൽനിന്ന് ഞങ്ങളെ നയിച്ചിരുന്നത്. ഞങ്ങളുടെ വിദ്യാർത്ഥികൾ അതിസമർത്ഥരായിരുന്നു. ചരിത്രപഠനം ബൗദ്ധികമായി ഉത്തേജിപ്പിക്കുന്നതും പ്രസക്തമാവുമായി രുന്ന ചരിത്രമുഹൂർത്തമായിരുന്നു അത്.

ഒരു സ്ഥാപനം മികവിന്റെ കേന്ദ്രമായി അംഗീകാരം നേടുന്നത് അതിന് സഹജമായ എന്തെങ്കിലും ഉൽകൃഷ്ടത കൊണ്ടല്ല. അതിന് ദീർഘ വീക്ഷണവും ഭാവനാസമ്പന്നതയുമുള്ള ആളുകൾ വേണം. മാത്രമല്ല അവരുടെ ജോലിയെ പരീക്ഷിക്കുകയും ഉത്തേജിപ്പിക്കുകയും ചെയ്യുന്ന പരിസരവും സന്ദർഭവും വേണം. അത്തരം ആളുകൾ ഞങ്ങൾക്കുണ്ടാ യിരുന്നു. ഒരു ഉത്തമസമൂഹത്തിന് രണ്ട് ആവശ്യോപാധികൾ ഉണ്ടാക ണമെന്ന് അക്കാലത്തെ ചിന്താശീലരായ വ്യക്തികൾ വിശ്വസിച്ചിരുന്നു. ഒന്നാമതായി, അത് ജനാധിപത്യമുള്ളതാകണം. രണ്ടാമതായി, മതേതര മാകണം. ഈ രണ്ട് അവശ്യഘടകങ്ങളുടെ പ്രബല സാന്നിധ്യം മനു ഷ്യാവകാശവും സാമൂഹികനീതിയും തത്ത്വത്തിലും പ്രയോഗത്തിലും ഉറപ്പുവരുത്തുമെന്നും അവർ വിശ്വസിച്ചു. മർമ്മപ്രധാനങ്ങളായ ഇവ രണ്ടും പിന്നീടുള്ള ദശകങ്ങളിൽ ആക്രമിക്കപ്പെടുന്നു.

അതിനുപിന്നാലെ മതേതരത്വത്തിനെതിരെയുള്ള കടന്നാക്രമണമു ണ്ടായി. വളരെ ആസൂത്രിതമായ, തുറന്ന കൈയേറ്റമായിരുന്നു അത്. തിരഞ്ഞെടുക്കപ്പെട്ട ഒരു സർക്കാരാണ് അതിന് അദ്ധ്യക്ഷ്യം വഹിച്ചത്. മതനിരപേക്ഷതയ്ക്കെതിരെയുള്ള ആക്രമണം 1977 ൽ തുടങ്ങിയിരുന്നു. പിന്നീടത് മൂന്ന് ദശാബ്ദം അഭംഗുരം തുടർന്നു. ഈ പോർവിളി ഉച്ചവ

സ്ഥയിലെത്തിയത് 1994-2004 കാലത്താണ്. മതനിരപേക്ഷ പരിപ്രേക്ഷ്യ ത്തിൽ എഴുതപ്പെട്ട ഇന്ത്യാചരിത്ര പാഠപുസ്തകങ്ങൾക്കു പകരം ചരി ത്രത്തിന്റെ വർഗ്ഗീയ വായനയെ പ്രമാണീകരിക്കുന്ന പുസ്തകങ്ങൾ പ്രതി ഷ്ഠിച്ചുകൊണ്ടാണ് ഈ നീക്കം തുടങ്ങുന്നത്. ഈ വർഗ്ഗീയ ചരിത്ര പുസ്തകങ്ങൾ അധിനിവേശ ചരിത്രസിദ്ധാന്തങ്ങളുടെ അടിസ്ഥാനത്തിൽ തന്നെ എഴുതപ്പെട്ടതായിരുന്നു. നിർമ്മിതവും കല്പിതവുമായ 'വസ്തുത'കളുടെ അടിപ്പടവിൽ സൃഷ്ടിക്കപ്പെട്ട ഇത്തരം പാഠപുസ്തക ങ്ങളുടെ ലക്ഷ്യം ഹിന്ദു-മുസ്ലീം വൈരത്തെ പുനരുജ്ജീവിപ്പിക്കുകയും ന്യായീകരിക്കുകയും ചെയ്യുക എന്നതായിരുന്നു ഇവ ഉപയോഗിച്ചത് വർഗ്ഗീയ രാഷ്ട്രീയ സംഘാടനത്തിനും സന്നാഹത്തിനുമാണ്.

ഏതാനും വർഷങ്ങൾക്കുശേഷം ബാബറി മസ്ജിദിന്റെ നശീകര ണത്തിലാണ് മതേതരത്വത്തിനുനേരെയുള്ള ഈ കടന്നുകയറ്റം കലാ ശിച്ചത്. സോമനാഥക്ഷേത്രത്തിനു നേരെ മഹ്മൂദ് ഗസ്നി നടത്തിയ ആക്ര മണങ്ങൾക്കുള്ള പ്രതിപ്രവർത്തനമെന്ന നിലയിൽ ബാബറി മസ്ജിദ് ധ്വംസനത്തെ ന്യായീകരിക്കാനും സാധൂകരിക്കാനുമാണ് ഇത്തരം വക്രീ കൃത വർഗ്ഗീയ ചരിത്രങ്ങൾ ഉദ്യമിച്ചത്. യുക്തിസഹമായ വാദമുഖങ്ങ ളുടെ അവതരണവും തെറ്റായ തെളിവുകളുടെ ഖണ്ഡനവും തീവ്രയത്ന പരിപാടിയായി ഏറ്റെടുത്ത കെ എന്നിനെപ്പോലുള്ള ചരിത്രകാരന്മാർക്ക് മതേതരചരിത്രം പോറലേല്ക്കാതെ നിലനില്ക്കുന്നു എന്ന് ഉറപ്പുവരു ത്തേണ്ടതുണ്ടായിരുന്നു. മതേതര ചരിത്രവ്യവഹാരങ്ങൾക്കെതിരെയുള്ള രണോത്സുക നീക്കങ്ങൾ 2000 ന്റെ പ്രഥമ പാദത്തോടെ പൂർവ്വാധികം ശക്തമായി. അപ്പോൾ കെ എന്നും സമാനവീക്ഷണമുള്ള മറ്റ് ചരിത്രകാ രന്മാരും വർഗ്ഗീയ ചരിത്രനിർമ്മിതികളെ വെല്ലുവിളിക്കുകയും മതേതര ചരിത്രത്തിന്റെ പ്രാമാണികത്വം ഉയർത്തിപ്പിടിക്കുകയുംചെയ്തു. മതേ തര ചരിത്രത്തെ സധീരം പ്രതിരോധിക്കുന്നതിൽ മാത്രം ഒതുങ്ങുന്നതല്ല പണിക്കരുടെ സംഭാവനകൾ. അവ നിർണ്ണായകമാണെങ്കിലും ചരിത്ര വ്യാഖ്യാനത്തിന്റെയും വിശ്ലേഷണത്തിന്റെയും കാര്യത്തിൽ അദ്ദേഹം ഉന്നത നിലവാരം കാത്തുസൂക്ഷിച്ചു. ഒരു വൈജ്ഞാനിക ശാഖ എന്ന നിലയിൽ ചരിത്രരചനയുടെ ഗുണമേന്മയുടെ കാര്യത്തിൽ ഒരു വിട്ടു വീഴ്ചയ്ക്കും അദ്ദേഹം തയ്യാറായില്ല. കെ എന്നിനെപ്പോലുള്ള ചരിത്ര വിശാരദർ ഉണ്ടായിരിക്കുന്നിടത്തോളം കാലം സവിശേഷാവഗാഹം അവ ശ്യമായ ചരിത്രരചനാ വിജ്ഞാനീയം മുന്നോട്ടുപോയിക്കൊണ്ടിരിക്കും.

ഇന്ത്യൻ ബുദ്ധിജീവികളുടെ ആശയസംഹിതകൾ

കെ എൻ ഗണേഷ്

ഒരു ചരിത്രകാരൻ എന്ന നിലയിലും സാംസ്കാരിക വിമർശകൻ എന്ന നിലയിലും പ്രൊഫ. കെ എൻ പണിക്കരുടെ സംഭാവനകൾ സുപ രിചിതമാണ്. കഴിഞ്ഞ കാൽ നൂറ്റാണ്ടുകാലമായി അദ്ദേഹം നടത്തിപ്പോന്ന സാംസ്കാരിക വിമർശനം ഹിന്ദുത്വ ആശയങ്ങളുടെ വളർച്ചയെ സൈദ്ധാ ന്തികമായും പ്രായോഗിക തലത്തിലും തുറന്നു കാട്ടാൻ ഏറെ സഹാ യിച്ചിട്ടുണ്ട്. ഗ്രാംഷിയുടെ പാത പിന്തുടർന്ന് ബുദ്ധിജീവികളുടെ സാമൂ ഹ്യപ്രസ്ഥാനങ്ങളിലുള്ള പങ്കിനെക്കുറിച്ച് അദ്ദേഹം നടത്തിയ പഠനങ്ങളും സാംസ്കാരിക വിമർശനത്തെ ഏറെ സഹായിച്ചിട്ടുണ്ട്. റെയ്മണ്ട് വില്യംസും സഹപ്രവർത്തകരും ചേർന്ന് വളർത്തിക്കൊണ്ടുവന്ന സാംസ്കാരിക ഭൗതികവാദത്തിന്റെ സ്വാധീനവും പ്രൊഫ. പണിക്കരുടെ വിമർശനപഠനങ്ങളിൽ പ്രകടമാണ്.

കൊളോണിയൽ ബുദ്ധിജീവികൾ

പ്രൊഫ. പണിക്കരുടെ സംഭാവനകളെ മൊത്തത്തിൽ പരിശോധി ക്കാൻ ഇവിടെ ശ്രമിക്കുന്നില്ല. ഡൈഷണിക ചരിത്രത്തിൽ കൊളോണി യൽ പ്രവർത്തനങ്ങളെ വിശകലനം ചെയ്തുകൊണ്ട് അദ്ദേഹം നടത്തിയ നിരീക്ഷണങ്ങൾ പ്രസക്തമാണ്. കൊളോണിയൽ കാലഘട്ടത്തെ ബുദ്ധി ജീവികളെ അദ്ദേഹം രണ്ടായി വേർതിരിക്കുന്നുണ്ട്; പരമ്പരാഗത ബുദ്ധിജീവികളും ആധുനിക ബുദ്ധിജീവികളും. പ്രാഗാധുനിക കാലത്തെ സംസ്കാരത്തെയും ചിന്തയെയും മാത്രം ആധാരമാക്കി സമകാലീന സാഹചര്യങ്ങളോട് പ്രതികരിക്കുന്നവരാണ് പരമ്പരാഗത ബുദ്ധിജീവി കൾ. കേരളത്തിലെ മമ്പുറം തങ്ങൾമാർ-സെയ്തലവി തങ്ങളും സയ്യിദ് ഫസൽ തങ്ങളും-പരമ്പരാഗത ബുദ്ധിജീവികളുടെ ഉദാഹരണങ്ങളാണ്.

രാജാറാം മോഹൻ റോയ് മുതലുള്ള 'ബംഗാൾ നവോത്ഥാന'ത്തിന്റെ വക്താക്കൾ ആധുനിക ബുദ്ധിജീവികളാണ്. അവരുടെ ചിന്തയ്ക്ക് ആധാരം യൂറോപ്യൻ ജ്ഞാനോദയമാണ്. അതിൽ വളർന്നുവന്ന സ്വാതന്ത്ര്യം, യുക്തിചിന്ത, ജനാധിപത്യ പുരോഗതി മുതലായ ധാരണ കളെ ആധാരമാക്കിയാണ് അവർ സമകാലീന സാഹചര്യങ്ങളോടു പ്രതി കരിക്കുന്നത്.

കൊളോണിയൽ കാലഘട്ടത്തിലെ ഇന്ത്യൻ ബുദ്ധിജീവികൾ അടി സ്ഥാനപരമായി ബൂർഷ്വാലിബറലുകളായിരുന്നുവെന്ന് പ്രൊഫ. പണി ക്കർ വാദിക്കുന്നു. ജ്ഞാനോദയ സംസ്കൃതിയിൽനിന്ന് അവർ സ്വാതന്ത്ര്യം, ജനാധിപത്യം, പുരോഗതി, യുക്തിചിന്ത മുതലായ ആശ യങ്ങൾ ഉൾക്കൊണ്ടിരുന്നു. ശാസ്ത്രസാങ്കേതികവിദ്യകളുടെയും ആധു നിക ശാസ്ത്രചിന്തകളുടെയും പ്രാധാന്യത്തെ അവർ ഉൾക്കൊള്ളുകയും ഇന്ത്യൻ സാഹചര്യങ്ങളിൽ പരമാവധി പ്രയോജനപ്പെടുത്താൻ ശ്രമിക്കു കയും ചെയ്തിരുന്നു. ഇതിന്റെ ഭാഗമായി ആധുനിക വിദ്യാഭ്യാസത്തിന് അവർ പ്രാധാന്യം നല്കുകയും ഗണിതം പ്രത്യയശാസ്ത്രം സയൻസ് തുടങ്ങിയവ പഠിപ്പിക്കണമെന്ന് വാദിക്കുകയും ചെയ്തു. ശാസ്ത്ര ചിന്തയെ സാമൂഹ്യപ്രശ്നങ്ങൾക്ക് പരിഹാരം കണ്ടെത്തുന്നതിനായി യുക്തിപരമായി ഉപയോഗിക്കണമെന്നും അവർ വാദിച്ചു. ദേശീയ പുനർ നിർമ്മാണത്തിനായി പൊതുവായ ജനകീയ വിദ്യാഭ്യാസത്തിൽ അവർ ഊന്നുകയും അതിനു പ്രാദേശിക ഭാഷാദ്ധ്യയനമാണ് പ്രധാനമെന്ന് വാദി ക്കുകയും ചെയ്തു.

മതചിന്തയോടുള്ള പ്രതികരണം

യുക്തിചിന്തയുടെ അടിസ്ഥാനത്തിൽ മതചിന്തയോടും ആചാര്യമര്യാ ദകളോടുമുള്ള പ്രതികരണമായിരുന്നു ആധുനിക ബുദ്ധിജീവികളുടെ യിടയിലെ മറ്റൊരു പ്രധാന പ്രവണത. ജാതീയമായ അനാചാരങ്ങളെയും അന്ധവിശ്വാസങ്ങളെയും നിരവധി ബുദ്ധിജീവികൾ ചോദ്യം ചെയ്തു. പക്ഷേ, ഇക്കാര്യത്തിൽ കൃത്യമായ നിലപാടുകൾ മിക്കവാറും ബുദ്ധിജീ വികൾക്കുമുണ്ടായിരുന്നില്ലെന്ന് പണിക്കർ ചൂണ്ടിക്കാണിക്കുന്നു. രാംമോ ഹൻ റോയ് വേദങ്ങളെ ദൈവിക വെളിപ്പെടുത്തലുകളായി അംഗീകരിച്ചു. കേശബ് ചന്ദ്ര സെൻ ബ്രഹ്മസമാജിൽ ആരതി, പൂജ, സങ്കീർത്തനങ്ങൾ തുടങ്ങിയവ കൊണ്ടുവരികയും അദ്ദേഹവുമായി വിയോജിച്ചവരെ അവി ശ്വാസികളും യുക്തിവാദികളും മതേതരവാദികളുമായി ചിത്രീകരിക്കു കയും ചെയ്തു. ദയാനന്ദനും ആര്യസമാജവും വേദങ്ങളെ സാർവ്വലൗ കിക പ്രസക്തിയുള്ള വെളിപാടുകളായി കണക്കാക്കി. രാമകൃഷ്ണൻ വിഗ്രഹാരാധനയും ആചാര്യമതങ്ങളും അംഗീകരിച്ചു. വിവേകാനന്ദന് വേദങ്ങൾ 'ദൈവികജ്ഞാന'മായിരുന്നു. എല്ലാ മതങ്ങളും സത്യമാ ണെന്നും എല്ലാ മതങ്ങളും അടിസ്ഥാനപരമായി ഒന്നാണെന്നുമുള്ള വാദ ങ്ങൾ ഉയർന്നു.

ക്രമേണ ഇത്തരത്തിലുള്ള മതസാർവ്വത്രിക വാദം ഹിന്ദുമതവാദ മായി മാറിയെന്ന് പണിക്കർ ചൂണ്ടിക്കാണിക്കുന്നു. ഹിന്ദുമതതത്ത്വങ്ങൾ മനുഷ്യരാശിക്ക് എല്ലാ കാലഘട്ടങ്ങളിലും പ്രയോജനപ്പെടുന്നതാണെന്ന് ബങ്കിം ചന്ദ്ര ചാറ്റർജി കരുതി. എല്ലാ ശാസ്ത്രവും ജ്ഞാനവും മതങ്ങളും വേദങ്ങളിൽനിന്നാണ് ഉത്ഭവിക്കുന്നതെന്ന് ദയാനന്ദൻ വാദിച്ചു. വിവേകാ നന്ദനെ സംബന്ധിച്ചിടത്തോളം ഹിന്ദുമതം എല്ലാ മതങ്ങളുടെയും മാതാ വാണ്. ഇരുപതാം നൂറ്റാണ്ടിന്റെ ആദ്യമായപ്പോഴേക്കും ഹിന്ദുകേന്ദ്രിത മായ ദൈവവിശ്വാസത്തിൽ അധിഷ്ഠിതമായ ആശയസംഹിതകൾ വ്യാപ കമായി പ്രചരിപ്പിക്കപ്പെട്ടു.

ബുദ്ധിജീവി സമൂഹത്തിന്റെ വളർച്ച

നിരവധി സാംസ്കാരിക സംഘടനകളിലൂടെയും സന്നദ്ധ സംഘട നകളിലൂടെയുമാണ് ബുദ്ധിജീവികളുടെ പ്രവർത്തനം പ്രകടമായത്. സ്കൂൾ പുസ്തകങ്ങളുടെ രചന, ഉദ്യാനങ്ങളിലെ കൃഷി, ഫോട്ടോഗ്രാഫി തുടങ്ങിയവയ്ക്കെല്ലാം സംഘടനകൾ രൂപംകൊണ്ട് ബുദ്ധിജീവികൾ പങ്കെടുത്ത പ്രവർത്തനങ്ങളും വ്യാപിച്ചു. സതിയുടെ നിരോധനം, വിധ വകളുടെ പുനർവിവാഹം, സ്ത്രീവിദ്യാഭ്യാസം തുടങ്ങിയവയെല്ലാം ഇത്തരം പ്രവർത്തനങ്ങളുടെ ഭാഗമായിരുന്നു. ഇത്തരം പ്രവർത്തനങ്ങൾ വ്യാപിച്ചതോടെ അവയെ സംബന്ധിച്ച തർക്കങ്ങളും സംവാദങ്ങളും വ്യാപിച്ചു. സതിക്കും വിധവാവിവാഹത്തിനും ഹിന്ദുശാസ്ത്രങ്ങളിൽ നീതീകരണമുണ്ടോ എന്നതിനെ സംബന്ധിച്ച വിവാദം ഉദാഹരണമാണ്. വിധവാവിവാഹം സ്ത്രീവിമോചനത്തിന്റെ അടിസ്ഥാനപ്രശ്നങ്ങളുമായും ബന്ധപ്പെടുത്തപ്പെട്ടു. 1845 ൽ ക്രിസ്തുമതത്തിൽചേർന്ന ഹിന്ദുക്കൾക്ക് അവരുടെ സ്വത്തിലുള്ള പിന്തുടർച്ചാവകാശം ഉറപ്പുവരുത്തുന്ന ഒരു ബിൽ അവതരിപ്പിക്കപ്പെട്ടതും 1851 ൽ നിയമമായതും ഹിന്ദു സാംസ്കാരിക ജീവിതത്തിലേക്കുള്ള കടന്നുകയറ്റമായി ചിലർ കരുതി. ആധുനിക ബുദ്ധി ജീവികളിൽ തന്നെയുണ്ടായ വിള്ളലുകളാണ് ഇത്തരം തർക്കങ്ങൾ സൂചി പ്പിച്ചത്.

ബുദ്ധിജീവി സമൂഹം പൊതുവിൽ പ്രാഗാധുനിക ഭരണസമൂഹവ്യവ സ്ഥയെ തിരസ്കരിക്കുകയും കൊളോണിയൽ ഭരണത്തെയും അതു വഴി ബൂർഷ്വാ സമൂഹക്രമത്തെയും അംഗീകരിക്കുകയും ചെയ്തു. സാമ്പ ത്തിക ഘടനയിലെ മാറ്റങ്ങളും മുതലാളിത്ത സമ്പദ്ഘടനയിലേക്കുള്ള മാറ്റമായിത്തന്നെയാണ് കണ്ടത്. മിതവ്യയം, വ്യക്തിഗതസ്വാതന്ത്ര്യം സംരംഭകത്വം, സംഘടിതജീവിതം മനുഷ്യപദവിയെക്കുറിച്ചുള്ള ധാരണ കൾ തുടങ്ങിയവ പ്രധാനമായി കണക്കാക്കപ്പെട്ടു. ഇത്തരത്തിലുള്ള ആശ യങ്ങൾ പ്രചാരകരെയും സ്വാധീനിച്ചു. ഭൗതികാവശ്യങ്ങൾക്കു പ്രാധാന്യം നല്കിക്കൊണ്ടുള്ള സമൂഹജീവിതത്തിന് വിവേകാനന്ദൻ നല്കിയ പ്രാധാന്യം ഉദാഹരണമാണ്. സ്ത്രീവിമോചനം, ജാതിരഹിത സമൂഹം തുടങ്ങിയവയും ഇതിന്റെ അടിസ്ഥാനത്തിൽ പരിശോധിക്കപ്പെട്ടു. മനു

ഷ്യൂർ തമ്മിലുള്ള അസമത്വങ്ങൾക്കുള്ള പരിഹാരവും ഇതേ രീതിയിൽ പരിശോധിക്കപ്പെട്ടു. കർഷകരും തൊഴിലാളികളും സ്വയം സുരക്ഷ യ്ക്കായി വർഗ്ഗസമരം നടത്തണമെന്നുവരെ കേശബ് ചന്ദ്രസെൻ ആഹ്വാനംചെയ്തു.

മത ബുദ്ധിജീവികളുടെ പ്രതികരണങ്ങൾ

കൊളോണിയലിസത്തെ ഇക്കാലത്തെ ബുദ്ധിജീവികൾ സ്വാഗതം ചെയ്തുവെങ്കിലും കൊളോണിയലിസവും മതവും തമ്മിലുള്ള ബന്ധം വിമർശനങ്ങൾക്കു കാരണമായി. കൊളോണിയൽ മതസങ്കല്പത്തോടും അതനുസരിച്ചുള്ള നീതിന്യായത്തോടും മമ്പറം തങ്ങൾമാർ മുതൽ സനാ ഉല്ലാ മക്തി തങ്ങൾ വരെയുള്ളവരുടെ പ്രതികരണങ്ങൾ നാമറിയുന്ന താണ്. ഇന്ത്യയുടെ പല ഭാഗങ്ങളിലുമുള്ള മിഷനറിമാരുടെ പ്രവർത്ത നവും അവർ ഹിന്ദുമതത്തിനും ഇസ്ലാംമതത്തിനുമെതിരെ നടത്തിയ പരാ മർശങ്ങളും പ്രതികരണങ്ങൾക്കിടയാക്കി. ഈ പരാമർശങ്ങളാണ് ഇന്ത്യൻ ചരിത്രത്തെയും സംസ്കാരത്തെയുംകുറിച്ചുള്ള അന്വേഷണ ങ്ങൾക്ക് കാരണമായത്. ഇന്ത്യാചരിത്രത്തെയും സംസ്കാരത്തെയും കുറിച്ച് അന്വേഷിക്കുന്നതിനും ഇന്ത്യയിലെ ഹിന്ദുക്കൾ എങ്ങനെ മഹത്തും നീതിനിഷ്ഠവുമായ സംസ്കാരം വളർത്തിക്കൊണ്ടുവന്നു എന്നു തെളിയിക്കാനുമായി തത്ത്വബോധിനി സഭപോലുള്ള സംഘടന കൾ വളർന്നുവന്നു. ഇസ്ലാമിലും ഇതുപോലെ ഇസ്ലാമിക മതപാരമ്പ ര്യത്തെ നീതീകരിക്കാനുള്ള ശ്രമങ്ങളുണ്ടായി.

ബുദ്ധിജീവികളിലെ വൈരുദ്ധ്യങ്ങൾ

പരമ്പരാഗത ബുദ്ധിജീവികളും ആധുനിക ബുദ്ധിജീവികളും തമ്മി ലുള്ള വൈരുദ്ധ്യങ്ങൾ പ്രൊഫ. പണിക്കർ തന്നെ അംഗീകരിക്കുന്നുണ്ട്. ആധുനിക ബുദ്ധിജീവികൾ പൊതുവിൽ കൊളോണിയലിസത്തെയും ബൂർഷ്വാ വ്യവസ്ഥയെയും സ്വാഗതം ചെയ്തപ്പോൾ പരമ്പരാഗത ബുദ്ധി ജീവികളിൽ പലരും ഹിന്ദു അല്ലെങ്കിൽ ഇസ്ലാമിക നിലപാടുകൾ സ്വീക രിക്കുകയും കൊളോണിയൽ ഇടപെടലുകളെ വിമർശിക്കുകയും ചെയ്തു. രാധാകാന്തദേവ്, ഭൂദേവ് മുഖർജി തുടങ്ങിയവർ കൊളോണിയലിസത്തി നെതിരെ സാംസ്കാരികതലത്തിൽ ശക്തമായ വിമർശനം നടത്തി. പക്ഷേ, ഈ വൈരുദ്ധ്യം പൂർണ്ണമായിരുന്നില്ലെന്ന് പ്രൊഫ. പണിക്കരുടെ പഠനംതന്നെ തെളിയിക്കുന്നുണ്ട്. കൊളോണിയൽ ആധിപത്യത്തെ നിരാ കരിക്കാത്ത പലരും അവർ നടത്തിയ ഹിന്ദുമതത്തിനെതിരായ ആക്രമ ണങ്ങളെ ചെറുക്കുകയും ഹിന്ദുമത സംരക്ഷകരായി പ്രത്യക്ഷപ്പെടു കയും ചെയ്യുന്നുണ്ട്. ദയാനന്ദനും ഒരു പരിധിവരെ വിവേകാനന്ദനും ഉദാ ഹരണങ്ങളാണ്. കൊളോണിയൽ പരിഷ്കാരങ്ങളെ ഹിന്ദുപാരമ്പര്യങ്ങ ളുടെയും ധർമ്മശാസ്ത്രങ്ങളുടെയും അടിസ്ഥാനത്തിൽ പരിശോധിക്കാ നുള്ള ശ്രമവും നടക്കുന്നുണ്ട്. ഇതേ വിധത്തിൽ സയ്യിദ് അഹമ്മദ് ഖാനും

അലിഗഢ് പ്രസ്ഥാനവും ഒരു വശത്ത് കൊളോണിയൽ ഭരണകൂടത്തെ അംഗീകരിക്കുകയും മറുവശത്ത് ഇസ്ലാമിനെ സംരക്ഷിക്കാനുള്ള ശ്രമ ങ്ങൾ നടത്തുകയും ചെയ്യുന്നുണ്ട്.

ഈ വൈരുദ്ധ്യങ്ങളോടൊപ്പം ബൂർഷ്വാ ലിബറൽ എന്നു പണിക്കർ വ്യവഹരിക്കുന്ന ബുദ്ധിജീവികൾക്കിടയിലെ ദ്വന്ദ്വസ്വഭാവങ്ങളും ശ്രദ്ധേ യമാണ്. ഒരേസമയം ജ്ഞാനോദയ സങ്കല്പങ്ങളെ പിന്തുണയ്ക്കുകയും വൈദിക ഹൈന്ദവ പാരമ്പര്യങ്ങളെ അംഗീകരിക്കുകയും ചെയ്യുക, സതി യെയും വിധവകളുടെ പുനർവിവാഹത്തെയും ചൊല്ലിയുള്ള തർക്കങ്ങൾ, പില്ക്കാലത്ത് വിവാഹമോചനങ്ങളെയും പിന്തുടർച്ചാവകാശങ്ങളെയും സംബന്ധിച്ച തർക്കങ്ങൾ തുടങ്ങിയവയിലെല്ലാം ഈ ദ്വന്ദ്വസ്വഭാവം കാണാം. കേരളത്തിലെ മരുമക്കത്തായത്തിൽവന്ന മാറ്റത്തെക്കുറിച്ചു വിശ ദീകരിക്കുമ്പോൾ പണിക്കർ സൂചിപ്പിക്കുന്നതുപോലെ കൊളോണിയൽ പരിഷ്കാരങ്ങളുടെ പശ്ചാത്തലത്തിൽ സ്വത്തുടമയിലും പിന്തുടർച്ചാവ കാശത്തിലും പൂർണ്ണമായ മാറ്റം വരികയും പിന്തുടർച്ചാവകാശം പിതൃ ദായക്രമം വഴിയാക്കുകയും ചെയ്തപ്പോഴാണ് മരുമക്കത്തായ സമ്പ്രദായം നിരാകരിക്കപ്പെടുന്നത്. അപ്പോഴും കുടുംബങ്ങളുടെ തറവാട് എന്ന ഘടന ഇല്ലാതായില്ല. സംബന്ധങ്ങളും ക്ഷേത്രങ്ങളുമായുള്ള ബന്ധവും മറ്റും ഇല്ലാതായ ഒരു പുതിയ തറവാടു രൂപം പിതൃദായക്രമമനുസരിച്ച് രൂപം കൊള്ളുകയാണ് ചെയ്തത്.

പാരമ്പര്യത്തിന്റെ മറ്റു രൂപങ്ങളും ഇതേ രീതിയിൽ സ്വയം പുനർനിർവ്വചിക്കുന്നതു കാണാം. കോട്ടക്കൽ ആര്യവൈദ്യശാലയെക്കു റിച്ച് നടത്തിയ ശ്രദ്ധേയമായ പഠനത്തിൽ വ്യക്തിഗതമായ സിദ്ധികളു ടെയും കുടുംബപാരമ്പര്യത്തിന്റെയും അടിസ്ഥാനത്തിൽ നിലനിന്ന ആയുർവ്വേദം കൊളോണിയൽ സാഹചര്യത്തിൽ പുനർ നിർമ്മിക്കപ്പെട്ട തെങ്ങനെ എന്നു പണിക്കർ വിശദീകരിക്കുന്നു. ആധുനിക വൈദ്യം ഉയർത്തിയ വെല്ലുവിളിയുടെ പശ്ചാത്തലത്തിൽ കുടുംബ പാരമ്പര്യങ്ങ ളിൽനിന്ന് അകന്ന് ഒരു ആധുനിക വ്യവസായമെന്ന നിലയിലാണ് ആര്യ വൈദ്യശാല വളർന്നുവന്നത്. അതിനായി ആര്യവൈദ്യം പഠിപ്പിക്കുന്ന പാഠശാല, പ്രസിദ്ധീകരണങ്ങൾ, മരുന്നുകൾ ഉല്പാദിപ്പിക്കുന്ന തൊഴിൽശാല, സാമൂഹ്യവേദികൾ കൂടാതെ ഒരു കഥകളി ക്ലബ് പോലും സ്ഥാപിച്ചാണ് പി എസ് വാര്യർ ആധുനിക സംരംഭകസ്വഭാവമുള്ള ആയുർവ്വേദ സംസ്കാരത്തിന് ജന്മം നല്കിയത്. ആയുർവ്വേദ വിധികൾ ശാസ്ത്രീയഗവേഷണത്തിലൂടെ ശാസ്ത്രജ്ഞാനമായി മാറിയെന്നല്ല ഇതിന്റെ അർത്ഥം. ആയുർവ്വേദം ഒരു ചികിത്സാരീതിയെന്ന നിലയിൽ ആധുനിക സംരംഭമായി തീരുകയായിരുന്നു.

ബുദ്ധിജീവികളുടെ രൂപീകരണം

ബുദ്ധിജീവികളുടെ വളർച്ചയെക്കുറിച്ച് പണിക്കർ നടത്തുന്ന നിരീ ക്ഷണങ്ങൾ ഉയർത്തുന്ന നിരവധി ചോദ്യങ്ങളുണ്ട്. അവയിൽ പലതും

ഇന്നത്തെ സാഹചര്യത്തിൽ, ഒരുപക്ഷേ, പ്രസക്തവുമാണ്. പരമ്പരാഗത ബുദ്ധിജീവികൾ എന്നു വിളിക്കാവുന്നവർ രണ്ടുതലങ്ങളിലാണ് പ്രതിക രിക്കുന്നത്; ഒന്ന്, പ്രാഗാധുനിക സംസ്കാരത്തിന്റെയും ആചാരവിശ്വാ സങ്ങളുടെയും ചിന്തയുടെയും അടിസ്ഥാനത്തിൽ കൊളോണിയൽ കാല ഘട്ടങ്ങളിൽവന്ന മാറ്റങ്ങളെ വിലയിരുത്തുകയും പ്രതികരിക്കുകയും ചെയ്യുന്നു. ബ്രാഹ്മണ-ഇസ്ലാമിക മതപണ്ഡിതന്മാരെയും യാഥാസ്ഥിതിക നാടുവാഴിത്ത ബുദ്ധിജീവികളെയും അവരിൽപ്പെടുത്താം. രണ്ടാമത്തേത് പ്രാഗാധുനിക രൂപങ്ങൾ സമൂഹപ്രതികരണങ്ങളിൽ ഉപയോഗിക്കുന്നവ രാണ്. സന്ന്യാസവും ഭക്തിയും മറ്റു പരിത്യാഗരൂപങ്ങളും ഇവരിൽപ്പെടും. ഇവരിൽ രണ്ടാമത്തെ വിഭാഗം പാരമ്പര്യത്തിൽ ഉറച്ചു നില്ക്കുന്നുവെ ങ്കിലും ജ്ഞാനോദയകാലത്തിനുശേഷമുള്ള ആശയസംഹിതകളോടും മുതലാളിത്തവ്യവസ്ഥയോടും അവരുടേതായ രീതിയിൽ പ്രതികരിക്കു ന്നുണ്ട്. വിവേകാനന്ദൻ മുതൽ നാരായണ ഗുരുവരെയുള്ളവർ ഇവ രിൽപ്പെടും. ഇതേവിധത്തിൽ ആധുനിക ബുദ്ധിജീവികളിലും വേർതിരി വുകൾ കാണാം. ഒരുവിഭാഗം കൊളോണിയൽ പരിഷ്കാരങ്ങളുടെ ഭാഗ മായിമാറുന്ന ചിന്തയിലും പ്രവർത്തനത്തിലും ബൂർഷ്വാ ലിബറലുകളാ കുന്നവരാണ്. ഗോഖലെയും നെഹ്റുവും ആ കൂട്ടത്തിൽപ്പെടുന്നു. എന്നാൽ മറ്റൊരു വിഭാഗം ജ്ഞാനോദയസംസ്കൃതി അംഗീകരിക്കുന്ന തിനോടൊപ്പം ഇന്ത്യൻ ചരിത്രത്തിലെയും സംസ്കാരത്തിലെയും ഗുണ പരമെന്ന് അവർ കരുതുന്ന അംശങ്ങളെ സ്വീകരിക്കുന്നവരാണ്.

മറ്റൊരു രീതിയിൽ പറഞ്ഞാൽ പൂർണ്ണമായി നാടുവാഴിത്ത സംസ്കൃ തികളുടെ വക്താക്കൾ ഒരു വശത്തും ഭൗതികവാദികളും യുക്തിവാദി കളും മറുവശത്തും ഒഴികെ മറ്റ് നല്ലൊരു ശതമാനം ബുദ്ധിജീവികൾ ജ്ഞാനോദയ സംസ്കൃതിയെയും മുതലാളിത്തവ്യവസ്ഥയെയും ഏതെ ങ്കിലും വിധത്തിൽ ഇന്ത്യൻ പാരമ്പര്യത്തിന്റെയും സംസ്കൃതിയുടെയും അംശങ്ങളുമായി ബന്ധപ്പെടുത്താൻ ശ്രമിച്ച 'സങ്കര' ബുദ്ധിജീവികളാണ് എന്നാണ്. രാംമോഹൻ റോയിയും ബങ്കിംചന്ദ്രയും റാനഡെയും തിലകും ഗാന്ധിയുമടക്കം പ്രമുഖ ബുദ്ധിജീവികളെല്ലാം ഇവരിൽപ്പെടും. ഇവ രെല്ലാം മതവാദികളാണെന്നോ, ഏതെങ്കിലും വിധത്തിലുള്ള നവഹിന്ദു ത്വത്തിന്റെ വക്താക്കളാണെന്നോ അല്ല ഇവിടെ പറയുന്നത്. ഷിബ്ലിനു മ്രാദി, സയ്യിദ് അഹമ്മദ്ഖാൻ, മൗലാനാ ആസാദ് തുടങ്ങിയവരെ കേവല മതവാദികളായും കണക്കാക്കുക പ്രയാസമാണ്. ജ്ഞാനോദയ സംസ്കൃതി മുന്നോട്ടുവെച്ച ഏറ്റവും പ്രധാനപ്പെട്ട പ്രമേയം നാടുവാഴിത്ത സംസ്കൃതിയും അതിനെ നിർണ്ണയിച്ച മതവിശ്വാസങ്ങളുമായുള്ള കലഹം, ഇന്ത്യയുടെ സാഹചര്യങ്ങളിൽ പുനരാവിഷ്കരിക്കാൻ അവർക്കു കഴിഞ്ഞോ എന്നതാണ് പ്രശ്നം.

അതിനു സാധിക്കാത്തതുകൊണ്ടാണ് മുൻസൂചിപ്പിച്ച വിധത്തിലുള്ള സങ്കരബുദ്ധിജീവികൾ സൃഷ്ടിക്കപ്പെടുന്നത്. ജ്ഞാനോദയ സംസ്കൃ തിയെയും ലിബറൽ ജനാധിപത്യത്തെയും ബൂർഷ്വാ സാമൂഹ്യസമ്പദ്

വ്യവസ്ഥയെയും അവർ അംഗീകരിക്കുന്നു. പക്ഷേ, ഈ അംഗീകാരം കൊളോണിയൽ കാലഘട്ടത്തിൽ വളർന്നുവരുന്ന വിദ്യാഭ്യാസവും സ്ഥാപനങ്ങളും പൊതുമണ്ഡലവും സൃഷ്ടിക്കുന്നതാണ്. നാടുവാഴിത്ത വിരുദ്ധ കലാപങ്ങളുടെ പശ്ചാത്തലത്തിലല്ല ഇവ വളർന്നുവരുന്നത്. കൊളോണിയൽ കാലഘട്ടത്തിലെ കലാപങ്ങൾ ഒരേ സമയം നാടുവാ ഴിത്തവിരുദ്ധവും കൊളോണിയൽ വിരുദ്ധവുമാണ്. നാടുവാഴിത്ത വിരുദ്ധ രൂപങ്ങളിൽ പ്രാഗാധുനിക സംസ്കൃതിക്കെതിരായ കലാപവും ഉൾച്ചേ രുന്നു. തിരുവിതാംകൂർ പോലുള്ള പ്രദേശങ്ങളിൽ നാടുവാഴിത്ത വിരുദ്ധ മുന്നേറ്റങ്ങൾ, തമിഴ്നാട്ടിലെ ബ്രാഹ്മണവിരുദ്ധപ്രസ്ഥാനം, മഹാരാഷ്ട്ര യിലെ ദളിതരുടെ മുന്നേറ്റങ്ങൾ, മറ്റു പ്രദേശങ്ങളിലെ കർഷകസമരങ്ങളും ആദിവാസി പ്രസ്ഥാനങ്ങളും തുടങ്ങിയവയിലെല്ലാം ഇതു കാണാം. എന്നാൽ ഇതേ സമരങ്ങൾ എല്ലായിടങ്ങളിലും കൊളോണിയൽ വിരുദ്ധ സമരങ്ങളായി മാറുന്നില്ല. ഒരു വിഭാഗം ബുദ്ധിജീവികളെ സംബന്ധിച്ചി ടത്തോളം കൊളോണിയലിസം അവരുടെ നാടുവാഴിത്തവിരുദ്ധ സമര ങ്ങളിലെ സഖ്യശക്തിയാണ്. അവരെ സ്വാധീനിക്കുന്ന ബുർഷ്വാ ലിബ റൽ ചിന്താഗതി തന്നെയാണ് അവരെ കൊളോണിയലിസത്തോടുള്ള നേരിട്ടൊരു ചെറുത്തുനില്പിന് തയ്യാറാക്കാത്തത്. സാമൂഹ്യപരി ഷ്കർത്താക്കളിലും പില്ക്കാലത്ത് പെരിയാറും അംബേദ്കറും പോലുള്ള നേതാക്കളിലും മുസ്ലിംലീഗ് നേതാക്കളിൽപോലും ഈ പ്രവണത കാണാം. അതായത് കൊളോണിയൽ ഭരണകൂടത്തിന്റെ പ്രവർത്തന ത്തെയും ബ്രാഹ്മണാധിപത്യം പോലുള്ള പ്രാഗാധുനിക രൂപങ്ങളെയും വേറിട്ടു കാണുകയും വളർന്നുവരുന്ന സാമൂഹ്യവ്യവസ്ഥയുടെ പശ്ചാ ത്തലത്തിൽ ഇവർ തമ്മിലുള്ള പാരസ്പര്യങ്ങൾ പ്രകടമാകാതിരിക്കു കയും ചെയ്യുന്ന സാഹചര്യങ്ങളാണ് വളർന്നുവന്നത്. അവിടെ ബ്രാഹ്മ ണാധിപത്യത്തെയും ജാതിവ്യവസ്ഥയെയും എതിർത്ത ഒരുവിഭാഗം ബുദ്ധിജീവികൾ കൊളോണിയൽ വിരുദ്ധപ്രസ്ഥാനങ്ങളിൽ പൂർണ്ണമായി പങ്കെടുത്തില്ല.

മറുവശത്ത്, കൊളോണിയൽ വിരുദ്ധ മുന്നേറ്റങ്ങളുടെ സ്വഭാവവും പരിശോധിക്കേണ്ടതുണ്ട്. ജ്ഞാനോദയ സംസ്കൃതിയുടെ ഭാഗമായി വളർന്നുവന്ന ബുർഷ്വാലിബറൽ ആശയങ്ങൾ ദേശീയ നേതൃത്വത്തെ സ്വാധീനിച്ചു എന്നത് ശരിയാണ്. പക്ഷേ, അവരുടെ നേതൃത്വത്തിൽ വളർന്നുവന്ന ദേശീയപ്രസ്ഥാനത്തിൽ പ്രാഗാധുനിക സംസ്കൃതിയുടെ ഭാഗമായ മതസംഹിതകളും ജാതികളും ഉൾപ്പെടുത്തപ്പെട്ടു. ഗാന്ധിയുടെ നേതൃത്വത്തിൽ വളർന്നുവന്ന ദേശീയ പ്രസ്ഥാനം ബഹുവർഗ്ഗ മുന്നണി യായിരുന്നു. അതിൽ ഭൂപ്രഭുത്വത്തിന്റെയും നാടുവാഴിത്തത്തിന്റെയും ഘടകങ്ങൾ കൂടി കടന്നുവന്നതോടെ ജാതിമത രൂപങ്ങളടക്കം അതിൽ സ്ഥാനംപിടിച്ചു. ഇതുകൂടാതെ ഹിന്ദുത്വവാദികൾ നവഹിന്ദുത്വത്തിന്റെ താല്പര്യങ്ങളനുസരിച്ചും മുസ്ലീം ലീഗ് ഇസ്ലാംമത താല്പര്യത്തിനനു സരിച്ചും ദേശീയതയെ പുനർനിർവ്വചിച്ചതോടെ കൊളോണിയൽ വിരുദ്ധ

പ്രസ്ഥാനങ്ങളിൽ മതസാംസ്കാരിക ദേശീയതയ്ക്കും വ്യക്തമായ ഇടം ലഭിച്ചു. ദേശാഭിമാനവും പ്രാഗാധുനിക സംസ്കാരത്തോടുള്ള കൂറും ഇവിടെ കൂടിക്കുഴയുന്നതു കാണാം.

ഈ മാറ്റങ്ങളോടുള്ള ബുദ്ധിജീവികളുടെ പ്രതികരണമെന്തായിരു ന്നുവെന്നും പരിശോധിക്കേണ്ടതുണ്ട്. പെരിയാറും അംബേദ്കറും പോലു ള്ളവർ ദേശീയ നേതൃത്വത്തിന്റെ ഇത്തരം ഉൾക്കൊള്ളൽ രാഷ്ട്രീയത്തെ എതിർത്തു. അംബേദ്കർ കോൺഗ്രസിനെ തന്നെ ഒരു ഹിന്ദുസംഘടന യായി ചിത്രീകരിച്ചു. വളർന്നുവരുന്ന വർഗ്ഗ സമരങ്ങളുടെ പശ്ചാത്തല ത്തിൽ മാർക്സിസ്റ്റുകാരും കോൺഗ്രസിന്റെ പ്രത്യേകിച്ച് ഗാന്ധിയുടെ ഉൾക്കൊള്ളൽരാഷ്ട്രീയത്തെ ശക്തമായെതിർത്തു. എന്നാൽ ഇത്തരം എതിർപ്പുകളിൽനിന്ന് ജാതി-മത മർദ്ദനരൂപങ്ങളെയും കൊളോണി യലിസം തന്നെ നടപ്പിലാക്കിയ മുതലാളിത്ത വ്യവസ്ഥയുടെ രൂപങ്ങ ളെയും വെല്ലുവിളിക്കുന്ന ജനാധിപത്യ സംസ്കൃതിയുടെ വളർച്ചയ്ക്ക് അടിത്തറ പാകാൻ ദേശീയ ബുദ്ധിജീവികൾക്ക് കഴിഞ്ഞില്ല. മാർക്സി സ്റ്റുകളുടെ ബദൽ സംസ്കൃതി സോഷ്യലിസത്തിന്റേതായിരുന്നു. അംബേ ദ്കർ, പെരിയാർ പോലുള്ളവരുടേത് ജാതിവ്യവസ്ഥയുടെ അന്ത്യവും കീഴാളസമൂഹത്തിന്റെ മോചനവുമായിരുന്നു. ഇന്ത്യൻ സാഹചര്യങ്ങളിൽ ഇവയുടെ പ്രായോഗിക രൂപമെന്തായിരിക്കും? അതിൽ ജ്ഞാനോദയ സംസ്കൃതിയുടെയും മുതലാളിത്ത സമ്പദ്‌വ്യവസ്ഥയുടെ ഘടകങ്ങളു ടെയും പങ്കെന്തായിരിക്കും? അതോ മാർക്സിസ്റ്റുകാർ വാദിച്ചതുപോലെ സോഷ്യലിസ്റ്റ് പരിവർത്തനമാണ് ലക്ഷ്യമെങ്കിൽ, ഭൂപ്രഭുത്വത്തിന്റെയും മുതലാളിത്തത്തിന്റെയും ജാതിമത രൂപങ്ങളുടെയും സ്വാധീനം ഇല്ലാ താക്കുന്ന രൂപങ്ങൾ എങ്ങനെ സൃഷ്ടിക്കാം? ഇത്തരം ചർച്ചകൾ രാഷ്ട്രീ യതലത്തിൽ മാത്രമൊതുങ്ങി നിന്ന് അവയിൽ ബുദ്ധിജീവികളുടെ സർഗ്ഗാ ത്മകമായ പങ്ക് എത്രയുണ്ടായിരുന്നുവെന്നും പരിശോധിക്കേണ്ടതാണ്

നവഹിന്ദുത്വവും ബുദ്ധിജീവികളും

ഇന്ത്യൻ ദേശീയപ്രസ്ഥാനത്തിന്റെ അടിസ്ഥാന ആശയസംഹിത തന്നെ മതമായിരുന്നുവെന്ന് പെരി ആൻഡേഴ്സൺ വാദിച്ചിട്ടുണ്ട്. പാശ്ചാത്യ സാമൂഹ്യശാസ്ത്രജ്ഞരുടെ ഇടയിൽ ഈയിടെയായി പ്രച രിച്ച മതദേശീയതയെയും സാംസ്കാരിക ദേശീയതയെയും കുറിച്ചുള്ള സങ്കല്പങ്ങൾ അതേപടി ഇന്ത്യൻദേശീയപ്രസ്ഥാനത്തിന്റെ പൊതു ആശയസംഹിതയായി കണക്കാക്കുന്നത് എത്രമാത്രം ശരിയാണെന്നത് പരിശോധിക്കേണ്ടതാണ്. കൊളോണിയൽ ആശയസംഹിതയിൽനിന്നും രൂപംകൊണ്ട വ്യവഹാരങ്ങളാണ് ഇന്ത്യൻ 'ദേശീയ സമുദായ'ത്തെ സൃഷ്ടിച്ചത് എന്നും ശിഥിലമായ സ്വഭാവമാണ് ജനകീയ തലത്തിൽ നില നിന്നത് എന്നും പാർത്ഥാ ചാറ്റർജിയും വാദിച്ചിട്ടുണ്ട്. ദളിതരുടെയും ആദി വാസികളുടെയും വംശീയ വിഭാഗങ്ങളുടെയും സ്ത്രീകളുടെയും ന്യൂന പക്ഷങ്ങളുടെയും പ്രതിരോധത്തിൽ കാണപ്പെട്ട ശൈഥില്യത്തിന്റെ

പൊതുസ്വഭാവവും പരിശോധിക്കേണ്ടതാണ്. ആധുനിക കാലത്തെ എല്ലാ ദേശീയപ്രസ്ഥാനങ്ങളിലും മതത്തിന്റെയും വംശീയതയുടെയും പ്രാദേ ശികതയുടെ ശിഥില രൂപങ്ങൾ കാണാനും കഴിയും.

ശിഥില രൂപങ്ങളുടെ വൈവിദ്ധ്യത്തിനകത്തുനിന്നുതന്നെ ഒരു ദേശീയ രാഷ്ട്രീയമെന്ന നിലയിൽ ഇന്ത്യ സൃഷ്ടിക്കപ്പെട്ടതിനു സഹായിച്ച ഘടകങ്ങൾ ഏതെല്ലാമെന്നും പരിശോധിക്കേണ്ടതാണ്. പണിക്കർ സൂചി പ്പിച്ചതുപോലുള്ള ഇന്ത്യൻ ബുദ്ധിജീവികൾക്കും പത്രങ്ങൾ, സാംസ്കാ രിക സാമൂഹ്യസംഘടനകൾ, രാഷ്ട്രീയ പാർട്ടികൾ തുടങ്ങിയവയ്ക്കും കൈവരുന്നുണ്ടായിരുന്ന ബൂർഷ്വാ ലിബറൽ സ്വഭാവമാണ് ഇന്ത്യക്ക് പൊതുവിൽ സെക്കുലർ ജനാധിപത്യ സ്വഭാവമുള്ള ഭരണഘടനയും ഫെഡറൽ ജനാധിപത്യരൂപവും സമ്മാനിച്ചത്. ദേശീയപ്രസ്ഥാനത്തിന്റെ മുഖ്യധാരയും പ്രാദേശിക പാർട്ടികളും കമ്യൂണിസ്റ്റുകാരുമടക്കം ഒരു സെക്കുലർ രൂപത്തെ അംഗീകരിച്ചുവെന്നത് ചുരുങ്ങിയത് മദ്ധ്യവർഗ്ഗങ ളിലെങ്കിലും സെക്കുലർ ജനാധിപത്യ രൂപത്തിനുണ്ടായിരുന്ന പൊതു സ്വീകാര്യതയ്ക്കു തെളിവാണ്. ഈ സാഹചര്യത്തിൽ ഹിന്ദുരാഷ്ട്രവാദി കളുടെ നിലപാടുകൾ നിരാകരിക്കപ്പെട്ടു.

അങ്ങനെയെങ്കിൽ, ഇന്ത്യൻ ബുദ്ധിജീവികളുടെ ഒരു വിഭാഗം എന്തു കൊണ്ട് നവഹിന്ദുത്വത്തെ അംഗീകരിക്കുന്നു? എന്തുകൊണ്ട് രണ്ടു നൂറ്റാണ്ടുകാലത്തെ ബൂർഷ്വാലിബറൽ ബുദ്ധിജീവികളുടെ പ്രവർത്തന ത്തിനു ശേഷവും ബുദ്ധിജീവികളുടെ ഇടയിൽ ജാതീയതയും മതവാ ദവും ശക്തമായി നിലനില്ക്കുന്നു? ഇതിനുള്ള ഉത്തരം കണ്ടെത്തേണ്ടത് ഒരുപക്ഷേ, കൊളോണിയൽ ബുദ്ധിജീവികൾ ഇന്ത്യൻ ചരിത്രത്തോടും സംസ്കാരത്തോടും സ്വീകരിച്ച ദ്വന്ദ്വാത്മക നിലപാടുകളിൽ നിന്നാകാം. കൊളോണിയലിസം നിന്ദ്യമായി കരുതിയതും പുതിയ മദ്ധ്യവർഗ്ഗത്തിന് അപമാനകരമായി തോന്നിയതുമായ സതി, ബാല്യവിവാഹം, വിധവക ളുടെ പീഡനം ആചാര്യമര്യാദകൾ, അന്ധവിശ്വാസങ്ങൾ, അയിത്തവും മറ്റ് സാമൂഹ്യവിവേചനരൂപങ്ങൾ, ചിലതരം വിവാഹമുറകൾ തുടങ്ങിവ യ്ക്കെതിരായ നിലപാടുകൾ കൈക്കൊള്ളാൻ ബുദ്ധിജീവികൾ തയ്യാ റായിരുന്നു. അത്തരം നിലപാടുകളെ ജാതിവ്യവസ്ഥയ്ക്കും ജാതിവ്യവ സ്ഥയെ നിലനിർത്തുന്ന ബ്രാഹ്മണമതത്തിനും എതിരായ നിലപാടുക ളായി മാറ്റാൻ ജോതിബാഫുലെ, പെരിയാർ, അംബേദ്കർ എന്നിവർ ശ്രമിച്ചു. അതുപോലെ ഇന്ത്യൻ സംസ്കാരത്തിലെ ആൺകോയ്മ രൂപ ങ്ങൾക്കെതിരെ പണ്ഡിത രമാബായി, സാവിത്രിഫുലെ തുടങ്ങിയവരും പോരാടി. പക്ഷേ, ഇത്തരം പരിശോധനകൾ ഇന്ത്യാചരിത്രത്തിന്റെയും സംസ്കാരത്തിന്റെയും സമഗ്രമായ പുനഃപരിശോധനകളായി മാറിയില്ല. ഇന്ത്യയുടെ ബ്രാഹ്മണ ശ്രമണ പാരമ്പര്യങ്ങൾ, ദർശനങ്ങൾ, ആത്മീയ വാദ ഭൗതികപ്രവണതകൾ തുടങ്ങിയവയെ സമഗ്രമായി പുനഃപരിശോ ധിക്കുന്നതിനു പകരം ഇന്ത്യയുടെ ആദ്ധ്യാത്മിക പാരമ്പര്യത്തിന് മേല്ക്കോയ്മ നല്കിക്കൊണ്ടും ഇത് വിശദീകരിക്കുന്ന ഗ്രന്ഥങ്ങൾക്ക് പ്രാമാണ്യം നല്കിക്കൊണ്ടുമുള്ള നിലപാടുകളാണ് പൊതുവിൽ ഇന്ത്യൻ ബുദ്ധിജീവികൾ സ്വീകരിച്ചത്. യൂറോപ്പിൽ പ്ലേറ്റോണിയൻ ആത്മീയ

തയ്ക്കും അരിസ്റ്റോട്ടിലിന്റെ ദർശനത്തിനും നടന്ന പുനഃപരിശോധനയ്ക്ക് സമാനമായ ഒന്നും ഇന്ത്യൻ ദർശനങ്ങളെ സംബന്ധിച്ച് ഉണ്ടായില്ല. ധർമ്മ ശാസ്ത്ര ഗ്രന്ഥങ്ങളും നൈതിക വിധികളും അതുപോലെ പുനപരിശോ ധിക്കപ്പെട്ടില്ല. സ്വാതന്ത്ര്യത്തിനുശേഷം മാർക്സിസ്റ്റ് സ്വാധീനത്തിലുള്ള ചരിത്രകാരന്മാരും സാമൂഹ്യശാസ്ത്രജ്ഞന്മാരുമാണ് ഇത്തരത്തിലുള്ള പുനപരിശോധനയ്ക്ക് തുടക്കം കുറിച്ചത്. അവരെ കേവല ഭൗതികവാദി കളായി മുദ്രകുത്താനും അവരുടെ നിഗമനങ്ങൾ രാഷ്ട്രീയപ്രേരിതമാ ണെന്ന് വിലയിരുത്താനും അന്നും ഇന്നും നിലനില്ക്കുന്ന ഡൈഷണിക അന്തരീക്ഷം സഹായിക്കുകയും ചെയ്തു.

ഇതിന്റെ ഫലമായി സംഭവിച്ചത് ബുദ്ധിജീവികളുടെ മൂല്യശോഷണ മായിരുന്നു. സെക്കുലർ ബുദ്ധിജീവികൾ പൊതുവിൽ കൊളോണിയൽ കാലത്തു വളർന്നുവന്ന ബൗദ്ധിക പാരമ്പര്യത്തിന്റെയും ദേശീയ വീക്ഷ ണത്തിന്റെയും വക്താക്കൾ മാത്രമായി നിലനിന്നു. അതിൽനിന്ന് മുന്നോ ട്ടുപോയത് മാർക്സിസ്റ്റുകളും അവരുടെ സഹയാത്രികരുമായിരുന്നു. ഇന്ത്യാചരിത്രത്തിൽ സാമൂഹ്യ സാമ്പത്തിക തലത്തെയും വൈവിധ്യ ങ്ങളെയും അനാവരണം ചെയ്യുന്നതിൽ അവരുടെ ഗവേഷണങ്ങൾക്കു കഴിഞ്ഞുവെങ്കിലും കൊളോണിയൽ കാലത്തുതന്നെ ഉന്നയിക്കപ്പെട്ട ജാതിയുടെയും മതത്തിന്റെയും നിലനില്പിനും മാറ്റങ്ങൾക്കും തൃപ്തി കരമായ വിശദീകരണങ്ങൾ നല്കാൻ അവർക്കും കഴിഞ്ഞില്ല. പ്രാഗാ ധുനിക ഇന്ത്യൻ ആശയസംഹിതകളുടെ വിമർശനാത്മക പഠനങ്ങൾ അതിനാവശ്യമായിരുന്നു. ആ മേഖലയിൽ പുറത്തുവന്ന ഗ്രന്ഥ ങ്ങൾപോലും വിരളമായിരുന്നു. ഈ സാഹചര്യങ്ങളിലാണ് കൊളോണി യൽ കാലഘട്ടത്തിൽ തുടങ്ങിവച്ച ജാതീയവും മതപരവുമായ പഠനങ്ങൾ വീണ്ടും കണ്ടെടുത്തു പുനഃപരിശോധിക്കുന്ന പ്രവണത ശക്തിപ്പെട്ടത്. ഫുലെയുടെയും അംബേദ്കറിന്റെയും പെരിയാറിന്റെയും നാരായണഗു രുവിന്റെയുമെല്ലാം രചനകൾ പുനർവായനയ്ക്കു വിധേയമായി. അവയെ ആധാരമാക്കിയുള്ള പുതിയ ഡൈഷണികരൂപങ്ങളും ബുദ്ധിജീവി സമൂ ഹങ്ങളും വളർന്നുവന്നു. മാർക്സിസമടക്കം പാശ്ചാത്യ സാമൂഹ്യ ശാസ്ത്രം നിർദ്ദേശിച്ച വഴികൾ തന്നെ ജാതിവ്യവസ്ഥയെയും മതങ്ങ ളെയും ആശയസംഹിതകളെയും പഠിക്കുന്നതിന് ഉപയോഗിക്കപ്പെട്ടു. ജാതിമതങ്ങളെ നിരാകരിക്കുന്നതിനുള്ള ശ്രമങ്ങളോടൊപ്പം പുതിയ ആശ്രയ പ്രപഞ്ചത്തിന്റെ താല്പര്യങ്ങൾക്കനുസരിച്ച് ജാതിയെയും മത ത്തെയും പുനഃസ്ഥാപിക്കാനുള്ള നീക്കങ്ങളും നടന്നു. സ്വത്വരാഷ്ട്രീയം ഇത്തരം നീക്കങ്ങളുടെ ഫലമാണ്.

ഇതിൽനിന്നാണ് നവഹിന്ദുത്വത്തോടും ഹിന്ദുത്വവാദികൾ സൃഷ്ടി ക്കുന്ന ഭരണാധികാര രൂപങ്ങളോടുമുള്ള ബുദ്ധിജീവികളുടെ നിലപാടു കൾ തിരിച്ചറിയേണ്ടത്. ഹിന്ദുത്വ അജണ്ടയോടുള്ള തുടർച്ചയായ പോരാട്ടം നടത്തുന്നത് മാർക്സിസ്റ്റുകാരോ അവരുടെ സഹയാത്രികരോ ആയ സെക്കുലർ ബുദ്ധിജീവികൾ ആണ്. അതിനോടൊപ്പമോ സമാന മായോ ഹിന്ദുത്വ അജണ്ടയ്ക്കെതിരെ പോരാടുന്നവർ ന്യൂനപക്ഷ ദലിത് -ബഹുജൻ ബുദ്ധിജീവികളും സ്ത്രീവാദികളുമാണ്. ഈ പോരാട്ടം നട

ക്കുമ്പോൾ, മറ്റുള്ളവർ എന്തുചെയ്യുന്നു എന്ന് ന്യായമായും ചോദിക്കാ
വുന്നതാണ്. കൊളോണിയൽ ബുദ്ധിജീവികൾക്കിടയിൽ മുമ്പു സൂചി
പ്പിച്ചതുപോലെ ഇന്ത്യാചരിത്രത്തെയും സംസ്കാരത്തെയുംകുറിച്ച് ആശ
യക്കുഴപ്പം നിലവിലിരുന്നു. പക്ഷേ, അത് ലാൽചന്ദ്-സവർക്കർ-
ഗോൾവാൾക്കർ... കൾക്ക് പരസ്യമായ പിന്തുണ നല്കുന്ന തലത്തിൽ
എത്തിയിരുന്നില്ല. എന്തൊക്കെ പരിമിതികളുണ്ടായാലും ലിബറൽ സെക്കു
ലർ ആശയസംഹിതകൾക്ക് ബുദ്ധിജീവികളുടെ ഇടയിൽ ആധിപത്യം
ലഭിച്ചിരുന്നു. പക്ഷേ, അവയ്ക്ക് അരബിന്ദോ, എസ് രാധാകൃഷ്ണൻ,
എസ് എൻ ദാസ് ഗുപ്ത തുടങ്ങിയവർ നല്കിയ ആത്മീയ പരിവേഷവു
മുണ്ടായിരുന്നു.

എന്നാൽ ഇന്ന് അത് പറയാൻ സാധിക്കുകയില്ല. ബുദ്ധിജീവികളിൽ
നല്ലൊരുഭാഗം ഇന്ന് ഇന്ത്യൻ ഗവൺമെന്റും അവരുടെ പ്രചാരകരും നട
ത്തുന്ന സാംസ്കാരിക ദേശീയതയെ പിന്താങ്ങുന്നവരാണ്. മതപരതയും
ജാതീയതയും അംഗീകരിക്കുന്നവരാണ്. കൊളോണിയൽ കാലഘട്ട
ത്തിൽ ജ്ഞാനോദയ സംസ്കൃതിയും ധർമ്മശാസ്ത്ര സംസ്കൃതിയും
തമ്മിലുണ്ടായിരുന്ന ദ്വന്ദാത്മകത ഇന്ന് അതേപടി ദൃശ്യമല്ല. ഇന്ന് മത
പരതയും ജാതീയതയും ബൂർഷ്വാഭരണ സമൂഹത്തിന്റെയും പൗരസമൂ
ഹത്തിന്റെയും ഘടകങ്ങളാണ്. അത്തരം വൈരുദ്ധ്യങ്ങൾ പൗരസമൂഹ
ത്തിനുള്ളിലാണ് നിർവ്വചിക്കപ്പെടുന്നത്. മത-ജാതി ആശയങ്ങളും രാഷ്ട്രീ
യവും ഭരണകൂടത്തിന്റെയും പൗരസമൂഹത്തിന്റെയും പ്രവർത്തനങ്ങ
ളാണ്. അതുകൊണ്ട് നവഹിന്ദുത്വത്തെ ചെറുത്തു നില്ക്കുന്നവർ ശക്ത
മായ സെക്കുലർ ജനാധിപത്യ ആശയ സംഹിതകളെ ആധാരമാക്കി
യല്ല സ്വന്തം ആശയങ്ങൾ അവതരിപ്പിക്കുന്നത്. അവരുടെയും അടിത്തറ
ജാതിയും മതവും മറ്റു സത്വ രൂപങ്ങളും തന്നെയാണ്. ഇത് ഇന്ത്യൻ
ബുദ്ധിജീവികൾ ആർജ്ജിച്ചെടുത്ത ശക്തിയായി കാണേണ്ടതില്ല. ഇന്ത്യാ
ചരിത്രത്തെയും സമൂഹത്തെയും വിമർശനാത്മകമായി പരിശോധിക്കു
ന്നതിനാവശ്യമായ ആശയങ്ങളും സംവർഗ്ഗങ്ങളും ഇപ്പോഴും ഇന്ത്യൻ
ബുദ്ധിജീവികൾക്ക് വളർത്തിക്കൊണ്ടുവരാൻ കഴിഞ്ഞിട്ടില്ല. ഈ
ദൗർബല്യം ഇന്ത്യൻ സാമൂഹ്യ ശാസ്ത്രപഠനങ്ങളുടെ തന്നെ ദൗർബ
ല്യമാണ്. ഒരുകാലത്ത് ഇന്ത്യക്കാർ ജ്ഞാനോദയ ആശയങ്ങളെ സ്വീക
രിച്ചു. പിന്നീട് ലിബറലിസത്തിന്റെയും 'ആധുനികത'യുടെയും ആശയ
ങ്ങൾ സ്വീകരിച്ചു. ഒരുകാലത്ത് ബുദ്ധിജീവികൾക്കിടയിൽ സ്വാധീനം
ചെലുത്തിയിരുന്ന മാർക്സിസ്റ്റ് രീതിശാസ്ത്രം ഇപ്പോൾ പിറകോട്ടടിക്കു
കയാണ്. ഇപ്പോൾ നാം ആധുനികോത്തരതയിൽ നിന്നാണ് ആശയങ്ങൾ
കണ്ടെത്തുന്നത്. ഇന്ത്യയിൽ നിലനിന്ന ആശയസംഹിതകളുമായുള്ള
വിമർശനാത്മകമായ അഭിമുഖങ്ങളിൽനിന്നല്ല ഇന്ത്യൻ സാമൂഹ്യശാസ്ത്ര
ത്തിന്റെ സംവർഗ്ഗങ്ങൾ രൂപപ്പെടുന്നത്. ഇന്ത്യൻ ബുദ്ധിജീവികളുടെ
പ്രധാന ദൗർബല്യവും ഒരുപക്ഷേ, ഇതാകാം.

പ്രൊഫ. കെ എൻ പണിക്കരും ഉന്നത വിദ്യാഭ്യാസ പരിഷ്കാരങ്ങളും

തോമസ് ജോസഫ്

രണ്ടായിരത്തിയാറിൽ ഇടതുപക്ഷജനാധിപത്യ മുന്നണി ഗവൺ മെന്റ് കേരളത്തിൽ അധികാരത്തിലെത്തുമ്പോൾ വിദ്യാഭ്യാസരംഗം-പ്രത്യേകിച്ചു ഉന്നതവിദ്യാഭ്യാസരംഗം- ആകെ താറുമാറായിക്കഴിഞ്ഞി രുന്നു. 1991 മുതൽ നടപ്പിലാക്കിത്തുടങ്ങിയ ആഗോളവല്ക്കരണ-ഉദാര വല്ക്കരണ-കമ്പോളവല്ക്കരണ നയങ്ങൾ ഏറെ പ്രതിഫലിച്ചത് ഉന്ന തവിദ്യാഭ്യാസരംഗത്തായിരുന്നു. ഉന്നത വിദ്യാഭ്യാസം പൊതുനന്മയല്ല മറിച്ച് സ്വകാര്യനന്മ മാത്രമാണെന്ന ലോകബാങ്കിന്റെ പുത്തൻ സമീപ നത്തിന് അനുസൃതമായി കേന്ദ്രസംസ്ഥാന സർക്കാരുകൾ തങ്ങളുടെ വിദ്യാഭ്യാസ പരിപാടികളിൽ മാറ്റങ്ങൾ വരുത്തിയിരുന്നു. ഉന്നത നീതി ന്യായ കോടതികളുടെ സമീപനങ്ങളും ഇതിനു സഹായകമായ രീതി യിൽ മാറിക്കഴിഞ്ഞിരുന്നു. വിദ്യാഭ്യാസത്തിനുള്ള അവകാശം ജീവിക്കാ നുള്ള അവകാശത്തിന്റെ ഭാഗമാണെന്ന മോഹിനി ജയിൻ കേസിലെ സുപ്രധാന വിധിയിൽനിന്നുള്ള മലക്കംമറിച്ചിലാണ് ഉന്നതവിദ്യാഭ്യാസം ചെയ്യുന്നവർ അതിന്റെ ചെലവു വഹിക്കാൻ ബാദ്ധ്യസ്ഥരാണെന്ന ടി എം എ പൈ കേസിലെ വിധിയിലൂടെ പ്രകടമായത്. ലോകബാങ്കിന്റെ തീട്ടൂരങ്ങൾക്കനുസൃതമായി ദേശീയ വിദ്യാഭ്യാസനയങ്ങളിലും കാര്യ മായ മാറ്റിയെഴുത്തുകൾ സംഭവിക്കുകയുണ്ടായി. കുപ്രസിദ്ധമായ അംബാനി-ബിർള റിപ്പോർട്ടിലൂടെയാണ് ഇതിനു തുടക്കം കുറിച്ചത്. 2006 ലെ ദേശീയ വിജ്ഞാന കമ്മീഷന്റെ വിവിധ റിപ്പോർട്ടുകൾ പുതിയ സമീപനത്തിന് ദേശീയ വിദ്യാഭ്യാസ നയത്തിന്റെ പരിവേഷം നല്കുക യുണ്ടായി.

മേല്പറഞ്ഞ സാഹചര്യങ്ങളിൽ ഉന്നതവിദ്യാഭ്യാസരംഗത്ത് സാമൂഹ്യനീതിയും ഗുണമേന്മയും അപ്പാടെ അട്ടിമറിക്കപ്പെടുന്ന സ്ഥിതി

വിശേഷമാണ് സംജാതമായത്. കോത്താരി കമ്മീഷൻ വിഭാവനം ചെയ്ത അടിസ്ഥാനതത്ത്വങ്ങൾ വിദ്യാഭ്യാസത്തിന്റെ ജനാധിപത്യവല്ക്കരണം, ഗുണമേന്മയുടെ സാർവത്രികരണം, പഠനമേഖലകളുടെയും രീതികളു ടെയും വൈവിധ്യവല്ക്കരണം, അക്കാദമിക സ്വയംഭരണം, ഫെഡറൽ തത്ത്വങ്ങൾക്കനുസൃതമായ വിദ്യാഭ്യാസ വികസന പരിപ്രേക്ഷ്യം- എന്നിവ പാടെ നിരാകരിക്കപ്പെട്ടു. വിദ്യാഭ്യാസ മൂല്യങ്ങളിലും ലക്ഷ്യ ങ്ങളിലുമുണ്ടായ അടിസ്ഥാന മാറ്റങ്ങൾ പാഠ്യവിഷയങ്ങളുടെ മുൻഗണ നാക്രമത്തിലും പഠനരീതികളിലും പ്രതിഫലിക്കപ്പെട്ടു. അടിസ്ഥാനവി ഷയങ്ങളുടെ പഠനവും ഗവേഷണവും പിന്നാമ്പുറത്തേക്ക് തള്ളപ്പെടു കയും അവയുടെ സ്ഥാനത്ത് മാറിമറിയുന്ന കമ്പോളത്തിന്റെ ആവശ്യ ങ്ങൾക്കുതകുന്ന പാഠ്യവിഷയങ്ങളും പാഠ്യപദ്ധതിയും പ്രതിഷ്ഠിക്കപ്പെ ടുകയും ചെയ്തു. ഭാഷയും മാനവികവിഷയങ്ങളും വേണ്ടാച്ചരക്കുക ളായി. അടിസ്ഥാന ഗവേഷണവും പുതിയ ചിന്താസരണികളെ തേടി യുള്ള മനുഷ്യമനസ്സിന്റെ ഏകാന്ത സഞ്ചാരങ്ങളും പാഴ്‌വേലകളായി വ്യാഖ്യാനിക്കപ്പെട്ടു. ടെക്നോളജിയും അതിന്റെ സാധ്യതകളും മാത്ര മാണ് ആധുനികകാലത്തിന്റെ ദിശാനിർണ്ണയം നടത്തുന്നതെന്ന കാഴ്ച പ്പാടിന് പ്രാമുഖ്യം ലഭിച്ചു.

പുതിയ കാഴ്ചപ്പാടിന്റെ അടിസ്ഥാനത്തിൽ, യാതൊരു അവധാന തയുമില്ലാതെ നടപ്പാക്കിയ വിദ്യാഭ്യാസ പരിഷ്കാരങ്ങൾ വിദ്യാഭ്യാസ രംഗമാകെ കലുഷിതമാക്കി. ഒരു ഉദാഹരണം മാത്രം ചൂണ്ടിക്കാട്ടിയാൽ മതിയാകും. ആവശ്യപ്പെടുന്നവർക്കെല്ലാം കോളേജുകളും കോഴ്സുകളും നല്കിയ എ കെ ആന്റണിയുടെ നേതൃത്വത്തിലുള്ള യു ഡി എഫ് സർക്കാരിന്റെ ഉദാരവല്ക്കരണ സമീപനം ആവശ്യത്തിലേറെ സ്വാശ്രയ എഞ്ചിനീയറിങ് കോളേജുകളുടെ സ്ഥാപനത്തിന് വഴിവെച്ചെങ്കിലും ഉന്നതവിദ്യാഭ്യാസത്തിന്റെ വൈവിധ്യവല്ക്കരണത്തിനോ സാമൂഹ്യനീ തിയിലധിഷ്ഠിതമായ വിദ്യാർത്ഥി പ്രവേശനത്തിനോ അത് കളമൊരു ക്കിയില്ല. മറിച്ച് മോഹിപ്പിക്കുന്ന പ്രചാരണ തന്ത്രങ്ങളിലൂടെ കമ്പോള വിദ്യാഭ്യാസത്തിനുള്ള അഭിനിവേശം സാധാരണക്കാരിലുൾപ്പെടെ സൃഷ്ടി ക്കുകയുണ്ടായി. സാമ്പത്തിക പരാധീനതകളാൽ അത്തരത്തിലുള്ള വിദ്യാ ഭ്യാസത്തിന്റെ പ്രാപ്യത നിഷേധിക്കപ്പെടുന്നവരിൽ തികഞ്ഞ അരക്ഷിത ബോധവും നിരാശയും വളർത്തുന്നതിന് ഇത് ഇടയാക്കി. ഇത്തരമൊരു പരിതോവസ്ഥയുടെ നേർക്കാഴ്ചയാണ് രജനി എസ് ആനന്ദിനെപ്പോലെ യുള്ള ഒരു പാവപ്പെട്ട പെൺകുട്ടിയുടെ ആത്മാഹുതിയിലൂടെ കേരളം ദർശിച്ചത്.

ഉന്നതവിദ്യാഭ്യാസരംഗത്തെ അനിയന്ത്രിത കമ്പോളവല്ക്കരണ ത്തിന് ഒരു അടിയന്തര ശസ്ത്രക്രിയയിലൂടെ പരിഹാരം കാണാനുള്ള ശ്രമമാണ് 2006 ൽ അധികാരത്തിലേറിയ ഇടതുപക്ഷജനാധിപത്യ മുന്നണി ഗവൺമെന്റ് ആദ്യം നടത്തിയത്. സ്വകാര്യ സ്വാശ്രയ വിദ്യാ ഭ്യാസസ്ഥാപനങ്ങളിൽ സാമൂഹ്യനീതിയും ഗുണമേന്മയും ഉറപ്പാക്കുന്ന

തിനുള്ള നിയമം അധികാരത്തിലേറി ഒരു മാസത്തിനുള്ളിൽ പാസാക്കി
യെങ്കിലും നിയമത്തിന്റെ സുപ്രധാന വകുപ്പുകൾ റദ്ദാക്കിക്കൊണ്ട്
കമ്പോളശക്തികൾക്ക് ഒത്താശ ചെയ്യുന്ന സമീപനമാണ് കോടതിക
ളിൽനിന്നുണ്ടായത്. ഈ സാഹചര്യത്തിൽ വിദ്യാഭ്യാസരംഗത്തെ സമ
ഗ്രമായി പരിഷ്കരിച്ചുകൊണ്ടു മാത്രമേ സാമൂഹ്യനീതിയും ഗുണമേന്മയും
പുനഃസ്ഥാപിക്കാനാവൂ എന്ന കാഴ്ചപ്പാടിലേക്ക് ഇടതുപക്ഷ ജനാധിപ
ത്യമുന്നണി എത്തിച്ചേരുകയുണ്ടായി. പരിഷ്കാരങ്ങളെക്കുറിച്ച് സമഗ്ര
മായ കാഴ്ചപ്പാട് രൂപീകരിക്കുന്നതിനും പദ്ധതികൾ നിർദ്ദേശിക്കുന്നതിനും
അവ നടപ്പാക്കുന്നതിന് സർക്കാരിനെയും സർവ്വകലാശാലകളെയും ഉന്നത
വിദ്യാഭ്യാസസ്ഥാപനങ്ങളെയും സഹായിക്കുന്നതിനുംവേണ്ടി ഒരു സ്ഥിരം
സംവിധാനം വേണമെന്ന് ഇടതുപക്ഷജനാധിപത്യ മുന്നണി ഗവൺമെന്റ്
തീരുമാനിക്കുന്നത് ഇത്തരുണത്തിലാണ്.

1986 ലെ പുത്തൻ ദേശീയ വിദ്യാഭ്യാസ നയത്തിന്റെയും പ്രോഗ്രാം
ഓഫ് ആക്ഷന്റെയും അടിസ്ഥാനത്തിൽ 90 കളിൽ തന്നെ വിവിധ
സംസ്ഥാനങ്ങളിൽ ഉന്നതവിദ്യാഭ്യാസ കൗൺസിലുകൾ നിലവിൽ വന്നി
രുന്നു. കേരളത്തിൽ ആദ്യമായി അത്തരമൊരു സ്ഥാപനത്തെക്കുറിച്ചുള്ള
ചർച്ച ആരംഭിക്കുന്നത് രണ്ടായിരമാണ്ടോടെയാണ്. ഒരു എക്സിക്യൂട്ടീവ്
ഉത്തരവിലൂടെ ഒരു കൗൺസിൽ സ്ഥാപിക്കപ്പെട്ടെങ്കിലും അതുമായി
മുന്നോട്ടുപോകാൻ അന്നു കഴിഞ്ഞിരുന്നില്ല. മറ്റു സംസ്ഥാനങ്ങളിൽ നില
വിൽ വന്നിരുന്ന ഉന്നതവിദ്യാഭ്യാസ കൗൺസിലുകളുടെ അനുഭവങ്ങളും
അത്ര തൃപ്തികരമായിരുന്നില്ല. അതുകൊണ്ടുതന്നെ മറ്റുസംസ്ഥാനങ്ങ
ളിൽനിന്നും വ്യത്യസ്തമായ പ്രവർത്തന ലക്ഷ്യങ്ങളും ഘടനയുമുള്ള
കൗൺസിൽ സ്ഥാപിച്ചുകൊണ്ടു മാത്രമേ പുതിയ വെല്ലുവിളികളെ നേരി
ടാനാവൂ എന്ന കാര്യത്തിൽ ഇടതുപക്ഷജനാധിപത്യ മുന്നണി
ഗവൺമെന്റിന് സംശയമുണ്ടായിരുന്നില്ല. അത്തരമൊരു കൗൺസിലിന്റെ
രൂപവും ഭാവവും സംബന്ധിച്ച് നിർദ്ദേശങ്ങൾ സമർപ്പിക്കാൻ പ്രൊഫ.
കെ എൻ പണിക്കരുടെ നേതൃത്വത്തിൽ ഒരു കമ്മിറ്റിയെ ചുമതലപ്പെടു
ത്തിയത് ഈ പശ്ചാത്തലത്തിലാണ്.

വളരെ വിശദമായ പഠനങ്ങളുടെയും ചർച്ചകളുടെയും അടിസ്ഥാന
ത്തിൽ 2007 ൽ ഉന്നതവിദ്യാഭ്യാസ കൗൺസിൽ സ്ഥാപിതമായപ്പോൾ
അതിന്റെ നേതൃസ്ഥാനത്ത് പ്രൊഫ. കെ എൻ പണിക്കരെ നിയമിക്കാൻ
അന്നത്തെ വിദ്യാഭ്യാസമന്ത്രിയായിരുന്ന എം എ ബേബിക്ക് രണ്ടാമതൊ
രാലോചനയുടെ ആവശ്യമുണ്ടായിരുന്നില്ല. കേരളത്തിലെ ഉന്നതവിദ്യാ
ഭ്യാസകൗൺസിൽ മറ്റു സംസ്ഥാനങ്ങളിൽ നിലവിലുള്ള കൗൺസിലു
കളിൽനിന്നും ഒട്ടേറെ കാര്യങ്ങളിൽ വ്യത്യസ്തത പുലർത്തുന്നു. കേന്ദ്ര
സംസ്ഥാന സർക്കാരുകളുടെ ഉന്നതവിദ്യാഭ്യാസ നയങ്ങളും പരിപാടി
കളും നടപ്പാക്കുന്നതിനുള്ള ഒരു സംസ്ഥാനതല ഏകോപന സമിതി എന്ന
രീതിയിലാണ് മറ്റു സംസ്ഥാന കൗൺസിലുകൾ രൂപീകരിക്കപ്പെട്ടിട്ടുള്ളത്.
ഒരു എക്സിക്യൂട്ടീവ് സമിതി എന്നതിനപ്പുറത്തേക്കു ഒരു ലക്ഷ്യമോ

ഘടനാപരമായ മികവോ അത്തരം കൗൺസിലുകൾക്കില്ല. എന്നാൽ ഇതിൽ നിന്നും വ്യത്യസ്തമായി ഉന്നതവിദ്യാഭ്യാസരംഗത്ത് വിപുലമായ സംവാദത്തിലൂടെ ആശയങ്ങൾ ആവിഷ്കരിക്കുക, ജനാധിപത്യപരമായ ചർച്ചകളിലൂടെ അവയെ സംബന്ധിച്ച് അഭിപ്രായ സമവായം ഉണ്ടാക്കി യെടുക്കുക, ഇവ നടപ്പാക്കുന്നത് സംബന്ധിച്ച് സർക്കാരിനും സർവ്വക ലാശാലകൾക്കും നിർദ്ദേശങ്ങൾ സമർപ്പിക്കുക, അവയുടെ നടത്തിപ്പിന്റെ ഏകോപനം സാദ്ധ്യമാക്കുക എന്നിവയാണ് കേരള ഉന്നതവിദ്യാഭ്യാസ കൗൺസിലിന്റെ പ്രധാന ഉദ്ദേശ്യലക്ഷ്യങ്ങൾ. ഇതിനു സഹായകമായി സംസ്ഥാന മുഖ്യമന്ത്രിയുടെ നേതൃത്വത്തിലുള്ള ഉപദേശക സമിതിയും വിദ്യാഭ്യാസമന്ത്രിയുടെ നേതൃത്വത്തിലുള്ള ഗവേണിങ് സമിതിയും ഉന്നത വിദ്യാഭ്യാസ കൗൺസിൽ വൈസ് ചെയർമാന്റെ നേതൃത്വത്തിലുള്ള എക്സിക്യൂട്ടീവ് സമിതിയുമടങ്ങുന്ന വിപുലമായ ഘടനയോടുകൂടിയ താണ് കേരള കൗൺസിൽ. മറ്റു സംസ്ഥാനങ്ങളിൽനിന്നും വ്യത്യസ്ത മായി വിപുലമായ ഘടനയോടും പരിമിതമായ എക്സിക്യൂട്ടീവ് അധി കാരങ്ങളോടുംകൂടി ഉന്നതവിദ്യാഭ്യാസ കൗൺസിൽ രൂപകല്പന ചെയ്ത തിനെപ്പറ്റി അന്നത്തെ പ്രതിപക്ഷം ആക്ഷേപങ്ങൾ ഉന്നയിച്ചിരുന്നു. പരി മിതമായ ഘടനയും വിപുലമായ അധികാരങ്ങളുമുള്ള റെഗുലേറ്ററി ഏജൻസിയായിരിക്കണം കേരള കൗൺസിലെന്ന നിർദ്ദേശമാണ് ഇതു മായി ബന്ധപ്പെട്ട നിയമസഭാ ചർച്ചകളിൽ പ്രതിപക്ഷബഞ്ചുകളിൽ നിന്നു ണ്ടായത്. എന്നാൽ ഇതിനു വഴങ്ങാതെ പ്രൊഫ. കെ എൻ പണിക്ക രുടെ നേതൃത്വത്തിലുള്ള കമ്മിറ്റിയുടെ നിർദ്ദേശമനുസരിച്ചുള്ള കൗൺസി ലിന്റെ ഘടന അന്നത്തെ ഗവൺമെന്റ് നിയമനിർമ്മാണത്തിലൂടെ സ്ഥാപി ച്ചെടുക്കുകയാണുണ്ടായത്. ഉന്നതവിദ്യാഭ്യാസ സ്ഥാപനങ്ങളുടെ സ്വയം ഭരണം നിലനിർത്തിക്കൊണ്ടുതന്നെ യു ജി സിക്കും സർക്കാരിനും സർവ്വ കലാശാലകൾക്കും ഇടയിൽ ഉന്നതവിദ്യാഭ്യാസ കൗൺസിലിന്റെ സ്ഥാനം കണ്ടെത്താനാണ് ഇടതുപക്ഷ ജനാധിപത്യമുന്നണി സർക്കാർ ശ്രമിച്ചത്. എൽ ഡി എഫ് ഗവൺമെന്റിനു ശേഷം അധികാരത്തിൽവന്ന യു ഡി എഫ് ഗവൺമെന്റും കൗൺസിലിന്റെ ഘടനയിൽ മാറ്റം വരുത്തിയിട്ടില്ല എന്നുള്ളത് പ്രൊഫ. കെ എൻ പണിക്കരുടെ ദീർഘവീക്ഷണത്തിനുള്ള അംഗീകാരമാണെന്ന് നിസ്സംശയം പറയാം.

ആഗോളവല്ക്കരണ കാലഘട്ടത്തിൽ അക്കാദമിക സമൂഹം നട ത്തേണ്ട സൃഷ്ടിപരവും വിമർശനപരവുമായ ധർമ്മങ്ങളെ സംബന്ധിച്ചുള്ള അമർത്യാ സെന്നിന്റെ കാഴ്ചപ്പാടുകളെ പൂർണ്ണമായും സാധൂകരിക്കുന്ന പ്രവർത്തനങ്ങളാണ് പ്രൊഫ. കെ എൻ പണിക്കരുടെ നേതൃത്വത്തിൽ ഉന്നതവിദ്യാഭ്യാസ കൗൺസിലിനു കാഴ്ചവെക്കുവാൻ കഴിഞ്ഞത്. 2007 ൽ ഉന്നതവിദ്യാഭ്യാസ കൗൺസിൽ സ്ഥാപിതമായതുമുതൽ 2011 ൽ ആദ്യത്തെ കൗൺസിലിന്റെ കാലവധി അവസാനിക്കുന്നതുവരെ കൗൺസിലിന്റെ ഉദ്ദേശ്യലക്ഷ്യങ്ങളോടും ഘടനയോടും പൂർണ്ണമായി നീതിപുലർത്തുന്ന സമീപനമാണ് പ്രൊഫ. കെ എൻ പണിക്കർ സ്വീക

രിച്ചത്. കൗൺസിലിന്റെ നാലു വർഷ കാലാവധിക്കകത്ത് ചെയ്തു തീർക്കേണ്ട കാര്യങ്ങളുടെ അജണ്ട നിർണ്ണയം മുതൽ ഓരോ പരിഷ്കാ രങ്ങളുടെയും രൂപകല്പനയും നടത്തിപ്പും ഉൾപ്പെട്ട കാര്യങ്ങളിൽ ഏറ്റവും ഊന്നൽ നല്കിയത് വിവിധതലങ്ങളിൽ നടത്തുന്ന വിപുലമായ ചർച്ച കൾക്കും അതിലൂടെ ഉരുത്തിരിയുന്ന അഭിപ്രായസമന്വയത്തിനുമായി രുന്നു. ഉന്നതവിദ്യാഭ്യാസ മേഖലയെ വിദഗ്ദ്ധന്മാർ വിദഗ്ദ്ധന്മാർക്കുവേണ്ടി നടത്തുന്ന സംവിധാനമെന്നതിലുപരി വിദഗ്ദ്ധന്മാരുടെയും സാമാന്യ ജന ങ്ങളുടെയും സംയുക്ത സംരംഭം എന്ന നിലയിൽ വിഭാവനം ചെയ്യാ നാണ് പ്രൊഫ. കെ എൻ പണിക്കർ താല്പര്യപ്പെട്ടിരുന്നത്. എത്ര ഉന്നത വിദഗ്ദ്ധസമിതി നിർദ്ദേശങ്ങളെ സംബന്ധിച്ചും കാര്യമാത്രപ്രസക്തമായ ബദൽ നിർദ്ദേങ്ങൾ സമർപ്പിക്കാൻ പ്രായോഗിക പരിചയമുള്ള സാധാരണ ജനങ്ങൾക്കാകുമെന്നുള്ള ഉറച്ചവിശ്വാസം പണിക്കർ സാറിനുണ്ടായിരു ന്നു. അതുകൊണ്ടുതന്നെ വിവിധതലങ്ങളിൽ നടത്തുന്ന സംവാദങ്ങളെ കേവലം ജനാധിപത്യമര്യാദയുടെ ഭാഗമായ ചടങ്ങുകൾ മാത്രമായി കാണുന്ന സമീപനം പണിക്കർസാർ അംഗീകരിച്ചിരുന്നില്ല. പരിഷ്കാര ങ്ങളെ സംബന്ധിച്ച് ആശയരൂപീകരണം നടത്തുന്നതിന് വിപുലമായ ചർച്ചകളും അതിന്റെ അടിസ്ഥാനത്തിൽ ഉരുത്തിരിയുന്ന സമവായങ്ങളും അനിവാര്യമാണെന്ന് അദ്ദേഹം തിരിച്ചറിഞ്ഞിരുന്നു. കേരളത്തിലും ഇന്ത്യ യിലും വിദേശത്തുമുള്ള ഉന്നതവിദ്യാഭ്യാസ വിക്ഷണന്മാരുടെ നിർദ്ദേശ ങ്ങളും അദ്ധ്യാപകരുടെയും രക്ഷിതാക്കളുടെയും വിദ്യാർത്ഥികളുടെയും ഭാഗത്തുനിന്നുയർന്നുവരുന്ന പ്രായോഗിക നിർദ്ദേശങ്ങളും സമന്വയിപ്പിച്ചു കൊണ്ട് പരിഷ്കാരങ്ങൾ രൂപകല്പന ചെയ്യുന്ന കൗൺസിലിന്റെ സമീപനം പരക്കെ അംഗീകരിക്കപ്പെടുകയുണ്ടായി.

പ്രൊഫ. കെ എൻ പണിക്കരുടെ നേതൃത്വത്തിലുള്ള ഉന്നതവിദ്യാ ഭ്യാസ കൗൺസിൽ കേരളത്തിന്റെ ഉന്നത വിദ്യാഭ്യാസരംഗത്ത് അടി സ്ഥാനപരമായ ഒരു പൊളിച്ചെഴുത്ത് നടത്തുന്നതിന് സഹായകരമായ നിർദ്ദേശങ്ങളാണ് മുന്നോട്ടുവച്ചത്. ഇതുമായി ബന്ധപ്പെട്ട് ഒട്ടെറെ റിപ്പോർട്ടുകൾ പ്രസിദ്ധീകരിക്കാനും പരിഷ്കാര നിർദ്ദേശങ്ങൾ മുന്നോട്ടു വെക്കാനും അവയിൽ ചിലത് നടപ്പാക്കുന്നതിന് നേതൃത്വം നല്കാനും കൗൺസിലിനു കഴിഞ്ഞു. ബന്ധപ്പെട്ട രേഖകളിൽ വളരെ ശ്രദ്ധേയമാ യവ താഴെ കൊടുക്കുന്നു.

1. കേരളത്തിന്റെ ഉന്നത വിദ്യാഭ്യാസ വികസനം സംബന്ധിച്ച നയരേഖ
2. അണ്ടർഗ്രാഡ്വേറ്റ് തലത്തിൽ ചോയിസ് ബേസിഡ് കോഴ്സ് ക്രെഡിറ്റ്‌- സെമസ്റ്റർ സിസ്റ്റവും ഗ്രേഡിങ്ങും നടപ്പാക്കുന്നതു സംബ ന്ധിച്ച റിപ്പോർട്ട്.
3. സർവ്വകലാശാലാ സമിതികളുടെ ഘടനയും അധികാരങ്ങളും പുനർ നിർവ്വചിച്ചുകൊണ്ടുള്ള റിപ്പോർട്ട്.
4. ക്ലസ്റ്റർ കോളേജുകളുടെ സ്ഥാപനവും നടത്തിപ്പുമായി ബന്ധപ്പെട്ട റിപ്പോർട്ട്.

മത്സരാധിഷ്ഠികെമ്പോളവ്യവസ്ഥയ്ക്കു ബദലായി കൂട്ടായ പ്രവർത്തനങ്ങളിലൂടെയും വിഭവങ്ങളുടെ നീതിപൂർവ്വമായ പങ്കിടലിലൂ ടെയും എല്ലാവർക്കും ഏറ്റവും മെച്ചപ്പെട്ട ഉന്നത വിദ്യാഭ്യാസം എന്ന മുദ്രാവാക്യമാണ് ഈ റിപ്പോർട്ടുകളിലൂടെയെല്ലാം ഉന്നത വിദ്യാഭ്യാസ കൗൺസിൽ മുന്നോട്ടുവെച്ചത്. എല്ലാവർക്കും ഏകീകൃത സ്വഭാവമുള്ള ഉന്നത വിദ്യാഭ്യാസം നല്കുന്നതിനുപകരം സമൂഹത്തിന്റെ വൈവിധ്യ മാർന്ന ആവശ്യങ്ങൾക്ക് ഉതകുംവിധവും വിദ്യാർത്ഥികളുടെ വ്യത്യസ്ത മായ അഭിരുചിക്കനുസൃതമായും പഠനവിഷയങ്ങളുടെയും രീതികളു ടെയും പരമാവധി വൈവിധ്യവല്ക്കരണത്തിലൂന്നിയ പരിഷ്കാര നിർദ്ദേ ശങ്ങളാണ് കൗൺസിൽ തയ്യാറാക്കിയ റിപ്പോർട്ടുകളിലുള്ളത്. അണ്ടർഗ്രാഡേറ്റ് തലത്തിൽ ചോയിസ് ബേസ്ഡ് കോഴ്സ് - ക്രെഡിറ്റ് -സെമസ്റ്റർ സമ്പ്രദായം നടപ്പിലാക്കിയപ്പോൾ ഗുണമേന്മയുള്ള ഉന്നത വിദ്യാഭ്യാസത്തിന്റെ ജനാധിപത്യവല്ക്കരണത്തിനാണ് കൗൺസിൽ ശ്രമി ച്ചത്. ചോയിസ് ബേസ്ഡ് സിസ്റ്റത്തിലൂടെ ഓരോ വിദ്യാർത്ഥിയുടെയും അഭിരുചിക്കനുസരണമായി പഠനവിഭവങ്ങളും രീതികളും ഒരുക്കിക്കൊ ടുക്കുന്ന സമ്പ്രദായമാണ് നിലവിൽവന്നത്. അണ്ടർഗ്രാഡേറ്റ് തല ത്തിൽതന്നെ അന്തർവൈജ്ഞാനിക പഠനങ്ങൾക്ക് അവസരം നല്കി ക്കൊണ്ടു വിജ്ഞാന സമ്പാദനത്തിനപ്പുറം വിജ്ഞാന നിർമ്മിതിയിലേ ക്കുള്ള വഴി തുറക്കുകയാണ് കൗൺസിൽ ചെയ്തത്. മികവിന്റെ ഒറ്റ പ്പെട്ട തുരുത്തുകൾക്കു പകരം ലഭ്യമായതും പുതുതായി സൃഷ്ടിക്കപ്പെ ടുന്നതുമായ ഭൗതിക-ബൗദ്ധിക ആസ്തികളുടെ ജനാധിപത്യപരമായ പങ്കിടലിലൂടെ എല്ലാവർക്കും ഏറ്റവും നല്ല വിദ്യാഭ്യാസമെന്ന സ്വപ്നം സാക്ഷാൽക്കരിക്കുന്നതിനുവേണ്ടിയാണ് കോത്താരി കമ്മീഷനിൽ നിർദ്ദേ ശിച്ചിരുന്നതും രാജ്യമെങ്ങും ഇതുവരെ നടപ്പിലാക്കാതിരുന്നതുമായ ക്ലസ്റ്റർ സമ്പ്രദായം പൊടിതട്ടിയെടുത്ത് പ്രായോഗിക പ്രവർത്തനപദ്ധ തിയായി അവതരിപ്പിച്ചത്. പൊതു ആസ്തികളുടെ സ്വകാര്യവല്ക്കരണ മെന്ന കമ്പോള സമീപനത്തിനു പകരം സ്വകാര്യ ആസ്തികളുൾപ്പെടെ പൊതുനന്മയ്ക്കുപയുക്തമാക്കുന്ന ഒരു ബദൽ സമീപനമാണ് ക്ലസ്റ്റർ കോളേജ് പദ്ധതിയുടെ കാതൽ.

ആഗോളതലത്തിൽ നടപ്പാക്കിക്കൊണ്ടിരിക്കുന്ന കമ്പോളാടിസ്ഥാ നത്തിലുള്ള വിദ്യാഭ്യാസ നയങ്ങൾക്കു ബദലായി കേരളത്തിൽ മുന്നോട്ടു വച്ച ആശയങ്ങളും പദ്ധതികളും ദേശീയതലത്തിൽ ശ്രദ്ധിക്കപ്പെടുകയു ണ്ടായി. അടിസ്ഥാന വിഷയങ്ങളുടെ പഠനവും ഗവേഷണവും പ്രോത്സാ ഹിപ്പിക്കുന്നതിനും സാമൂഹ്യനീതിയിലധിഷ്ഠിതമായി ഉന്നതവിദ്യാഭ്യാ സപ്രവേശനം ഉറപ്പാക്കുന്നതിനും ഉന്നതവിദ്യാഭ്യാസ കൗൺസിലിന്റെ ആഭിമുഖ്യത്തിൽ നടപ്പാക്കിയ മെരിറ്റ്-കം-മീൻസ് സ്കോളർഷിപ്പ് പദ്ധതി ഉദ്ഘാടനം ചെയ്യാൻ അന്നത്തെ പ്രധാനമന്ത്രി ഡോ. മൻമോഹൻസിങ് തന്നെ എത്തുകയുണ്ടായി. രണ്ടാം യു പി എ ഗവൺമെന്റ് മാനവവിഭ വശേഷി വകുപ്പ് മന്ത്രി കപിൽസിബ്ബലിന്റെ നേതൃത്വത്തിൽ ഉദാരവല്ക്ക

രണ നയങ്ങൾക്ക് വ്യവസ്ഥാപിത രൂപവും ഭാവവും നല്കാൻ ഉദ്ദേശിച്ച് നടപ്പാക്കാൻ ശ്രമിച്ച നിയമനിർമ്മാണങ്ങൾക്കെതിരെയുള്ള ചെറുത്തുനില്പുകൾക്ക് നേതൃത്വം കൊടുത്തത് പ്രൊഫ. കെ എൻ പണിക്കരുടെ നേതൃത്വത്തിലുള്ള കേരള ഉന്നത വിദ്യാഭ്യാസ കൗൺസിലായിരുന്നു. കേന്ദ്രസർക്കാർ നിർദ്ദേശിച്ച നാഷണൽ കമ്മീഷൻ ഫോർ ഹയർ എഡ്യൂ ക്കേഷൻ ആന്റ് റിസർച്ച് ബിൽ, വിദേശ സർവ്വകലാശാല ബിൽ, നിർബ്ബ ന്ധിത അക്രഡിറ്റേഷൻ ബിൽ, പ്രൊഫഷണൽ വിദ്യാഭ്യാസം സംബ ന്ധിച്ച അൺഫെയർപ്രാക്ടീസസ് ബിൽ, ബൗദ്ധിക സ്വത്തവകാശ ബിൽ, ഇന്നവേഷൻ യൂണിവേഴ്സിറ്റീസ് ബിൽ എന്നിവയുടെ കമ്പോളതാല്പ ര്യങ്ങളെ തുറന്നുകാട്ടുന്നതിനായി ഉന്നതവിദ്യാഭ്യാസ കൗൺസിൽ ഒരു ദേശീയസെമിനാർ നടത്തുകയുണ്ടായി. ഈ ബില്ലുകളിൽ പതിയിരിക്കുന്ന ഫെഡറൽ– ജനാധിപത്യ തത്ത്വങ്ങളുടെ നിഷേധവും അധികാരകേന്ദ്രീ കരണവും സെമിനാറിൽ അനാവരണം ചെയ്യപ്പെട്ടു. അറിവിന്റെ പുത്തൻ യുഗത്തിൽ അറിവിന്റെ പങ്കിടലിലൂടെ എല്ലാവർക്കും ക്ഷേമം ഉറപ്പാക്കു ന്നതിനുപകരം അറിവിന്റെ കുത്തകവല്ക്കരണത്തിന് ഈ ബില്ലുകളിൽ ഉൾപ്പെടുത്തിയിട്ടുള്ള വ്യവസ്ഥകൾ ഓരോന്നും എടുത്തുപറഞ്ഞ് വിമർശി ക്കപ്പെടുകയുണ്ടായി. കൂടാതെ ബില്ലുകളുടെ പ്രഖ്യാപിത ലക്ഷ്യങ്ങളും അവ നടത്തിയെടുക്കാൻ രൂപംകൊടുത്തിട്ടുള്ള വകുപ്പുകളും തമ്മിലുള്ള പൊരുത്തമില്ലായ്മയും വിശദമായി ചർച്ച ചെയ്യപ്പെട്ടു. ബില്ലുകളിലെ ജന വിരുദ്ധതയും അടിസ്ഥാന വൈരുദ്ധ്യങ്ങളും തുറന്നുകാട്ടുന്നതിൽ ഉന്ന തവിദ്യാഭ്യാസ കൗൺസിൽ പ്രദർശിപ്പിച്ച ജാഗ്രത പ്രസ്തുത ബില്ലുക ളുടെ നിരാകരണത്തിന് ചെറുതല്ലാത്ത പങ്കുവഹിക്കുകയുണ്ടായി.

ചരിത്രം സൃഷ്ടിച്ച വൈസ് ചാൻസലർ

ഡോ. സ്കറിയാ സക്കറിയ

കെ എൻ പണിക്കരെ ഞാൻ ആദ്യമായി കാണുന്നത് അദ്ദേഹം സംസ്കൃത സർവ്വകലാശാല വൈസ് ചാൻസലറായി സ്ഥാനമേറ്റ (ഡിസംബർ 2000) ശേഷമാണ്. അതിനുമുമ്പ് പുസ്തകങ്ങളും ലേഖന ങ്ങളും വായിച്ചിരുന്നെങ്കിലും നേരിട്ടുള്ള അടുപ്പം ഉണ്ടായിരുന്നില്ല. ആദ്യത്തെ കൂടിക്കാഴ്ചയിൽ സ്വയം പരിചയപ്പെടുത്തിയപ്പോൾ 'അറിയാം' എന്നുപ്രതികരിച്ചു; ഒപ്പം ചെറിയ പുഞ്ചിരിയും. കാലാവധി പൂർത്തിയാക്കി മടങ്ങിപ്പോകുന്ന ദിവസം (ഡിസംബർ 2004) അദ്ദേഹത്തെ പോയിക്ക ണ്ടു. അന്നും സൗഹൃദം ചുരുങ്ങിയ വാക്കുകളിൽ ഒതുങ്ങി. ചെറുപു ഞ്ചിരി സമ്മാനിക്കുകയും ചെയ്തു. ചെറുപുഞ്ചിരിയായി പ്രത്യക്ഷപ്പെട്ട അടുപ്പവും ആർഭാടങ്ങളില്ലാത്ത പരസ്പര ധാരണയുമാണ് ഞങ്ങളുടെ വ്യക്തിബന്ധത്തെ ആഴമേറിയതാക്കിയത്. വൈസ് ചാൻസലർ എന്ന നിലയിൽ കെ എൻ പണിക്കരുടെ നേട്ടങ്ങൾ സർവ്വകലാശാലയിൽ ഉണ്ടാ ക്കിയത് അക്കാദമിക പ്രസന്നതയും പൗരത്വത്തിന്റെ പ്രകാശനവുമായി രുന്നു.

അനുരഞ്ജന ബുദ്ധി

നമ്മുടെ സർവ്വകലാശാലകൾക്ക് ശാപമായിത്തീരുന്ന വൈസ് ചാൻസലർമാരുടെ ക്ഷുദ്രതകൾ ഇന്ന് എല്ലായിടത്തുമുണ്ട്. അതിനിട യിൽ ഡോ. പണിക്കരെ വ്യത്യസ്തനാക്കിയത് അടിസ്ഥാനപരമായ ജനാ ധിപത്യബോധവും സമത്വഭാവനയുമായിരുന്നു. സർവ്വകലാശാലയിലെ അദ്ധ്യാപകരുടെ വിശിഷ്യ വകുപ്പദ്ധ്യക്ഷന്മാരുടെ ആലോചനായോഗങ്ങ ളിൽ പണിക്കർ പ്രകടിപ്പിച്ച മനോഭാവം പുതുമയുള്ളതായിരുന്നു. എല്ലാ വരെയും കേൾക്കാൻ സാവകാശം കാണിച്ചു. വ്യത്യസ്താഭിപ്രായങ്ങൾ

കേട്ടശേഷം അവയുടെ ഗുണദോഷനിരൂപണം നടത്തി. പൊതുസമ്മത
ത്തിലേക്കു നീങ്ങുക എന്നതായിരുന്നു ശൈലി. പൊരുത്തപ്പെടാത്ത അഭി
പ്രായങ്ങൾ തമ്മിലടിച്ചു നില്ക്കുമ്പോൾ പുതിയൊരു വഴി ചൂണ്ടിക്കാ
ണിക്കാനുള്ള സാമർത്ഥ്യവും വിവേകവും പണിക്കർക്കുണ്ടായിരുന്നു.
ആരെയും ഇകഴ്ത്താതെയും പരിധിവിട്ടു പുകഴ്ത്താതെയും ഒരു ജനാ
ധിപത്യ സമൂഹത്തിന്റെ ചൈതന്യം ഉൾക്കൊണ്ടു പ്രവർത്തിക്കാൻ അദ്ദേ
ഹത്തിനു കഴിഞ്ഞു. പല സർവ്വകലാശാലകളിലും ഇത്തരം സംഘർഷ
സന്ദർഭങ്ങൾ സംഘട്ടനങ്ങളിലേക്കാണ് വഴിവയ്ക്കുന്നത്. വിദ്യാർത്ഥിക
ളെയും അദ്ധ്യാപകരെയും ഉദ്യോഗസ്ഥരെയും പൊലീസിന്റെ ശക്തി
കൊണ്ടു നേരിടാമെന്നു കരുതുന്ന അധികാര വെറിയന്മാരെ വരെ വൈസ്
ചാൻസലർ കസേരയിൽ കാണുന്നവരാണു നമ്മൾ.

അദ്ധ്യാപകന്റെ ആത്മവിശ്വാസം

വൈസ് ചാൻസലർ എന്ന നിലയിൽ പണിക്കർ പ്രകടിപ്പിച്ച സമ
ചിത്തതയ്ക്ക് മുഖ്യകാരണം അദ്ധ്യാപകനെന്ന നിലയിൽ അദ്ദേഹത്തി
നുണ്ടായിരുന്ന അനുഭവജ്ഞാനവും ആത്മവിശ്വാസവുമാണ്. പണ്ഡി
തനും സുസമ്മതനുമായ അദ്ധ്യാപകൻ, പലതും നഷ്ടപ്പെടുത്തി സ്വാഭി
പ്രായങ്ങൾ തുറന്നു പറഞ്ഞ് സാമൂഹിക ഉത്തരവാദിത്വം നിറവേറ്റിയി
ട്ടുള്ള കർമ്മകുശലൻ- എന്നിങ്ങനെ പല പരിവേഷങ്ങളും അദ്ദേഹത്തി
നുണ്ടായിരുന്നു. എന്റെ സർവ്വകലാശാല എന്ന് അദ്ദേഹം കൂടെക്കൂടെ
പറയുമായിരുന്നത് ജെ എൻ യുവിനെക്കുറിച്ചാണ്. ജെ എൻ യുവിന്റെ
ബുദ്ധിപരമായ തിളക്കവും സാമൂഹികമായ ഉണർവ്വും അന്തർദ്ദേശീയ
തയയും പണിക്കരെ മികവുറ്റ അക്കാദമിക് ജൈവബുദ്ധിജീവിയായി
വളർത്തിയിരുന്നു. അഭിപ്രായവ്യത്യാസങ്ങൾ ഉണ്ടാവാം. അവ തുറന്നു
പറയണം. സംവാദങ്ങളിലൂടെ പുതിയ വഴികൾ തുറക്കണം- ഇതായി
രുന്നു പണിക്കരുടെ വൈസ് ചാൻസലർ ജീവിതത്തെ തിളക്കമുള്ളതാ
ക്കിയത്.

സമന്മാരിൽ ഒന്നാമൻ

വൈസ് ചാൻസലറെക്കുറിച്ച് രേഖകൾ ഉദ്ധരിച്ചു സംസാരിക്കു
മ്പോൾ സർവ്വാധികാരിയായിട്ടാണ് അദ്ദേഹത്തെ പൊതുസമൂഹം കല്പി
ച്ചിരിക്കുന്നതെന്നു കാണാം. സർവ്വകലാശാലയുടെ ഭരണത്തിൽ പരിധി
കളില്ലാത്ത സ്വാതന്ത്ര്യമാണ് വൈസ് ചാൻസലർക്കുള്ളതെന്നു തോന്നാം.
ചില വൈസ് ചാൻസലർമാർക്ക് ഇതൊരു വിഭ്രാന്തിയായി വളർന്ന് ക്രിമി
നൽ കേസുകളിൽവരെ ചെന്നു ചാടും. എല്ലാ സ്വാതന്ത്ര്യങ്ങൾക്കും അധി
കാരങ്ങൾക്കും നിയമപരമായ പരിധിയുണ്ടെന്നും സർവ്വോപരി നിയമ
വിധേയരാണ് വൈസ് ചാൻസലർമാരെന്നും പലരും ഓർക്കാറില്ല. പണി
ക്കരെപ്പോലുള്ള വൈസ് ചാൻസലർമാർ ഹിംസയുടെ വഴി സ്വീകരി
ക്കാതെ സമഭാവനയിലൂന്നി സർവ്വകലാശാലയെ നയിച്ചു.

മാന്യതയുടെ പര്യായം

സർവ്വകലാശാലയുടെ പ്രധാനപ്പെട്ട പ്രവർത്തനം അക്കാദമിക് കാര്യ
ങ്ങളാണെന്നു തോന്നാഞ്ഞിട്ടല്ല, പല വൈസ് ചാൻസലർമാർക്കും
ആ ചുമതല ഏറ്റെടുക്കാനുള്ള വൈജ്ഞാനിക സുസജ്ജത ഇല്ലാത്ത
തുകൊണ്ടാണ് പ്രശ്നങ്ങൾ ഉണ്ടാകുന്നത്. ആത്മാഭിമാനവും വൈജ്ഞ
ാനികതയും മനുഷ്യപ്പറ്റുമുള്ളവർ വിരളമായി മാത്രമാണ് ഈ പദവിയിൽ
എത്തുന്നത്. അഴിമതിയും ധൂർത്തും സ്വജനപക്ഷപാതവും തിരയടി
ക്കുന്ന അന്തരീക്ഷത്തിൽ എവിടെയും ഇതെല്ലാം സംഭവിക്കും. മാന്യ
മായ പെരുമാറ്റംകൊണ്ടും വിവേകപൂർണ്ണമായ പ്രതികരണങ്ങൾ
കൊണ്ടും സർവ്വകലാശാലയെ ഏകോപിപ്പിക്കാൻ കഴിയുമെന്ന് പണി
ക്കർ അടക്കം ചില വൈസ് ചാൻസലർമാർ തെളിയിച്ചിട്ടുണ്ട്. കാലാ
വധി പൂർത്തിയാക്കി പണിക്കർ പദവി വിട്ടുപോകുന്ന ദിവസം അദ്ധ്യാപ
കരും ജീവനക്കാരും യൂണിയൻ വിഭജനങ്ങൾ മറന്ന് ഒരേ മനസ്സോടും
ഒരേ ഹൃദയത്തോടും അദ്ദേഹത്തിന് യാത്രാമംഗളങ്ങൾ നേർന്ന രംഗം
ഞാൻ ഓർമ്മിക്കുന്നു. യാത്രയയപ്പു സമ്മേളനത്തിലും എല്ലാവരും നല്ല
വാക്കുകൾ ചൊരിഞ്ഞു. ഇത് വലിയ സുകൃതികൾക്കു മാത്രം ലഭിക്കുന്ന
ഭാഗ്യമാണ്. ഇതെങ്ങനെ സംഭവിച്ചുവെന്ന് വീണ്ടുമാലോചിക്കുമ്പോൾ
പണിക്കരുടെ സമഭാവനയാണ് ഓർമ്മകളായി തെളിഞ്ഞുവരുന്നത്.
ഇടതുപക്ഷ ചിന്തകനെന്ന നിലയിൽ പരക്കെ അറിയപ്പെട്ടിരുന്ന പണി
ക്കരെ വലതുപക്ഷക്കാർ എങ്ങനെ സ്വീകരിച്ചു? എല്ലാ സംഘടനകളിലു
മുള്ള വിദ്യാർത്ഥികളോടും അദ്ധ്യാപകരോടും ഉദ്യോഗസ്ഥരോടും തുറന്നു
സംസാരിക്കാൻ പണിക്കർക്കു കഴിഞ്ഞിരുന്നു. അതിനു മുഖ്യപ്രചോദനം
അക്കാദമിക സമൂഹത്തെ പൗരമണ്ഡലത്തിന്റെ തുടർച്ചയിൽ കാണാൻ
കഴിഞ്ഞു എന്നതാണ്. ഇടതുപക്ഷക്കാരായതുകൊണ്ട് വിദ്യാർത്ഥി
കൾക്കോ അദ്ധ്യാപകർക്കോ ഉദ്യോഗസ്ഥർക്കോ പ്രത്യേക ആനുകൂല്യ
ങ്ങളൊന്നും ലഭിച്ചിരുന്നില്ല. ഇതിൽ ചുരുക്കം ചിലർക്ക് പിറുപിറുപ്പുണ്ടാ
യിരുന്നിരിക്കാം. പണിക്കരുടെ നിലപാടുകൾ സർവ്വകലാശാലാ സമൂഹ
ത്തിനെ കൂടുതൽ സംവാദാത്മകമാക്കുന്നു. അക്കാദമിക് കൗൺസിലിലെ
സുദീർഘങ്ങളായ ചർച്ചകൾ ഓർക്കുന്നു. ഔദ്യോഗിക അജണ്ട
കൾതന്നെ നീണ്ട ചർച്ചകൾക്കുശേഷം തിരിച്ചയച്ച സന്ദർഭങ്ങളുണ്ട്.
ഉദാഹരണത്തിന്, പരമ്പരാഗത കോഴ്സുകളുടെ ഘടനയും ഉള്ളടക്കവും
നിർണ്ണയിക്കാൻ ഏറെ ചർച്ചകൾ വേണ്ടിവന്നു. ചില ശുപാർശകൾ തിരി
ച്ചയയ്ക്കുകയും ചെയ്തു. കൂടിയാട്ടം, ചിത്രരചന, ശില്പകല തുടങ്ങി
യവയുടെ പാഠ്യപദ്ധതികൾ പാരമ്പര്യത്തിന്റെയും ആധുനികീകരണത്തി
ന്റെയും ബലതന്ത്രങ്ങൾ പരിഗണിച്ച് ഏറെ ചർച്ചാവിഷയമായി. അക്കാ
ദമിക് വിദഗ്ദ്ധരുടെയും പരമ്പരാഗത കലാകാരന്മാരുടെയും കൂട്ടായ്മ
യിൽ വീണ്ടും വീണ്ടും ചർച്ച ചെയ്താണ് ഇത്തരം പാഠ്യപദ്ധതികൾ
രൂപീകരിച്ചത്. കേരളീയ ക്ലാസിക് കലകൾക്കുണ്ടായ തറമാറ്റം കൂടി
ഉൾക്കൊള്ളുന്നതാവണം സർവ്വകലാശാലയിലെ പാഠ്യപദ്ധതി എന്ന് ഒരു

കൂട്ടർ വാദിച്ചു. മറിച്ച്, ഇത്തരം കലകളുടെ അനുഷ്ഠാനസ്വഭാവം പരിഗ
ണിച്ച് പാരമ്പര്യത്തിനു മുൻഗണന നല്കണമെന്നും അഭിപ്രായമുണ്ടായി.
ഇത്തരം സന്ദർഭങ്ങളിലെല്ലാം തുറന്ന ചർച്ചകൾ പ്രോത്സാഹിപ്പിക്കുക
യായിരുന്നു വൈസ് ചാൻസലർ. നമ്മുടെ സർവ്വകലാശാലാസമിതിക
ളിൽ ഇത്തരം ചർച്ചകളൊന്നും സാദ്ധ്യമല്ലെന്നാണ് ഒരുകൂട്ടർ വിശ്വസി
ക്കുന്നത്. അത്തരക്കാർക്കുകൂടി ആത്മവിശ്വാസമുണ്ടാക്കാൻ പണി
ക്കർക്കു കഴിഞ്ഞു. ഇതെല്ലാം സാദ്ധ്യമായത് വൈജ്ഞാനികതയോടും
ജനാധിപത്യത്തോടും സ്വാതന്ത്ര്യത്തോടും വൈസ് ചാൻസലർ പ്രകടി
പ്പിച്ച കൂറാണ്. ഇതിത്രയുംകൊണ്ട് സംഘർഷങ്ങളില്ലാത്ത ഇടമായിരുന്നു
പണിക്കരുടെ കാലത്തെ സംസ്കൃത സർവ്വകലാശാല എന്നു കരുത
രുത്. മുദ്രാവാക്യങ്ങളും കുത്തിയിരിപ്പും പഠിപ്പുമുടക്കും വിരളമായിട്ടെ
ങ്കിലും അക്കാലത്തുണ്ടായിരുന്നു. അതിൽ ഉൾപ്പെടുന്നവരെ ക്രിമിനലു
കളായി പരിഗണിക്കാൻ പണിക്കർ ഒരുമ്പെട്ടില്ല. തിരുത്തലുകൾ നിർദ്ദേ
ശിക്കാൻ മടിച്ചതുമില്ല. വൈസ് ചാൻസലറിൽ സർവ്വകലാശാലാ സമൂ
ഹത്തിന്റെ വിശ്വാസം വർദ്ധിച്ചതോടുകൂടി സംഘർഷങ്ങൾ കുറഞ്ഞു.

കാമ്പസിന് കുറേയേറെ സംഘർഷങ്ങൾ കൂടിയേ തീരൂ. വളരാനുള്ള
വ്യഗ്രതയിൽ ആദർശധീരതയും യൗവനതീക്ഷ്ണതയുമുള്ള ചെറുപ്പ
ക്കാർക്കു മാത്രമേ നമ്മുടെ രാജ്യത്തെ മുന്നോട്ടുകൊണ്ടുപോകാൻ
കഴിയൂ. ലോകത്തിന്റെ നാനാഭാഗങ്ങളിൽ പല കാലങ്ങളിലുണ്ടായ
വിദ്യാർത്ഥിപ്രക്ഷോഭങ്ങൾ മാറ്റത്തിന്റെ അലകളാണു സൃഷ്ടിച്ചത്.
ചരിത്രം പഠിക്കുകയും പഠിപ്പിക്കുകയും ചെയ്താൽ മാത്രം പോരാ. അതു
ഭാവിയുടെ നിർമ്മാണത്തിനു വേണ്ടി ഉപയോഗിക്കണമെന്നു തിരിച്ചറിഞ്ഞ
ചരിത്രകാരനാണ് പണിക്കർ. വിയോജിപ്പുകളിലൂടെ ചർച്ചയുടെ വിശാല
വേദികളിലേക്ക് സമൂഹത്തെ നയിക്കാൻ നവയുഗപ്രവാചകർക്കു കഴിയും.
ഇതിനാണ് സർവ്വകലാശാല. നാനാതരം വിഷയങ്ങൾ നാനാതരത്തിൽ
പഠിക്കാനും പഠിപ്പിക്കാനും സർവ്വകലാശാലയിൽ ഇടമുണ്ടാകണം.

ശങ്കരാചാര്യരുടെ നാമത്തിലുള്ള സംസ്കൃത സർവ്വകലാശാലയിൽ
സംസ്കൃത വിഷയങ്ങൾമാത്രം പഠിപ്പിച്ചാൽ മതി എന്ന അഭിപ്രായക്കാർ
എക്കാലത്തുമുണ്ട്. മറിച്ച്, വിവിധ വിജ്ഞാനങ്ങളുടെ ഉറവിടമാണ്
സംസ്കൃതമെന്നും അതിനാൽ ബഹുവിജ്ഞാനീയ സമീപനം കൂടിയേ
തീരൂ എന്നും മറ്റൊരു കൂട്ടർ വാദിക്കുന്നു. രണ്ടു പാരമ്പര്യത്തിലുമുള്ള
സംസ്കൃത വിദ്യാലയങ്ങൾ ലോകത്തുണ്ട്. ആചാര്യകേന്ദ്രിതമായ
സംസ്കൃതബോധനം കാര്യക്ഷമമായി ഇന്ത്യയിൽ നടക്കുന്നുണ്ട്.
പാശ്ചാത്യ മാതൃകയിലുള്ള സർവ്വകലാശാലകൾ ഉണ്ടായപ്പോൾ ബഹു
വിജ്ഞാനമാതൃക പിന്തുടരുന്ന സംസ്കൃത പഠനകേന്ദ്രങ്ങൾ ഇന്ത്യയി
ലുണ്ടായി. യൂറോപ്പിലെയും അമേരിക്കയിലെയും അതിപ്രശസ്തങ്ങളായ
ഭാരതീയ പഠനകേന്ദ്രങ്ങൾ ബഹുവിജ്ഞാന സമീപനത്തെ ബഹുദൂരം
മുന്നോട്ടുകൊണ്ടുപോയി. ഇന്നും അത്തരം പഠനകേന്ദ്രങ്ങളിൽനിന്ന് മിക
വുറ്റ സംസ്കൃത പണ്ഡിതന്മാർ പുറത്തുവരുന്നു. ജർമ്മനിയിലും അമേ

രിക്കയിലും ഇംഗ്ലണ്ടിലുമുള്ള സംസ്കൃത പണ്ഡിതന്മാരുടെ സംഭാവന
കൾ അവിസ്മരണീയമാണ്. മേൽപ്പറഞ്ഞവയിൽ ഏതു വഴിക്കാണ് സഞ്ച
രിക്കേണ്ടത് എന്ന് സർവകലാശാലയുടെ നടത്തിപ്പുകാർക്കു സന്ദേഹ
മുണ്ട്. എല്ലാറ്റിനും തയ്യാർ ചെയ്ത ഉത്തരങ്ങൾ ഇല്ല. കാലത്തിന്റെ വെല്ലു
വിളികളും ഡൈഷണികതയുടെ ചരിത്രവും വൈജ്ഞാനികതയുടെ
ഭാവിയും പൊതുനന്മയും പരിഗണിച്ച് സാഹസികമായി പുതുപദ്ധതി
കൾ ആവിഷ്കരിക്കാൻ കഴിയണം. സംസ്കൃതപഠനത്തിൽ ചരിത്രകാര
ന്മാരും സാമൂഹിക ശാസ്ത്രജ്ഞരും മാനവിക വിജ്ഞാനികളും ദാർശ
നികരും ധാരാളമാർ ഇടപെടുമ്പോൾ സങ്കലന ബഹളമുണ്ടാവും.
അതു മാറ്റത്തിന്റെ അടയാളമാണ്. അത്തരം മാറ്റങ്ങൾ ഉൾക്കൊള്ളുന്ന
തുറന്ന മനസ്സ് സംസ്കാരകേരളത്തിനുണ്ട്. സംസ്കൃതവിജ്ഞാനത്തോട്
ചരിത്രകാരനായ പണിക്കർ പുലർത്തിയ സമീപനം മനസ്സിലാക്കാൻ ഇങ്ങ
നെയൊരു പശ്ചാത്തല വിവരണം വേണ്ടിവരുന്നു.

സംസ്കൃത പണ്ഡിതനല്ല പണിക്കർ; സംസ്കൃതത്തിന്റെ സംസ്കാരം
നല്ല നിശ്ചയമുണ്ടുതാനും. ഈ സംസ്കാരികവിവേകം അക്കാദമിക് ഇട
പെടലുകളിൽ പ്രകടമായിരുന്നു. വിവിധ വിജ്ഞാനങ്ങളോട് ബഹുമാനം
പുലർത്തിക്കൊണ്ട് അവയുടെ അഭിമുഖീകരണത്തിനു വഴിയൊരുക്കി
പല പദ്ധതികളും ആസൂത്രണം ചെയ്തു. വിവിധ വിഷയങ്ങളിൽ ക്ലാസു
കളും ചർച്ചകളും ശില്പശാലകളും ഉണ്ടായി. വിജ്ഞാനപങ്കാളിത്തം
വളർന്നു. സർവകലാശാല ജീവിതത്തെ വിജ്ഞാനോത്സവമാക്കാൻ
ക്ലാസിക് കലകളുടെ സാന്നിദ്ധ്യം ഉപകരിച്ചു. പ്രകടനത്തോടൊപ്പം വിശ
ദീകരണങ്ങളും വ്യാഖ്യാനങ്ങളുമുണ്ടായി. തർജ്ജമ, താരതമ്യസാഹിത്യം
തുടങ്ങിയ വിഷയങ്ങൾ പാഠ്യപദ്ധതിയിലേക്കു കടന്നുവന്നു. ആരംഭകാ
ലത്ത് സർവകലാശാലയ്ക്കു നേതൃത്വം നല്കിയ ആർ രാമചന്ദ്രൻ
നായരും എൻ പി ഉണ്ണിയും എൻ വി പി ഉണ്ണിത്തിരിയും കെ ജി
പൗലോസും പരമ്പരാഗത സംസ്കൃതബോധനത്തെ ആധുനികീകരി
ക്കാൻ നവീന ഭാരതീയ ഭാഷകളുടെ സാന്നിദ്ധ്യം ഉപകരിക്കുമെന്ന് കരു
തിയിരുന്നു. ബിരുദാനന്തരതലത്തിൽ ഏറ്റവും കൂടുതൽ കുട്ടികൾ ഉണ്ടാ
യിരുന്നത് മലയാളത്തിനാണ്. മലയാളത്തിന്റെ പാഠ്യപദ്ധതി 1997 ൽ നവാ
ഗതരായ അദ്ധ്യാപകരുടെ പങ്കാളിത്തത്തിൽ രൂപപ്പെടുത്തിയതാണ്.
പതിവു വിട്ട് പുതിയ വിഷയങ്ങൾ മലയാള പാഠ്യപദ്ധതിയിൽ കടന്നുവ
ന്നു. പുതുമകളോട് അദ്ധ്യാപകരും വിദ്യാർത്ഥികളും പ്രകടിപ്പിച്ച അനു
കൂല മനോഭാവം ആവേശകരമായിരുന്നു. തർജ്ജമ പഠനം, മലയാളഭാ
ഷാവിജ്ഞാനം, മണിപ്രവാളം, നളചരിതം ആട്ടക്കഥ, സംസ്കാരപഠനം,
സാഹിത്യചരിത്രവിജ്ഞാനീയം, ചലച്ചിത്ര പഠനം ഇവയെല്ലാം നാലു
പേപ്പറുകളിലുള്ള വിശേഷാൽ വിഷയങ്ങളായി തെരഞ്ഞെടുക്കാൻ
അന്നത്തെ മലയാള സാഹിത്യ വിദ്യാർത്ഥികൾക്ക് അവസരമുണ്ടായി.
മലയാളത്തിലെ അനുഭവപാഠങ്ങൾ സർവകലാശാലയിൽ വിശദമായി
ചർച്ച ചെയ്തു. ചർച്ചകൾ ചൂടുപിടിച്ചുവരുന്ന ഘട്ടത്തിലാണ് പണിക്കർ

വൈസ് ചാൻസലറായി എത്തിയത്. പരസ്യവും രഹസ്യവുമായി കേട്ട വിമർശനങ്ങൾ അദ്ദേഹം വിശദമായി പരിശോധിച്ചു. വകുപ്പദ്ധ്യക്ഷനെന്ന നിലയിൽ എന്നോടു വിശദീകരണങ്ങൾ ആരായുകയും ചെയ്തു. ഭരണ ഗർവ്വിനേക്കാൾ ജിജ്ഞാസയാണ് അദ്ദേഹത്തിന്റെ അന്വേഷണങ്ങളിൽ തെളിഞ്ഞിരുന്നത്. നിലവിലുണ്ടായിരുന്ന എല്ലാ ക്രമീകരണങ്ങളിലും തുട രാൻ അദ്ദേഹം സഹായിച്ചു. കാലടി സർവ്വകലാശാലയിലെ മലയാളവി ഭാഗത്തിന് പഠനകാര്യങ്ങളിൽ വ്യത്യസ്തതയുണ്ടാവുന്നത് അഭിമാനക രമാണെന്ന് അദ്ദേഹം തിരിച്ചറിഞ്ഞു. യുവാക്കളായ അദ്ധ്യാപകരെ നല്ല വാക്കുകൾകൊണ്ടു പ്രോത്സാഹിപ്പിച്ചു. ഇതു മലയാളത്തിന്റെ മാത്രം അനുഭവമല്ല. മറ്റുപഠനവിഭാഗങ്ങൾക്കും ഇത്തരത്തിലുള്ള പ്രോത്സാഹ നവും അംഗീകാരവും വൈസ് ചാൻസിലർ നല്കി. ഇങ്ങനെ പ്രവർത്തി ക്കുമ്പോഴാണ് വൈസ് ചാൻസലർ സമന്മാരിൽ ഒന്നാമനാകുന്നത്. ഭരണം കൊണ്ടല്ല, വൈജ്ഞാനിക സമൂഹവുമായുള്ള പങ്കാളിത്തം കൊണ്ടാണ് വൈസ് ചാൻസലർ ഒന്നാമനായത്. പണിക്കർ വൈസ് ചാൻസലർ ആയി വന്നപ്പോൾ അദ്ധ്യാപകരുടെ ആദ്യയോഗത്തിൽ ഇങ്ങനെയൊരഭിപ്രായം ഞാൻ പറഞ്ഞിരുന്നു: "ഇത് സർവ്വകലാശാലയുടെ ചരിത്രത്തിലെ അസാ ധാരണ മുഹൂർത്തമാണ്. നന്നാകാനാണെങ്കിൽ ഒരവസരം."

ഇന്നു തിരിഞ്ഞു നിന്നാലോചിക്കുമ്പോൾ സന്തോഷം തോന്നുന്നു. ധാരാളം പരാധീനതകൾ ഉണ്ടായിരുന്ന സർവ്വകലാശാലയെ അന്തസ്സുള്ള ഒരു സ്ഥാപനമാക്കി വളർത്തിയെടുക്കുന്നതിൽ പണിക്കർ വലിയ പങ്കു വഹിച്ചു. പണിക്കരുടെ കാലത്ത് വിദേശത്തുള്ള ട്യൂബിങ്ങൻ സർവ്വക ലാശാല, ഹീബ്രു സർവ്വകലാശാല, ഓക്സ്ഫോർഡ് സർവ്വകലാശാല തുടങ്ങിയ മഹാസ്ഥാപനങ്ങളിൽ പോകാൻ എനിക്കവസരമുണ്ടായി. വിദേശ പണ്ഡിതന്മാർ ചില കാര്യങ്ങളെക്കുറിച്ചു അന്വേഷിച്ചെത്തുകയും ചെയ്യുമായിരുന്നു. അപ്പോഴെല്ലാം ഞാൻ സർവ്വകലാശാലയെ പരിചയ പ്പെടുത്തിയിരുന്നത് കെ എൻ പണിക്കരാണ് ഞങ്ങളുടെ വൈസ് ചാൻസ ലർ എന്നു പറഞ്ഞാണ്. പണിക്കരെ അവർ തിരിച്ചറിയുന്നു, സർവ്വകലാ ശാലയെയും. നമ്മുടെ സർവ്വകലാശാലകൾക്ക് എത്ര വിരളമായിട്ടാണ് ഇത്തരം ദൃശ്യത ഉണ്ടാവുന്നത്. കേവല വ്യക്തിമഹത്ത്വവാദമല്ല ഇവിടെ ഉന്നയിക്കുന്നത്. നമ്മുടെ സർവ്വകലാശാലകൾക്ക് പദവിയും മതിപ്പും ഉണ്ടാകണമെങ്കിൽ വലിയ മനുഷ്യർ സമന്മാരിൽ ഒന്നാമനായി വരണം.

പുതുമയുടെ വക്താവ്

പണിക്കർക്കുണ്ടായിരുന്ന മറ്റൊരു മേന്മ, അക്കാദമിക് ജീവിതത്തിൽ പുതുചലനങ്ങൾ സൃഷ്ടിക്കാൻ കഴിഞ്ഞു എന്നതാണ്. പണിക്കർ വരു ന്നതിനുമുമ്പുതന്നെ സെമസ്റ്റർ സമ്പ്രദായം സംസ്കൃത സർവ്വകലാശാ ലയിൽ നടപ്പിലായിരുന്നു. എന്നാൽ ചോയിസ് ബെയ്സ്ഡ് ക്രെഡിറ്റ് സിസ്റ്റം നടപ്പിലാക്കിയത് പണിക്കരുടെ കാലത്താണ്. ലെറ്റർ ക്രെഡിറ്റ ടക്കം പല പുതിയ സവിശേഷതകൾ ഉള്ള ഈ സമ്പ്രദായം അദ്ധ്യാപ

കർക്കും വിദ്യാർത്ഥികൾക്കും അന്നത്തെ നിലയിൽ പെട്ടെന്ന് സ്വീകാര്യ മായിരുന്നില്ല. അദ്ധ്യാപകർക്കും വിദ്യാർത്ഥികൾക്കും ഉദ്യോഗസ്ഥർക്കും പറയാനുള്ളതെല്ലാം കേട്ട് വൈസ് ചാൻസലർതന്നെ സംശയനിവാരണം വരുത്തി. ദീർഘകാലത്തെ അക്കാദമിക് പരിചയം അങ്ങനെ സംസ്കൃത സർവ്വകലാശാലയ്ക്കു ഭാഗ്യമായി ലഭിച്ചു. അനേകം പുതിയ വിഷയ ങ്ങൾ ക്രെഡിറ്റ് കോഴ്സുകളായി പാഠ്യപദ്ധതിയിൽ ഉൾപ്പെടുത്തിയതോ ടുകൂടി എല്ലായിടത്തും പുതുമ അനുഭവപ്പെട്ടു. സ്വന്തമായി സിലബസ് ഉണ്ടാക്കി പഠിപ്പിച്ച് പരീക്ഷ നടത്താൻവരെ അദ്ധ്യാപകർക്ക് അവസരമു ണ്ടായിവന്നപ്പോൾ നാനാവിധ മാറ്റങ്ങൾ ഉണ്ടായി. സ്വാതന്ത്ര്യം അക്കാദ മിക് സമൂഹത്തിലെ എല്ലാവർക്കും ഉള്ളതാണ് എന്നു ബോദ്ധ്യപ്പെടു ത്തുന്ന തരത്തിൽ വിശദമായ ചട്ടങ്ങൾ നിർമ്മിച്ചു. ഡിപ്പാർട്ടുമെന്റ് കൗൺസിലുകൾ സജീവമായി. അക്കാദമിക് കൗൺസിൽ ഉണർന്നു പ്രവർത്തിക്കാൻ തുടങ്ങി. വിശദമായ ചർച്ചകൾ നിയമാവലിയുടെ ഗുണ മേന്മ വർദ്ധിപ്പിച്ചു. വിദ്യാർത്ഥികളുടെ ന്യായമായ പരാതികൾ ചട്ടങ്ങൾ അനുസരിച്ചുവേണം പരിഹരിക്കാൻ എന്നുവന്നു. പുതിയ മാറ്റങ്ങളോട് പെട്ടെന്ന് ഇണങ്ങിപ്പോകാൻ എല്ലാവർക്കും കഴിഞ്ഞില്ല. ന്യായമായ പരാ തികളെല്ലാം ഉന്നയിക്കാൻ വേദികൾ കൂടിയേ തീരൂ. അവ കാര്യക്ഷമ മായി പ്രവർത്തിക്കുന്നുവെന്ന് ഉറപ്പുവരുത്തുകയും ചെയ്തു. രാഷ്ട്രീയാ ടിസ്ഥാനത്തിൽ പ്രവർത്തിച്ചിരുന്ന വിദ്യാർത്ഥിസംഘടനകളെ പ്രലോഭി പ്പിച്ചും വശീകരിച്ചും ഭീഷണിപ്പെടുത്തിയും ഭരിക്കുക എന്ന തന്ത്രം പണി ക്കർക്കില്ലായിരുന്നു. സർവ്വകലാശാലയുടെ നടത്തിപ്പ് സുഗമമാക്കാൻ ഇത്തരം മാറ്റങ്ങൾ ഒന്നും ആവശ്യമല്ലെന്ന് അദ്ദേഹം തെളിയിച്ചു. വൈസ് ചാൻസലർക്ക് വിശ്വസനീയത ഉണ്ടാവണം. സർവ്വകലാശാലയ്ക്കു പുറ മെയുള്ള എല്ലാവരോടും വിശ്വസ്തത പുലർത്താനുള്ള വ്യഗ്രതയിൽ അക്കാദമിക് സമൂഹത്തോടു വിശ്വസ്തത കാട്ടാത്തവരാണ് പരാജയപ്പെ ടുന്ന വൈസ് ചാൻസലർമാർ.

സർവ്വകലാശാലയെക്കുറിച്ചുള്ള ദർശനം

സർവ്വകലാശാലയെക്കുറിച്ച് സവിശേഷമായ ഒരു ദർശനമുണ്ടായി രുന്നു പണിക്കർക്ക്. മാറ്റങ്ങളുടെ അരങ്ങാണ് സർവ്വകലാശാല. വിമർശി ക്കാനും ചിന്തിക്കാനും ചോദ്യം ചെയ്യാനും തന്റേടമുള്ള തലമുറയെ രൂപ പ്പെടുത്താനാണ് സർവ്വകലാശാല. അത് മതപാഠശാല പോലെയല്ല. ധീര മായ നിരീക്ഷണങ്ങൾക്കു വേദിയാകണം സർവ്വകലാശാല. ഇതിന് പഠനം ബഹുവിജ്ഞാനീയ അടുത്തറയിലാവണം. സർവ്വകലാശാലാ വൈസ് ചാൻസലറായിരുന്ന കാലത്ത് അന്തർവിജ്ഞാനീയതയുടെ പാഠങ്ങളാണ് അദ്ദേഹം കൂടെക്കൂടെ പ്രസംഗവിഷയമാക്കിയിരുന്നത്. പാഠ്യപദ്ധതിയിൽ മൊത്തത്തിൽ അന്തർവൈജ്ഞാനികമായ സമീപനം പ്രകടമായി ത്തുടങ്ങി. പൊതുവെ കേരളത്തിലെ സർവ്വകലാശാലകളിൽ അവഗണി ക്കപ്പെട്ടു കിടന്നിരുന്ന മറ്റൊരു ജ്ഞാനോപകരണം അദ്ദേഹം തെളിച്ചെ

ടുത്തു. അതാണ് രീതിശാസ്ത്രം. രീതിശാസ്ത്രത്തിന്റെ പ്രാധാന്യം മറ്റാരും ഇത്രത്തോളം കേരളത്തിൽ ഊന്നിപ്പറഞ്ഞിട്ടില്ല. ഉന്നതവിദ്യാഭ്യാ സകൗൺസിൽ വൈസ് ചെയർമാനായിരുന്ന കാലത്ത് കേരളത്തിലെ എല്ലാ സർവ്വകലാശാലകളിലും രീതിശാസ്ത്രത്തിന് പ്രാധാന്യം ലഭിച്ചു. വൈജ്ഞാനികത ഊർജ്ജസ്വലവും സർഗ്ഗാത്മകവുമാക്കാൻ രീതി ശാസ്ത്രപരമായ അവബോധം കൂടിയേ തീരൂ. ഗവേഷണ വിദ്യാർത്ഥി കളുടെ പ്രബന്ധരചനകളുടെ സ്റ്റെൽഷീറ്റാണ് രീതിശാസ്ത്രം എന്നു കരുതുന്ന ശുദ്ധാത്മാക്കൾ ഇന്നും കേരളത്തിലുണ്ടെന്നത് മറ്റൊരു ദുഃഖ സത്യം.

ഗവേഷണതലത്തിലെ മാർഗ്ഗദർശി

കാലടി സംസ്കൃത സർവ്വകലാശാലയിൽ ഗവേഷണതലത്തിലുള്ള പ്രവർത്തനങ്ങൾക്ക് ചിട്ടയുണ്ടാക്കുന്നതിൽ കെ എൻ പണിക്കർ വഹിച്ച പങ്ക് വലുതാണ്. ഇന്റഗ്രേറ്റഡ് എം ഫിൽ, പി എച്ച് ഡി പ്രോഗ്രാമുകൾ, ഗവേഷണതലത്തിൽ രീതിശാസ്ത്രപഠനം, ഗവേഷണപുരോഗതി വില യിരുത്താൻ ഡോക്ടറൽ കമ്മിറ്റി, തുറന്ന വേദിയിലെ വാചാപരീക്ഷ തുട ങ്ങിയവ ചിട്ടപ്പെടുത്തിയതോടുകൂടി ഗവേഷണരംഗം ഊർജ്ജസ്വലമായി. ഡിജിറ്റൽ യുഗത്തിൽ കമ്പ്യൂട്ടർ ശൃഖലകളിലേക്ക് പ്രവേശിക്കാതെ പഠനം മുമ്പോട്ടു കൊണ്ടുപോകാനാവില്ല. ഇതു മാത്രമല്ല, ധാരാളം പുസ്ത കങ്ങളും വേണം. നമ്മുടെ സർവ്വകലാശാലകൾ, വിശിഷ്യ വൈസ് ചാൻസലർമാർ ഇത്തരം കാര്യങ്ങളിൽ ഉദാസീനരാണ്. പണിക്കരാകട്ടെ വിജ്ഞാനശൃംഖലയുടെ നടുവിൽനിന്നാണ് വൈസ് ചാൻസലർ പദവി യിലേക്കു വന്നത്. അതുകൊണ്ടുതന്നെ വിലപിടിപ്പുള്ള പുസ്തകങ്ങളും ആനുകാലികങ്ങളും സമ്പാദിക്കാൻ ജാഗ്രത പുലർത്തി. അദ്ദേഹത്തിന്റെ കാലത്തു സമ്പാദിച്ച ഈടുറ്റ വിജ്ഞാനഗ്രന്ഥങ്ങൾ തേടിപ്പിടിക്കാൻ ഇപ്പോഴും ഗവേഷകർ കാലടിയിൽ എത്തുന്നു. പുസ്തകങ്ങളെല്ലാം പണി ക്കർ കണ്ടെത്തിയവയല്ല. നല്ല പുസ്തകങ്ങൾ കണ്ടെത്താൻ ഉത്സാഹ ശാലികളായ അദ്ധ്യാപകരെ അദ്ദേഹം നിയോഗിച്ചു. സംസ്കാര പഠനം, ചരിത്രം തുടങ്ങിയ വിഷയങ്ങളിൽ കേരളത്തിൽ മറ്റൊരിടത്തുമില്ലാത്ത അമൂല്യ ഗ്രന്ഥങ്ങൾ കാലടിയിലുണ്ട്. പുതിയ പുസ്തകങ്ങളിലും ഡിജി റ്റൽ സ്രോതസ്സുകളിലും സാഹസികമായി സഞ്ചരിക്കുന്ന ധാരാളം അദ്ധ്യാ പകർ എക്കാലത്തും കാലടിയിൽ ഉണ്ട്. അവരെ അത്തരത്തിൽ വിജ്ഞാനകേരളം തിരിച്ചറിയുന്നുമുണ്ട്. അവരെക്കുറിച്ച് അന്നുമിന്നും പണിക്കർക്കഭിമാനമാണ്. മനുഷ്യരെക്കുറിച്ച്, സഹജീവികളെക്കുറിച്ചും അഭിമാനിക്കാൻ കഴിയുകയെന്നത് മഹാഭാഗ്യമാണ്. ഉദാരതയും മാന്യ തയും പ്രബുദ്ധതയും ഒത്തിണങ്ങിയതുകൊണ്ടാണ് പണിക്കർക്ക് ഈ സന്തോഷം. പണിക്കർമാതൃക കേരളത്തിലെ വിദ്യാഭ്യാസ നടത്തിപ്പു കാർക്ക് (ഭരണകർത്താക്കൾക്കല്ല) പ്രലോഭനമായിരുന്നെങ്കിൽ! നമുക്കു വേണ്ടത് ജനാധിപത്യബോധമുള്ള നടത്തിപ്പുകാരാണ്. യജമാനന്മാർക്കു ലാഭമുണ്ടാക്കാൻ പണിയെടുപ്പിക്കുന്ന മാനേജർമാരല്ല.

സംസ്കൃത സർവ്വകലാശാലയും ഡോ. കെ എൻ പണിക്കരും

ഡോ. ജയപ്രസാദ്

രണ്ടായിരത്തിപതിനഞ്ച് ഡിസംബർ അവസാനം തികച്ചും അപ്ര തീക്ഷിതമായിട്ടായിരുന്നു പണിക്കർ സാറിന്റെ ഫോൺ വിളി വരുന്നത്. "പ്രസാദ് എവിടെയുണ്ട്. ഒന്നു കണ്ടാൽ കൊള്ളാമായിരുന്നു" എന്ന്. ഭാഗ്യത്തിന് അന്ന് ഞാൻ തിരുവനന്തപുരത്ത് ഉണ്ടായിരുന്നു. കൂടുതൽ സംസാരിക്കാൻ നില്ക്കാതെ അതിവേഗം ജവഹർ നഗറിലുള്ള നികുഞ്ജം അപ്പാർട്ട്മെന്റിലെ പണിക്കർ സാറിന്റെ ഫ്ളാറ്റിലെത്തി. അശീതിയുടെ ശാരീരിക അസ്വസ്ഥതകൾ പിടികൂടി വരുന്നുണ്ടെങ്കിലും മാനസികമായ ഇച്ഛാശക്തിക്ക് യാതൊരു കോട്ടവും സംഭവിച്ചിട്ടില്ല. 2016 ജനുവരി 29, 30 തീയതികളിൽ കോവളത്ത് വച്ച് നടത്തുന്ന ആഗോള വിദ്യാഭ്യാസ സംഗമത്തിന്റെ കാര്യം സംസാരിക്കാനായിരുന്നു എന്നെ വിളി ച്ചത്. ഉന്നതവിദ്യാഭ്യാസത്തിന്റെ കുത്തകവല്ക്കരണം ലക്ഷ്യമിട്ടുകൊണ്ട് യു ഡി എഫ് സർക്കാർ സംഘടിപ്പിക്കുന്ന ഗ്ലോബൽ എഡ്യൂക്കേഷൻ മീറ്റിനെതിരെ പ്രതികരിക്കാൻ ബാദ്ധ്യതപ്പെട്ട പ്രസ്ഥാനങ്ങൾ ഒന്നുംതന്നെ പ്രതികരിച്ചുകാണാത്തതിൽ അദ്ദേഹത്തിന് അതിയായ പ്രതിഷേധവും ദുഃഖവും ഉള്ളതായി തുറന്നു പറയുകയുണ്ടായി. മുൻ വൈസ് ചാൻസ ലർമാർ എന്ന നിലയിൽ ഒരു സംയുക്ത പ്രസ്താവന ഇറക്കിയെങ്കിലും ജെമ്മിനെതിരെ (GEM - Global Education Meet) പ്രതികരിക്കുന്നതിനു വേണ്ടിയായിരുന്നു എന്നെ വിളിച്ചത്. എന്റെ കൈയിൽ മിക്കവാറും എല്ലാ മുൻ വൈസ് ചാൻസലർമാരുടെയും ഫോൺ നമ്പരുകൾ ഉള്ള കാര്യം പണിക്കർ സാറിനറിയാമായിരുന്നു. ശരവേഗത്തിൽതന്നെ പ്രസ്താവന തയ്യാറാക്കി. സഹകരിക്കുമെന്നുറപ്പുള്ള മുൻ വി സിമാർക്കൊക്കെ അയച്ച് സമ്മതം വാങ്ങിയാണ് ആഗോള വിദ്യാഭ്യാസ സംഗമത്തിനെതിരായ ആദ്യത്തെ പ്രതികരണം അദ്ദേഹം മാധ്യമങ്ങൾക്ക് നല്കിയത്. അതേ

തുടർന്നാണ് സംഗമത്തിനെതിരായ പ്രതികരണങ്ങൾ പ്രകടമായി വന്നു തുടങ്ങിയത്.

ആമുഖമായി ഇത് സൂചിപ്പിക്കാൻ കാരണം വിദ്യാഭ്യാസ മേഖല യിൽ നടക്കുന്ന എല്ലാ പരിവർത്തനങ്ങളെയും എല്ലാക്കാലത്തും സസൂക്ഷ്മം വീക്ഷിക്കുകയും അതിന്റെ ഗുണദോഷവിചാരം സംബന്ധിച്ച് കൃത്യമായ കാഴ്ചപ്പാടുകൾക്കു രൂപം നല്കുന്നതിനും പണിക്കർ സാർ എക്കാലവും മുന്നിട്ടുനിന്നിരുന്നു എന്നു സൂചിപ്പിക്കാനാണ്. അതിന് ദില്ലി സർവ്വകലാശാലയിലെയും ജെ എൻ യു വിലെയും ഇന്ത്യക്കകത്തും പുറത്തുമുള്ള പ്രമുഖ സർവ്വകലാശാലകളിലെയും അദ്ധ്യാപന ഗവേ ഷണാനുഭവം എന്നും അദ്ദേഹത്തിനു മുതൽക്കൂട്ടായിരുന്നു. അങ്ങനെ, ചരിത്രകാരൻ എന്ന നിലയിലും ചരിത്രാദ്ധ്യാപകൻ എന്ന നിലയിലും സ്വന്തമായ ശൈലിക്ക് രൂപം കൊടുത്ത അദ്ദേഹം ചരിത്രരചനയിൽ നൂതന പടവുകൾ സൃഷ്ടിക്കുന്നതിൽ അനന്യമായ പാടവം സൃഷ്ടിക്കുക യുണ്ടായി. ദീർഘകാലം ദില്ലിയിലായിരുന്നെങ്കിലും സ്വന്തം നാടായ കേരളം എന്നും അദ്ദേഹത്തിന് പ്രിയപ്പെട്ടതായിരുന്നു. അതുകൊണ്ടുകൂടി യാകാം സംസ്കൃത സർവ്വകലാശാലയുടെ വൈസ് ചാൻസലർ പദവി ഏറ്റെടുക്കണമെന്നുള്ള ഇടതുപക്ഷ ജനാധിപത്യ മുന്നണി സർക്കാരിന്റെ അഭ്യർത്ഥന സ്വീകരിക്കാനും കാരണം. 1993 ൽ കാലടിയിൽ ആരംഭം കുറിച്ച ശ്രീ ശങ്കരാചാര്യ സംസ്കൃത സർവ്വകലാശാലയുടെ ഉപകുല പതിയായി സ്ഥാനം ഏറ്റെടുത്ത അദ്ദേഹം അന്നും ഇന്നും സംഘപരി വാറിന്റെയും യു ഡി എഫിന്റെയും കണ്ണിലെ കരടായിരുന്നു. 2000 ഡിസം ബർ പതിനൊന്നിന് സ്ഥാനമേറ്റെടുത്ത ശേഷവും അതിനു മുമ്പും അവർ അദ്ദേഹത്തെ നിരന്തരം വേട്ടയാടിക്കൊണ്ടിരുന്നു. ജനാധിപത്യ വിരുദ്ധ മായ അത്തരം നീക്കങ്ങളെയെല്ലാം അദ്ദേഹം ചെറുപുഞ്ചിരിയോടെ സ്വീകരിക്കുകയായിരുന്നു.

പേര് സംസ്കൃത സർവ്വകലാശാല എന്നാണെങ്കിലും സംസ്കൃത ത്തിന്റെ വിവിധ ശാഖകൾ ഉൾപ്പെടെ നിരവധി വിഷയങ്ങളിൽ ബിരുദ ബിരുദാനന്തര ബിരുദ ഗവേഷണ പഠനങ്ങൾ നടക്കുന്ന ഒരു സ്ഥാപന മാണ് ഇത്. സംസ്കൃത പണ്ഡിതൻ മാത്രമേ സംസ്കൃത സർവ്വകലാ ശാലയിൽ പാടുള്ളൂ എന്ന് ആക്റ്റിൽ ഒരിടത്തും പറയുന്നില്ല. ഉർദു, അറബി, ചരിത്രം തുടങ്ങി ഫൈൻ ആർട്സ് വരെ വിവിധ വിഷയങ്ങളി ലായി ഇപ്പോൾ ഇരുപത്തഞ്ചില്പ്പരം ഡിപ്പാർട്ടുമെന്റുകൾ സംസ്കൃത സർവ്വകലാശാലയിൽ ഉണ്ട്. അവയിലൊന്നുംപെടാത്ത ഒരു കൊമേഴ്സ് അദ്ധ്യാപകനെയാണ് യു ഡി എഫ് സർക്കാർ 2012 ൽ വൈസ് ചാൻസ ലർ ആയി നിയമിച്ചത്. അതിനെതിരെ മുമ്പ് ഉറഞ്ഞുതുള്ളിയവരാരും പ്രതികരിച്ചുകണ്ടില്ല. അവരാണ് ലോകമറിയുന്ന ഒരു ചരിത്രപണ്ഡിതനെ ഇടതുപക്ഷ സർക്കാർ വൈസ് ചാൻസലർ ആക്കിയതിനെതിരെ നിര ന്തര സമരം സംഘടിപ്പിച്ചത്. ഒരു ഘട്ടത്തിൽ അവരുടെ സമരം സ്വയം മൃത്യുവരിച്ചെങ്കിലും സംഘപരിവാറിന്റെ നേതൃത്വത്തിലുള്ള സമരം 2004

ഡിസംബർ പത്തിന് അദ്ദേഹം സ്ഥാനമൊഴിയുംവരെ വിവിധ രൂപങ്ങ
ളിൽ തുടർന്നു. അതിന് പ്രത്യേക കാരണമുണ്ടായിരുന്നു. ഈ കാലഘ
ട്ടങ്ങളിൽ കേന്ദ്രം ഭരിച്ചിരുന്നത് വാജ്പേയിയുടെ നേതൃത്വത്തിലുള്ള ബി
ജെ പി സർക്കാർ ആയിരുന്നുവല്ലോ? അതുകൊണ്ടുതന്നെ യു ജി സി
പ്രതിനിധിവഴി അദ്ദേഹത്തിന്റെ നിയമനം തടയാൻ കേന്ദ്രം ആവതും
പരിശ്രമിച്ചു. എന്നിട്ടും പോരാഞ്ഞ്, സംഘപരിവാറിന്റെ സമ്മർദശക്തി
കൾക്കു വഴങ്ങി യു ജി സി, ഒരു സബ് കമ്മിറ്റിയെ നിയമിച്ചുകൊണ്ട്
അദ്ദേഹത്തെ പുകച്ചു പുറത്തുചാടിക്കാനുള്ള വഴിവിട്ട നീക്കങ്ങളും നട
ത്തിയിരുന്നു. സ്വാശ്രയാധിഷ്ഠിതമായ കോഴ്സുകൾ എല്ലാ സർവ്വകലാശാല
കളിലും ആരംഭിക്കണമെന്ന യു ജി സിയുടെ നിർദ്ദേശം കാലത്തിൽ
നടപ്പിലാക്കാൻ അദ്ദേഹം കൂട്ടാക്കിയിരുന്നില്ല; എന്നുമാത്രമല്ല സംഘപ
രിവാറിന്റെയും വകുപ്പുമന്ത്രി മുരളി മനോഹർ ജോഷിയുടെയും നീക്ക
ങ്ങൾക്കെതിരെ ശക്തമായ പ്രതിരോധം സംഘടിപ്പിക്കുന്നതിനും
അദ്ദേഹം മുന്നിട്ടു നിന്നു. അതുകൊണ്ടുതന്നെ സംഘപരിവാറിന്റെ
അത്തരം കുത്സിതനീക്കങ്ങളൊന്നും വൈസ്ചാൻസലർ എന്ന നിലയി
ലുള്ള അദ്ദേഹത്തിന്റെ പ്രവർത്തനങ്ങൾക്ക് തടസ്സമായി ഭവിച്ചില്ല.

അക്കാദമിക രംഗത്ത് പുത്തനുണർവ്വ് സൃഷ്ടിച്ച ശങ്കരാചാര്യരുടെ
നാമധേയത്തിലുള്ള സംസ്കൃത സർവ്വകലാശാല ഭൂമികുംഭകോണക്കേ
സുകളിൽ അകപ്പെട്ട് സമൂഹ മദ്ധ്യത്തിൽ പരിഹാസ വിധേയമായി നില
കൊള്ളുന്ന കാലത്താണ് ഡോ. കെ എൻ പണിക്കർ വൈസ് ചാൻസല
റായി അധികാരമേല്ക്കുന്നത്. ഉപ്പു തിന്നുന്നവർ വെള്ളം കുടിച്ചുകൊ
ള്ളട്ടെ എന്ന തത്ത്വത്തിലുറച്ചുനിന്നുകൊണ്ട് സംസ്കൃത സർവ്വകലാശാ
ലയെ അക്കാദമികമായി ഉയരത്തിലെത്തിക്കാനുള്ള നടപടികളുമായി
അദ്ദേഹം മുന്നോട്ടു പോവുകയായിരുന്നു. അതിന്റെ ഭാഗമായി അദ്ധ്യാ
പക സമൂഹത്തെയും വിദ്യാർത്ഥി സമൂഹത്തെയും വിശ്വാസത്തിലെടു
ത്തുകൊണ്ട് കാലാനുസൃതമായ രീതിയിൽ സർവ്വകലാശാലയുടെ കരി
ക്കുലവും സിലബസും പരിഷ്കരിച്ചു. കോഴ്സ് പുനരാവിഷ്കരിച്ചു. പഠന
ബോധനരീതികളിൽ അദ്ധ്യാപകർക്കുവേണ്ട അവബോധം രൂപപ്പെടുത്തി.
കേരളത്തിലാദ്യമായിട്ടാണ് ഒരു സർവകലാശാലയിൽ സെമസ്റ്റർ സമ്പ്ര
ദായവും ഗ്രേഡിങ്ങും നടപ്പിലാക്കുന്നത്. പരീക്ഷകൾ ശാസ്ത്രീയമായി
പരിഷ്കരിച്ചു. ബിരുദാനന്തരബിരുദ പ്രവേശനത്തിന് പ്രവേശനപ്പരീക്ഷ
ഏർപ്പെടുത്തിക്കൊണ്ട് ആർക്കും അവരാഗ്രഹിക്കുന്ന ഏതുവിഷയവും
പഠിക്കാമെന്ന സാഹചര്യം സൃഷ്ടിച്ചു. യു ജി സി അനുശാസിക്കുന്ന തര
ത്തിൽ എം ഫിൽ/ പി എച്ച് ഡി റെഗുലേഷനുകൾ പരിഷ്കരിച്ചു. താര
തമ്യ സാഹിത്യം, വിവർത്തനപഠനം, മനഃശാസ്ത്രപഠനം, ഇംഗ്ലീഷ്
ഭാഷയും സാഹിത്യവും, ഫൈൻ ആർട്സ് എന്നീ വിഷയങ്ങളിൽ ബിരു
ദാനന്തരബിരുദകോഴ്സുകൾ ആരംഭിച്ചത് പണിക്കർ സാറിന്റെ കാലഘ
ട്ടത്തിലാണ്. കാലടി സർവ്വകലാശാലയിൽ തലയുയർത്തി നില്ക്കുന്ന
അക്കാദമിക് ബ്ലോക്കും കൂത്തമ്പലവും അദ്ദേഹത്തിന്റെ ഭരണകാലത്ത്
കെട്ടി ഉയർത്തിയതാണ്.

കഴിഞ്ഞ ഇടതുപക്ഷത്ര ജനാധിപത്യ മുന്നണി സർക്കാരിന്റെ കാല ഘട്ടത്തിലാണ് കേരളത്തിലാദ്യമായി (2007-2012) ഒരു ഉന്നതവിദ്യാഭ്യാസ കൗൺസിലിനു രൂപം നൽകുന്നത്. കേരളത്തിലെ ഉന്നത വിദ്യാഭ്യാസ ത്തിന്റെ ഭാവിരൂപരേഖ എങ്ങനെയുള്ളതായിരിക്കണം എന്ന് നിർദ്ദേശി ക്കാനുള്ള കമ്മീഷന്റെ ചെയർമാൻകൂടിയായിരുന്ന അദ്ദേഹത്തെത്തന്നെ കൗൺസിലിന്റെ വൈസ് ചെയർമാനായി നിയമിക്കുന്നതിന് വിദ്യാഭ്യാസ മന്ത്രി ആയിരുന്ന ശ്രീ എം എ ബേബിക്ക് രണ്ടുവട്ടം ആലോചിക്കേണ്ടി വന്നില്ല. ആ തീരുമാനം എന്തുകൊണ്ടും സാർത്ഥകമായിരുന്നു എന്ന് 2007 മുതൽ 2011 വരെയുള്ള അദ്ദേഹത്തിന്റെ നേതൃത്വത്തിൽ നടന്ന കൗൺസിൽ പ്രവർത്തനങ്ങൾ അവലോകനം ചെയ്യുന്ന ആർക്കും ബോദ്ധ്യപ്പെടും. സംസ്ഥാന സർക്കാരിനും സർവ്വകലാശാലകൾക്കും മറ്റ് ഉന്നതവിദ്യാഭ്യാസസ്ഥാപനങ്ങൾക്കും ഉപദേശം നൽകുക, സർക്കാ രിന്റെയും സർവ്വകലാശാലകളുടെയും റെഗുലേറ്ററി സ്ഥാപനങ്ങളുടെയും പ്രവർത്തനങ്ങൾക്ക് ഏകോപിതരൂപം നൽകുക, ഉന്നതവിദ്യാഭ്യാസ രംഗത്ത് നൂതനമായ പദ്ധതികൾക്കും പ്രോഗ്രാമുകൾക്കും രൂപം നൽകുക, സർവ്വകലാശാലകൾ ഉൾപ്പെടെയുള്ള ഉന്നതവിദ്യാഭ്യാസ സ്ഥാപനങ്ങളുടെ ഓട്ടോണമി നിലനിർത്തിക്കൊണ്ടുതന്നെ അവയ്ക്കാ വശ്യമായ ഭൗതിക സൗകര്യങ്ങൾ ഒരുക്കിക്കൊടുക്കുക തുടങ്ങിയവയാ യിരുന്നു കൗൺസിൽ നടത്തിയ പ്രധാന പ്രവർത്തനങ്ങൾ. വിദ്യാഭ്യാ സമന്ത്രി എം എ ബേബി ചെയർമാനായ ഗവേണിങ് കൗൺസിൽ വൈസ് ചാൻസലർമാർ ഉൾപ്പെടെയുള്ള അക്കാദമിക് പ്രമുഖരുടെ യോഗങ്ങൾ മാസം തോറും വിളിച്ചുചേർക്കുകയും തീരുമാനങ്ങൾ കൃത്യമായി നട പ്പിലാക്കുകയും ചെയ്യുന്നതിൽ പണിക്കർ സാറിന്റെ പാടവം ശ്ലാഘനീയ മായിരുന്നു.

കൗൺസിൽ അധികാരമേറ്റയുടൻ ആദ്യമായി നടപ്പിലാക്കിയത് ബിരുദ വിദ്യാഭ്യാസത്തിന്റെ ഘടനയും രൂപവും ഫലപ്രദമായി പുനരാ വിഷ്കരിക്കലായിരുന്നു. സ്കൂൾതലത്തിൽ നടപ്പിലാക്കിക്കൊണ്ടിരുന്ന പാഠ്യപദ്ധതി പരിഷ്കാരത്തിനനുപൂരകമായി ബിരുദതലത്തിലും പരി ഷ്കരണം വരുത്തേണ്ടത് അത്യന്താപേക്ഷിതമായിരുന്നു. അക്കാര്യങ്ങൾ ഭരണപ്രതിപക്ഷഭേദമന്യേ വിദ്യാഭ്യാസമേഖലയുമായി ബന്ധപ്പെട്ട എല്ലാവരുമായും ജനാധിപത്യരീതിയിൽ സംവദിച്ച് ഐകരൂപ്യമുണ്ടാക്കി സമയബന്ധിതമായി നടപ്പിലാക്കുകയുണ്ടായി. അതിനനുസരിച്ച് അദ്ധ്യാ പകരെ പാകപ്പെടുത്തുന്നതിനും പ്രത്യേക ശ്രദ്ധ പതിപ്പിക്കുകയുണ്ടാ യി. എറണാകുളം, തിരുവനന്തപുരം, കോഴിക്കോട് എന്നീ നഗരങ്ങളിലെ കോളേജുകളെ ഏകോപിപ്പിച്ചുകൊണ്ട് നടപ്പിലാക്കിയ 'കോളേജ് ക്ലസ്റ്റർ' സംവിധാനം, ഇന്റർ യൂണിവേഴ്സിറ്റി സെന്ററുകൾ, പാവപ്പെട്ട കുട്ടികൾക്ക് ഉന്നതപഠനത്തിനായി രൂപീകരിക്കപ്പെട്ട ഹയർ എഡ്യൂക്കേഷൻ സ്കോളർഷിപ്പ് സ്കീം, സ്കോളർ ഇൻ റസിഡൻസ് പ്രോഗ്രാം തുട ങ്ങിയ നൂതന സംരംഭങ്ങൾ രാജ്യത്താകെ ചർച്ച ചെയ്യപ്പെടുകയും നിര

വധി സർവ്വകലാശാലകൾ സ്വീകരിക്കുകയുമുണ്ടായി. അന്ന് മാനവശേഷി വികസന വകുപ്പ് മന്ത്രി ആയിരുന്ന കപിൽ സിബൽ, ദില്ലി വിജ്ഞാൻ ഭവനിൽ വിളിച്ചുചേർത്ത രാജ്യത്തെ വൈസ് ചാൻസലർമാരുടെ സമ്മേ ളനത്തിൽ, കേരളത്തിലെ ഉന്നത വിദ്യാഭ്യാസരംഗത്തെ പരിഷ്കാരങ്ങൾ രാജ്യത്തിനാകെ മാതൃകയാക്കാവുന്നതാണ് എന്ന തരത്തിൽ ചർച്ച ചെയ്യ പ്പെട്ടത് മാധ്യമങ്ങൾ വളരെ പ്രാധാന്യത്തോടെ റിപ്പോർട്ട് ചെയ്യുകയു ണ്ടായി.

രാജ്യത്തെ ബിരുദതല വിദ്യാഭ്യാസം പരിഷ്കരിക്കുന്നതിനും പുന സംഘടിപ്പിക്കുന്നതിനുമായി രൂപീകരിക്കപ്പെട്ട പ്രൊഫ. യശ്പാൽ കമ്മിറ്റിയും, കേരളത്തിൽ നടപ്പാക്കിയ ചോയ്സ് ബേയ്സ്ഡ് ക്രെഡിറ്റ് ആന്റ് സെമസ്റ്റർ സിസ്റ്റം (CBCSS) തന്റെ റിപ്പോർട്ടിൽ എടുത്തു കാട്ടു കയുണ്ടായി. കേരളം, ബംഗാൾ, ആന്ധ്രാ എന്നീ മൂന്നു സംസ്ഥാനങ്ങ ളിൽ മാത്രമേ അക്കാലത്ത് ഉന്നതവിദ്യാഭ്യാസ കൗൺസിൽ പ്രവർത്തി ച്ചിരുന്നുള്ളൂ എന്നതും എടുത്തുപറയേണ്ട വസ്തുതയാണ്. ഇങ്ങനെ എത്രയെത്ര നൂതന സംരംഭങ്ങൾക്കാണ് പണിക്കർ സാറിന്റെ നേതൃത്വ ത്തിലുള്ള ഉന്നതവിദ്യാഭ്യാസ കൗൺസിൽ രൂപം നല്കിയത്. എന്തിനേറെ, ഇതാദ്യമായി കേരളത്തിന് സമഗ്രമായ ഒരു കരട് വിദ്യാഭ്യാസ നയത്തിന് കൗൺസിൽ രൂപംനല്കി. ഇവയൊന്നുംതന്നെ തുടർന്നുകൊണ്ടു പോകാൻ ഉമ്മൻ ചാണ്ടിയുടെ നേതൃത്വത്തിലുള്ള യു ഡി എഫ് സർക്കാർ തയ്യാറായില്ല. അവർ അധികാരത്തിലേറി ആദ്യം ചെയ്തത് സി ബി സി എസ് എസ് തകർക്കുകയായിരുന്നു. തുടർന്നങ്ങോട്ട് നടത്തിയ ഓരോ പ്രവർത്തനങ്ങളും ജനാധിപത്യവിരുദ്ധവും വിദ്യാഭ്യാസ വിരുദ്ധവും ഏക പക്ഷീയവും ആയിരുന്നു. അതിന്റെ പ്രത്യക്ഷോദാഹരണമായിരുന്നു സ്വയംഭരണ കോളേജനുവദിക്കലും സ്വകാര്യ സർവ്വകലാശാല അനുവ ദിക്കാനുള്ള നീക്കവും മറ്റും. കോവളത്ത് നടത്തിയ ആഗോള വിദ്യാഭ്യാസ സംഗമത്തോടെ ഉന്നതവിദ്യാഭ്യാസത്തെ പൂർണ്ണമായും കുത്തകവല്ക്ക രിക്കാനുള്ള നടപടികൾക്ക് അന്തിമരൂപം നല്കിക്കൊണ്ടുമാണ് യു ഡി എഫ് സർക്കാർ പടിയിറങ്ങിയത്. അതിനെതിരായി കേരളത്തിലാദ്യ മായി സ്വന്തം ആരോഗ്യം പോലും വകവയ്ക്കാതെ പ്രതികരിക്കാൻ ധൈര്യം കാട്ടിയതും ഡോ. കെ എൻ പണിക്കരാണ്. ഞാൻ വൈസ് ചാൻസലർ ആയിരിക്കെ യു ജി സിയിൽനിന്നും കൂടുതൽ ഫണ്ട് ലഭി ക്കുന്നതിന് പണിക്കർ സാറിന്റെ സഹായം എനിക്ക് നിർല്ലോഭം ലഭിച്ചി രുന്നു എന്ന കാര്യം കൂടി സൂചിപ്പിച്ചുകൊണ്ട് ഈ കുറിപ്പ് അവസാനിപ്പി ക്കട്ടെ.

കെ എൻ പണിക്കർ
എന്ന നേരിന്റെ വഴികാട്ടി

പി ജെ ചെറിയാൻ

പ്രൊഫസർ കെ എൻ പണിക്കർ. അടുത്ത സഹപ്രവർത്തകർ 'കെ എൻ' എന്നും ഞാൻ 'മാഷ്' എന്നും വിളിക്കുന്ന കണ്ടിയൂർ നാരായണപ്പണിക്കർ. അദ്ദേഹം എന്റെ മനസ്സിലേക്ക്, എന്റെ പരിചയത്തിലേക്ക് കടന്നുവന്നതെന്നാണ് എന്ന ചോദ്യത്തിനുത്തരമെഴുതി ഈ 'സാഹസം' തുടങ്ങാമെന്നു കരുതുന്നു.

സാഹസം എന്നെഴുതിയത് ഇത്തരം കുറിപ്പുകളിൽ പതിയിരിക്കുന്ന ചില പ്രശ്നങ്ങളെപ്പറ്റി ഓർത്തതുകൊണ്ടാണ്. വാക്കുകളെ അവിശ്വസിക്കാൻ തുടങ്ങിയതു മുതലാണ് എഴുത്ത് ആവശ്യമില്ലാത്ത അഥവാ മനസ്സിനെ സംഘർഷത്തിലാക്കുന്ന ഒരനുഭവമായി എനിക്ക് തോന്നിത്തുടങ്ങിയത്. ഒരുപക്ഷേ, എന്റെ കഴിവുകേട് എന്നാവും അതിനെ പറയേണ്ടത്. വാക്കുകളുടെ പ്രളയത്തിലാണ് ഇന്ന് മനുഷ്യലോകമെങ്കിൽ കേരളത്തിലുള്ളത് അന്തമില്ലാത്ത വാക്കുകളുടെ പേമാരിയും അതുണ്ടാക്കുന്ന വൻപ്രളയവുമാണ്. ഈ കാലത്ത് വാക്കുകൾ വെറും ശബ്ദങ്ങളോ, അക്ഷരങ്ങളോ മാത്രമാവുകയാണോ? ശാസ്ത്രവും ചിന്തയും നേരുമില്ലാത്ത വികാരങ്ങളുടെ പുറംതോടു മാത്രമുള്ള അക്ഷരങ്ങൾ! വായനയ്ക്കിടയിൽ വാക്കുകളെപ്പറ്റി തോന്നുന്ന സംശയങ്ങളും പൊരുത്തക്കേടുകളും നേരിടാനാവുമെങ്കിലും അവ എഴുതേണ്ടിവരുന്ന സന്ദർഭങ്ങളിൽ എനിക്ക് വലിയ മാനസിക സംഘർഷങ്ങളുണ്ടാക്കാറുണ്ട്. മലയാളത്തിലെ എഴുത്തിന്റെ കാമ്പില്ലായ്മയെപ്പറ്റി ഒരിക്കൽ മാഷിനോട് പറഞ്ഞപ്പോൾ കേരളത്തിൽ എഴുത്തുകാരല്ലാത്തവരായി ആരെങ്കിലുമുണ്ടോ എന്നും ഈ എഴുതപ്പെടുന്നതെല്ലാം ആരെങ്കിലും വായിക്കുന്നുണ്ടോ എന്നും അദ്ദേഹം ചിരിച്ചുകൊണ്ട് ചോദിച്ചതായോർക്കുന്നു. ഞാനാണെങ്കിൽ മാഷിന്റെ മറുപടി കേട്ട് ആനന്ദലബ്ധിക്ക് ഇനിയെന്തു വേണ്ടൂ എന്ന നിലയിലും! ഇനി ഞാൻ കൂടി എഴുതി കൂട്ടേണ്ടതില്ലല്ലോ!

അടുത്തറിയാവുന്നവരെപ്പറ്റി എഴുതുക എന്നത് എന്നെ സംബന്ധി
ച്ചിടത്തോളം ദുഷ്കരമാണ്. ആദ്യകാഴ്ചയിൽ തുടങ്ങി ഇന്നോളം 'ഇതാ
നേരുള്ള ഒരു മനുഷ്യൻ' എന്ന പേർത്തും പേർത്തും തോന്നിയിട്ടുള്ള
ഒരാളെപ്പറ്റി വാക്കുകളുടെ പേമാരിയിൽ അമ്പരന്നു നില്ക്കുന്ന എന്റെ
വകയും? പ്രത്യേകിച്ച്, അതിനുവേണ്ട മുൻകരുതലോ ആലോചനയോ
സഹായമോ ഒന്നും നല്കാത്ത തിരക്കുപിടിച്ച പട്ടണത്തെ ജോലിത്തിര
ക്കുകൾക്കിടയിൽ!

മനസ്സുമടുക്കുന്ന തൻകാര്യ വിസ്താരമാണ് ഇത്തരം എഴുത്തു
കളുടെ മറ്റൊരു വിന ഞാൻ മുകളിൽ ചോദിച്ച ചോദ്യം തന്നെ ശ്രദ്ധി
ക്കുക. അതിൽ പണിക്കർമാഷ് ഉള്ളതിനേക്കാൾ ഞാനാണുള്ളത്. ആ
ഞാനില്ലാതെ എനിക്കറിയാവുന്ന മാഷെപ്പറ്റി എഴുതുവാനും കഴിയുക
യില്ല! ഇന്നിത് കേരളത്തിൽ പരക്കെ ആധിപത്യം പുലർത്തുന്ന ഒരു രീതി
യാണ്. ഒരു നിമിത്തം വീണു കിട്ടിയാൽ പിന്നെ 'ഞാൻ' ഒരു കുഞ്ഞൊ
ഴുക്കാണ്. കേരളത്തിലെ ബൗദ്ധിക നിലവാരം അളക്കുവാൻ നമ്മുടെ
നാട്ടിൽ ചർച്ചയ്ക്കു വിധേയമാകുന്ന വിഷയങ്ങളും അതിന്റെ രീതികളും
ശ്രദ്ധിച്ചാൽ മതിയാകും. മാധ്യമങ്ങൾക്ക് വിഷയദാരിദ്ര്യമുണ്ടാകുമ്പോൾ
എഴുത്ത്, ചർച്ച, പ്രസംഗം തുടങ്ങിയവ തൊഴിലാക്കിയവരുടെ വ്യവഹാ
രങ്ങളിൽ ഈ 'ഞാൻ അവസ്ഥ' കാണുവാൻ കഴിയും. ഗൗരവമുള്ള
വായനയും വിമർശനബുദ്ധിയും നഷ്ടമായിരിക്കുന്നു. സ്തുതിഗീതങ്ങളും
പയ്യാരം പറച്ചിലുകളും വിവാദങ്ങളും കൊണ്ട് നമ്മുടെ പൊതുജീവിതം
അരങ്ങുതകർക്കുമ്പോൾ അത്തരം രീതികളിൽ തന്നെയാവുമോ പണി
ക്കരെപ്പോലെയുള്ള ഒരു പരിണതപ്രജ്ഞനെപ്പറ്റി, ചിന്തകനെപ്പറ്റി എഴു
തുവാൻ എന്റെ കൈയിലുള്ള വാക്കുകൾ? ഏതായാലും ഡോ.
വിൻസെന്റിന്റെ നിർബ്ബന്ധത്തിന് ഞാൻ വഴിപ്പെടുകയാണ്. ഇതിലുള്ള
കുറവുകളുടെയും ആലോചനയില്ലായ്മയുടെയും ഉത്തരവാദിത്വം എന്നെ
ഇതിനു നിർബ്ബന്ധിച്ചവർക്കുള്ളതാണ് എന്നുകൂടി പറയട്ടെ.

പഠിക്കുന്ന കാലത്തു പണിക്കർ മാഷിനെ പരിചയപ്പെടാനുള്ള ചുറ്റു
പാടെനിക്കില്ലായിരുന്നു. 'യാഥാസ്ഥിതികം' എന്ന് ഇന്ന് പറയേണ്ട ചരിത്ര
സിലബസും, എനിക്ക് പ്രിയപ്പെട്ട മുറുക്കാൻ നിർബ്ബാധം ചവയ്ക്കുന്ന
അദ്ധ്യാപകരുമുള്ള ചങ്ങനാശ്ശേരി എൻ എസ് എസ് കോളേജിൽ അതി
നുള്ള സാദ്ധ്യതകൾ പരിമിതവുമായിരുന്നു. എനിക്കു തോന്നുന്നത്
ജെ എൻ യു വി ൽ പഠിക്കാൻ കഴിഞ്ഞ എന്റെ പ്രായക്കാരിൽ ചിലരിൽ
നിന്നാവാം ഞാൻ പണിക്കർ മാഷിനെപ്പറ്റി ആദ്യം കേൾക്കുകയും പിന്നീട്
വായിച്ചറിയുകയും ചെയ്തത്. 1978 ൽ മാസ്റ്റർ ബിരുദം കഴിഞ്ഞ ഉടൻ
തന്നെ ആലുവ യൂണിയൻ ക്രിസ്ത്യൻ കോളേജിൽ അദ്ധ്യാപകനായി
എത്തിയതോടെ എന്റെ ചരിത്ര കാഴ്ചപ്പാടുകളുടെ രീതി പാടേ മാറുക
യായിരുന്നു. ഡി ഡി കൊസാംബി, ആർ എസ് ശർമ്മ, റോമില ഥാപ്പർ,
ബിപിൻ ചന്ദ്ര, എസ് ഗോപാൽ എന്നിങ്ങനെയുള്ള പേരുകൾക്കിടയിൽ
ജെ എൻ യുവിൽ പഠിപ്പിക്കുന്ന മലയാളിയായ കെ എൻ പണിക്കരുടെ

പേരും പരാമർശിക്കപ്പെടുന്നത് ഏതൊരു ചരിത്രവിദ്യാർത്ഥിയെപ്പോലെ ഞാനും സന്തോഷത്തോടെയാണ് തിരിച്ചറിഞ്ഞത്. 1982 ൽ കോഴിക്കോട് സർവ്വകലാശാലയിൽ എം ഫില്ലിനു ചേർന്നപ്പോൾ എന്റെ ഗവേഷണ വിഷയം സാമൂഹ്യമാറ്റങ്ങൾക്ക് ചാലകശക്തിയാകുന്ന ആശയങ്ങളെയും അതിന്റെ സംഘാടക-വ്യാപന ബലതന്ത്രങ്ങളെപ്പറ്റിയും ആയതിനു പിന്നിൽ അദ്ദേഹത്തിന്റെ കാഴ്ചപ്പാടുകൾക്കും രചനകൾക്കുമൊപ്പം അദ്ദേ ഹത്തിന്റെ സമകാലീനരായിരുന്ന ബിപിൻ ചന്ദ്ര, സുമിത് സർക്കാർ, എസ് ഗോപാൽ, ബരുൺ, ഡെ തുടങ്ങിയവരുടെ രചനകളും സ്വാധീനിച്ചിരുന്നു. ആ സമയത്ത് സജീവമായിരുന്ന കീഴാള പഠനങ്ങൾ എനിക്ക് വലിയ ആവേശമാണ് പകർന്നു നല്കിയത്. ഈ പശ്ചാത്തലത്തിൽ അദ്ദേഹ ത്തോടൊപ്പം ജെ എൻ യുവിൽ പി എച്ച് ഡി ചെയ്യണമെന്നുള്ള ആഗ്രഹം ശക്തമാകുകയും അതിനുവേണ്ടി അദ്ദേഹത്തിനെഴുതുകയും അദ്ദേഹ ത്തിന്റെ താല്പര്യം എന്നെ അറിയിക്കുകയുമുണ്ടായി. എം ഫിൽ കഴിഞ്ഞ് പി എച്ച് ഡി ഫെലോഷിപ്പ് ശരിയായാൽ ഡൽഹിയിൽ പ്രൊഫ സർ. കെ എൻ പണിക്കർക്കൊപ്പമാകും എന്റെ ഗവേഷണം എന്ന് തീർച്ച പ്പെടുത്തിയിരുന്നു. എന്നാൽ കാര്യങ്ങൾ അങ്ങനെയല്ല മുന്നോട്ടുപോയത്. എം ഫിൽ കഴിഞ്ഞ ഉടനെ എനിക്ക് യു ജി സി ഫെലോഷിപ്പ് കിട്ടിയെ ങ്കിലും എന്റെ പ്രണയബന്ധം കോഴിക്കോട്ടുതന്നെ പി എച്ച് ഡി പഠനം തുടരാൻ പ്രേരണയായി. ഞാൻ കോഴിക്കോട് തന്നെ തുടർന്നാൽ മതി എന്ന കാര്യത്തിൽ എം ജി എസ് നാരായണൻ കാട്ടിയ പ്രത്യേക താല്പ ര്യവും നിർബ്ബന്ധബുദ്ധിയും കൂടിയായപ്പോൾ ആ തീരുമാനം ഞങ്ങൾക്ക് കൂടുതൽ സ്വീകാര്യമാവുകയായിരുന്നു.

ഏതായാലും ജെ എൻ യു വിൽ പഠിക്കുവാനും, ആധുനിക കാലത്തെ അവബോധരൂപീകരണം, പുരോഗമനാശയങ്ങളുടെ ഉത്ഭവം, വ്യാപനം, സംസ്കാരം തുടങ്ങി സാമൂഹ്യ മാറ്റത്തിനു നിദാനമാകുന്ന വിഷയങ്ങളെ ആഴത്തിൽ വിശകലനം ചെയ്യുകയും സ്വതന്ത്ര ചിന്ത പുലർത്തുകയും ചെയ്യുന്ന ഒരു ശ്രേഷ്ഠ മനുഷ്യന്റെ വിദ്യാർത്ഥിയാകാ നുമുള്ള അവസരമാണ് എനിക്കു നഷ്ടമായത്.

കോഴിക്കോട് യൂണിവേഴ്സിറ്റിയിൽ തന്നെ പി എച്ച് ഡിക്കു തുട രാൻ തീരുമാനിച്ച കാര്യം അറിയിച്ചതിനുശേഷമാണ് ഞാൻ അദ്ദേഹത്തെ ആദ്യമായി കാണുന്നത്. ആ കൂടിക്കാഴ്ച ഒട്ടും നിറംമങ്ങാതെ എന്റെ മനസ്സിലുണ്ട്. ഞാൻ അന്ന് ആദ്യമായാണ് ജെ എൻ യു കാമ്പസിലെ ത്തുന്നത്. ജെ എൻ യുവിൽ അന്ന് താമസിച്ചത് ആലുവ യൂണിയൻ ക്രിസ്ത്യൻ കോളേജിലെ വിദ്യാർത്ഥിയായിരുന്ന സത്യന്റെ മുറിയിലാണ്. സന്ധ്യയോടടുത്ത നേരം സത്യൻ പറഞ്ഞുതന്ന വഴിയെ ഒറ്റയ്ക്ക് ഞാൻ പണിക്കരുടെ വീട്ടിലെത്തി. പണിക്കർ കുറച്ചു കഴിഞ്ഞാണെത്തിയത് എന്നാണ് ഓർമ്മ. വെളുത്ത കുർത്തയും പൈജാമയും ധരിച്ച് പൊക്ക മുള്ള സുമുഖനായ പണിക്കർ. പരിചയപ്പെട്ടും മറ്റും കഴിഞ്ഞപ്പോൾ അദ്ദേഹം ഭാവവ്യത്യാസങ്ങളൊന്നും കൂടാതെ ചോദിച്ചു "Can I offer you a drink?" ഒട്ടും മലയാളിയല്ലാത്ത ലക്ഷണമൊത്ത ഒരു മലയാളിയെ ആദ്യമായി ഞാൻ പരിചയപ്പെടുകയായിരുന്നു. നാഗരികതയുടെ അഴുക്കു പുരളാത്ത വെടിപ്പാണ് അദ്ദേഹത്തിനുള്ളത്. പാരമ്പര്യം എന്ന് ആഘോഷിക്കുന്ന കാര്യങ്ങളുടെ നിശിത വിമർശകനായ ആധുനികനാണ് അദ്ദേഹം. നെഹ്റുവിന്റെ സ്വതന്ത്ര ചിന്തകളുടെ വലിയ തോതിലുള്ള സ്വാധീനം, ഡി ഡി കൊസാംബി തുടങ്ങിവെച്ച മതേതര ശാസ്ത്രീയ വിശകലനരീതിയുടെ പക്ഷത്ത് അടിയുറച്ചു നില്ക്കുന്ന ചരിത്ര ഗവേഷകൻ, തന്റെ കണ്ടെത്തലുകൾ തെളിമയാർന്ന ഭാഷയിൽ എഴുതുവാൻ കഴിയുന്ന അധ്യാപകൻ, ചരിത്രം പഠിക്കുന്നത് സമൂഹത്തിനു വേണ്ടി പ്രവർത്തിക്കാനാണെന്ന തികഞ്ഞ രാഷ്ട്രീയ ബോധം. അദ്ദേഹത്തോട് അടുക്കുംതോറും ഇങ്ങനെ നിരവധി തിരിച്ചറിവുകൾക്ക് കനം കൂടി വന്നു.

നാഗരികനാണ് പണിക്കർ മാഷ്. സഭ്യതയാണ് അതിന്റെ മുഖമുദ്ര. മാതൃകാപരമായി ജീവിച്ചു ശാന്തമായി പെരുമാറുന്ന ഒരാൾക്ക് എങ്ങനെ ഒരു തികഞ്ഞ പോരാളിയുടെ ജീവിത വീക്ഷണം പുലർത്താനാവും എന്ന് ഞാൻ ആലോചിച്ചിട്ടുണ്ട്. എല്ലാ കാര്യങ്ങളിലും മാതൃകാപരമായി ജീവിക്കുവാൻ കഴിയുന്ന വ്യക്തിക്കുമാത്രമേ തികഞ്ഞ പോരാളിയാകാൻ കഴിയൂ എന്നതിനു അദ്ദേഹത്തിന്റെ ജീവിതം നല്ല മാതൃകയാണ്. നിരവധി കാര്യങ്ങളിൽ അദ്ദേഹം പുലർത്തുന്ന സൂക്ഷ്മതയും ചിട്ടയും സവിശേഷമാണ്. ചില കാര്യങ്ങൾ ഞാൻ ശ്രദ്ധിച്ചിട്ടുള്ളത് പറയാം. സാമ്പത്തിക ഇടപാടുകളിൽ പ്രത്യേകിച്ച് പൊതുസമ്പത്തുമായി ബന്ധപ്പെട്ട താണെങ്കിൽ അദ്ദേഹം പുലർത്തുന്ന ജാഗ്രത അനുകരണീയമായി തോന്നിയിട്ടുണ്ട്. പൊതുഇടങ്ങളിലെ വരികളിൽ ക്ഷമയോടെ ഊഴം കാത്തു നില്ക്കുന്ന കാര്യത്തിൽ തന്റെ തിരക്കും ക്ഷീണവും അദ്ദേഹത്തെ തടയാറില്ല. വിശേഷ സ്ഥാനങ്ങളിൽ പിടിച്ചിരുത്തിയാലേ അദ്ദേഹം ഇരുന്നു എന്നു വരുകയുള്ളൂ. പലകാര്യങ്ങളിലും അദ്ദേഹം പുലർത്തുന്ന ലാളിത്യവും മിതത്വവും അദ്ദേഹത്തിലെ പോരാളിക്കു മാത്രം കഴിയുന്നതാണെന്നു തോന്നിയിട്ടുണ്ട്. മതേതരത്വത്തിലും ശാസ്ത്രീയ കാഴ്ചപ്പാടിലും ഊന്നിയ ചരിത്രരചന മാത്രമല്ല അവയിൽ അധിഷ്ഠിതമായ അന്തസ്സുറ്റ ജീവിതശൈലിയുടെ ഉടമകൂടിയാണദ്ദേഹം.

ആദ്യകാഴ്ച മുതൽ പണിക്കർ മാഷിൽ ഞാൻ കണ്ടിട്ടുള്ള ഒരു പ്രത്യേകത അദ്ദേഹത്തിന് കേരളത്തോടുള്ള സവിശേഷ സ്നേഹമാണ്. നാട്ടിലെ വർത്തമാനങ്ങളറിയാൻ അദ്ദേഹത്തിനെന്നും വലിയ ജിജ്ഞാസയായിരുന്നു. വലിയ മാനസികമായ പിരിമുറുക്കങ്ങൾക്കൊടുവിലാണ് അദ്ദേഹം കേരളത്തിലേക്ക് വരാൻ തീരുമാനിച്ചത്. ആ തീരുമാനത്തിനു പിന്നിൽ ആ സ്നേഹം കൂടി കാരണമാണെന്ന് എനിക്കു തോന്നിയിട്ടുണ്ട്.

അദ്ദേഹത്തിന്റെ രാഷ്ട്രീയ അഭിപ്രായങ്ങൾ, കാഴ്ചപ്പാടുകൾ, അനുഭവങ്ങൾ ഒക്കെ വിലയിരുത്തേണ്ടി വരിക ശാസ്ത്രീയവും മതേതരവും എന്ന രണ്ടു മാനദണ്ഡങ്ങളുടെ അടിസ്ഥാനത്തിലാവണം എന്ന് തോന്നാ

റുണ്ട്. ഇത് ഒരുപക്ഷേ, വളരെ ചെറുപ്പത്തിൽതന്നെ അദ്ദേഹം സ്വായ ത്തമാക്കിയതാവാം. വെല്ലുവിളികളും പരാധീനതകളും വളരെ ചെറുപ്പ ത്തിലേയുള്ള അച്ഛന്റെ മരണവും അമ്മയുടെ സ്നേഹവും ബാല്യകാല വുമൊക്കെ വളരെ യാദൃച്ഛികമായി എന്നോടദ്ദേഹം പറഞ്ഞിട്ടുണ്ട്. കൂട്ടു കുടുംബത്തിലും കുറേയൊക്കെ അദ്ദേഹം ഒറ്റയാൻ ആയിരുന്നിരിക്കാം. കുട്ടിക്കാലത്ത് വീടിനടുത്തുള്ള കുന്നിന്റെ മുകളിൽ മലർന്നുകിടന്ന് നീലാ കാശത്തു വെള്ളിമേഘങ്ങൾ അനുനിമിഷം ഉണ്ടാക്കുന്ന രൂപങ്ങളെ ആസ്വ ദിക്കുക അദ്ദേഹത്തിന്റെ ഇഷ്ടവിനോദമായിരുന്നുവെന്നു പറഞ്ഞ തോർക്കുന്നു.

തന്നെയും തന്റെ സമൂഹത്തെയും അകലെ കാഴ്ചയിൽ കാണു വാൻ വളരെ ചെറുപ്പത്തിലേതന്നെ കഴിഞ്ഞതുകൊണ്ടാവണം കടുത്ത ജാതിശീലങ്ങളുണ്ടായിരുന്ന കുടുംബത്തിലും അദ്ദേഹം വേറിട്ടു ചിന്തി ക്കുന്ന ഒരാളായത്. വീട്ടുമുറ്റത്തെ മാവിൽനിന്നു താഴ്ന്ന വിഭാഗത്തിൽപ്പെട്ട കുട്ടികൾ മാങ്ങ പറിച്ചതിനു കുട്ടികളെ ശിക്ഷിച്ച അമ്മാവന്മാരിലാരെയോ ഭള്ളുപറഞ്ഞ ദലിത് കുട്ടിയുടെ അച്ഛനോട് പക്ഷം ചേർന്ന് "താൻ വന്ന് ഭള്ളുപറയുകയല്ല വേണ്ടത് തോന്ന്യാസം കാട്ടിയവരോട് അതേരീതിയിൽ പ്രവർത്തിച്ചുകാട്ടുകയാണ് വേണ്ടത്." എന്ന് പറഞ്ഞ കാര്യം അദ്ദേഹം എന്നോട് പറഞ്ഞതോർക്കുന്നു. എന്നിട്ടെന്തുണ്ടായി എന്ന് ഞാൻ ചോദി ച്ചപ്പോൾ, താൻ മുകളിൽ നിന്നിറങ്ങി വന്ന് ഇങ്ങനെ പറഞ്ഞ് തിരിച്ചു പോയത് വീട്ടുകാരെയും കുട്ടിയുടെ അച്ഛനെയും ഒരുപോലെ നടുക്കി എന്നും അതോടെ ആ അദ്ധ്യായം അവിടെ അവസാനിച്ചു എന്നുമാണ് അദ്ദേഹം ഓർത്തെടുത്തത്. ഇതെന്നോടു പറഞ്ഞത് നാട്ടിലെ പ്രമാണി വർഗ്ഗം താഴ്ന്ന നിലയിലുള്ള മനുഷ്യരോട് പെരുമാറുന്നതിൽ വടക്കേയി ന്ത്യയിലായാലും തെക്കേയിന്ത്യയിലായാലും വലിയ വ്യത്യാസമൊന്നും ആധുനികകാലത്തും ഉണ്ടായിരുന്നില്ല എന്ന് പറയാനാണ്. കേരളത്തിൽ മേൽപറഞ്ഞപോലെ ഒരു പ്രതികരണം ഉണ്ടാക്കുവാനുള്ള സാഹചര്യ ത്തിനു പിന്നിൽ കമ്യൂണിസ്റ്റ് ആശയങ്ങളും സ്വതന്ത്ര ചിന്തയോടുള്ള ആഭിമുഖ്യവും നിർണ്ണായകമായിരുന്നു എന്നു സൂചിപ്പിക്കുകയായിരുന്നു അദ്ദേഹം.

സ്വതന്ത്രചിന്തയോടുള്ള ആഭിമുഖ്യം തന്നെയാണ് അദ്ദേഹത്തിന്റെ രാഷ്ട്രീയ കാഴ്ചപ്പാടുകളുടെയും അടിസ്ഥാനം. അത് ഏതെങ്കിലും ചില രാഷ്ട്രീയപ്രസ്ഥാനങ്ങളുടെ വേലിക്കെട്ടുകളിൽ ഒതുക്കാൻ കഴിയുമായി രുന്നില്ല. ദേശീയപ്രസ്ഥാനം മുന്നോട്ടുവെച്ച ജനാധിപത്യം മതേതരത്വം സമത്വം എന്നീ ആശയങ്ങളുടെ അടിസ്ഥാനമുള്ളതുകൊണ്ടാവാം അദ്ദേഹം അതിന്റെതന്നെ ഉയർന്നപടിയിലുള്ള ആധുനിക പുരോഗമന ആശയങ്ങളുടെ വക്താവായി മാറിയത്. നിശിതമായ സാമൂഹ്യവിശകല നത്തിന്റെ വഴി തെരഞ്ഞെടുത്ത പ്രൊഫ. പണിക്കർ സ്വാഭാവികമെന്ന വണ്ണമാകണം മാർക്സിസ്റ്റ് വിശകലനരീതികളുടെ പ്രാഥമികത തിരിച്ച റിഞ്ഞത്. മാത്രമല്ല സാമ്പ്രദായിക മാർക്സിയൻ രീതികളിൽനിന്ന് വ്യത്യ

സ്തമായി മനുഷ്യരുടെ സാംസ്കാരിക മണ്ഡലം അദ്ദേഹത്തിന്റെ സവി ശേഷ പഠനത്തിനു വിധേയമായി. അക്കാദമിക് മേഖലയിൽ പുതിയ സാംസ്കാരിക പഠനങ്ങൾ പ്രചാരം നേടുന്നതിന് ഏറെ മുൻപുതന്നെ സംസ്കാരം എങ്ങനെ നിത്യജീവിതത്തിലും സാമൂഹ്യ രാഷ്ട്രീയ ജീവി തത്തിലും ഇടപെടുന്നു എന്നു പഠിക്കുവാൻ അദ്ദേഹം ശ്രമിച്ചിരുന്നു. സാമൂഹ്യമാറ്റത്തിൽ സംസ്കാരത്തിന്റെ സ്വാധീനങ്ങൾ തേടിയ അദ്ദേഹം അക്കാദമിക് ആക്ടിവിസ്റ്റ് ആയി മാറിയത് സ്വാഭാവികമാണ്. അങ്ങനെ യാവാം ഭൂരിപക്ഷ വർഗ്ഗീയതയ്ക്കെതിരെയുള്ള മുൻനിരപ്പോരാളികളി ലൊരാളായി അദ്ദേഹം മാറുന്നത്, ഇത് ചർച്ച ചെയ്യാനുള്ള അവസര മായി ഞാൻ ഈ കുറുപ്പിനെ കാണുന്നില്ല. അത് സ്വതന്ത്ര ഇന്ത്യയിലെ ആരോഗ്യപരമായ പൊതുമണ്ഡലത്തിനുവേണ്ടിയുള്ള അദ്ദേഹത്തിന്റെ നിർണ്ണായക സംഭാവനയാണ്. വർഗ്ഗീയവാദികൾ രൂപം കൊടുക്കുന്ന സർവ്വതന്ത്രങ്ങളെയും അദ്ദേഹം തലനാരിഴകീറി പരിശോധിക്കുന്നുണ്ട്. അതിലൂടെ ബദൽ രൂപീകരണ സാദ്ധ്യതകൾ ശക്തിപ്പെടുത്തുകയാണ് അദ്ദേഹത്തിന്റെ ലക്ഷ്യം. ഒരിക്കൽ ഞാൻ തമാശയായി ഭൂരിപക്ഷ വർഗ്ഗീ യതയുടെ വ്യാപനത്തിൽ പ്രൊഫ. പണിക്കരോട് ആർ എസ് എസുകാർ കടപ്പെടാനിടയുണ്ടോ എന്നൊരു കുസൃതിച്ചോദ്യം ചോദിച്ചതോർക്കുന്നു. ബദൽ സാദ്ധ്യതകൾ ക്ഷയിക്കുമ്പോൾ ഇവ സംഘപരിവാറിനെ കൂടു തൽ സഹായിക്കുമോ എന്നതായിരുന്നു എന്റെ ഭയം. അതിൽ കുറച്ചു ശരിയുമുണ്ടാകാം എന്ന അപകടം അദ്ദേഹവും തിരിച്ചറിഞ്ഞിരുന്നു.

പണിക്കർമാഷെപ്പറ്റിയുള്ള എന്റെ അടുത്ത അനുഭവങ്ങൾ പറയു മ്പോൾ അതൊരു ലേഖനംകൊണ്ടു തീരുന്നതല്ല. എന്റെ ഗവേഷണ പഠന കാലത്തും അതിനുശേഷവും അദ്ദേഹവുമായിട്ടുള്ള അടുത്ത പരിചയം തുടർന്നെങ്കിലും കേരള ഗസറ്റിയേഴ്സ് വകുപ്പിൽ സ്റ്റേറ്റ് എഡിറ്റർ ആകുന്ന കാലത്താണ് അതു കൂടുതൽ ശക്തമാകുന്നത്.

കാലഹരണപ്പെട്ട ഒരാശയത്തിന്റെ ഭാരംപേറി നാമമാത്രമായി പ്രവർത്തിക്കുന്ന ഒരു സംസ്ഥാനസർക്കാർ വകുപ്പായിരുന്നു കേരള ഗസ റ്റിയേഴ്സ്. ഇതിന്റെ ഉദ്ദേശലക്ഷ്യങ്ങൾ എന്താണെന്ന് കണ്ടെത്തു വാൻപോലും അസാദ്ധ്യമായിരുന്ന 'അവസ്ഥ'. ഇതന്വേഷിച്ചു നടക്കുന്ന തിനിടയിലാണ് കേരള ഗസറ്റിയേഴ്സ് വകുപ്പ് അതിന്റെ ഉത്ഭവ ലക്ഷ്യ മായ ജില്ലാ ഗസറ്റിയറുകളുടെ പ്രസിദ്ധീകരണം പൂർത്തിയാക്കിയ സാഹ ചര്യത്തിൽ അതു പിരിച്ചുവിടുവാൻ നിർദ്ദേശിച്ചുകൊണ്ടുള്ള (1981 ലേതാ ണെന്നു തോന്നുന്നു) ഒരു ഫയൽ കാണാനിടയായത്. യഥാർത്ഥത്തിൽ അവിടെത്തുടങ്ങിയതാണ് കെ സി എച്ച് ആർ എന്ന ആശയത്തിന്റെ തുടക്കം. ഈ സ്ഥാപനം രൂപപ്പെടുന്നതിന്റെ പിന്നീടുള്ള എല്ലാ ഘട്ടങ്ങ ളിലും അദ്ദേഹത്തിന്റെ ബുദ്ധിപരമായ നേതൃത്വം സർവ്വപ്രധാനമായി രുന്നു.

ഇതിന്റെ സ്വാഭാവിക തുടർച്ചയായിരുന്നു ഗസറ്റിയർ വകുപ്പ് പിരി ച്ചുവിട്ട് അദ്ദേഹം ചെയർമാനും ഈ ലേഖകൻ ഡയറക്ടറും കേരള

ത്തിലെ ഒമ്പത് പ്രമുഖ സാമൂഹ്യശാസ്ത്ര ഗവേഷകരും സർക്കാർ പ്രതി
നിധികളും അടക്കം 16 പേരടങ്ങുന്ന ഒരു ശാസ്ത്രഗവേഷണ സ്ഥാപന
മായി കെ സി എച്ച് ആർ രൂപീകൃതമായത്. മാഷിന്റെ ഭാഷയിൽ ചുരു
ക്കിപ്പറഞ്ഞാൽ 'ബാലാരിഷ്ടതകളുടെ നൂൽപ്പാലത്തി'ലൂടെയാണ് കെ
സി എച്ച് ആർ അതിന്റെ ആദ്യത്തെ അഞ്ചുവർഷം കഴിച്ചുകൂട്ടിയത്.
അതിന്റെ വിശദാംശങ്ങളിലേക്ക് ഇവിടെ കടക്കുന്നില്ല. എങ്കിൽക്കൂടി ഒന്നു
രണ്ടു കാര്യങ്ങൾ പറയേണ്ടതുണ്ട്. കെ സി എച്ച് ആറിന്റെ രൂപീകര
ണത്തെ തുടർന്ന് പിന്നീടതു പിരിച്ചുവിട്ടത് ദേശീയ അന്തർദ്ദേശീയ തല
ങ്ങളിൽ ഒരു ചെറുത്തുനില്പിന് സാഹചര്യമൊരുക്കി. ഇവിടെ അന്തർദ്ദേ
ശീയം എന്ന് ഒഴുക്കനെ അങ്ങ് പറഞ്ഞുപോയതല്ല. കെ സി എച്ച് ആർ
പിരിച്ചുവിട്ടതിനെതിരെയുള്ള 'In defence of History' എന്ന സമ്മേളനം
തിരുവനന്തപുരത്ത് പ്രൊഫസർ റൊമില ഥാപ്പർ ആണ് ഉദ്ഘാടനം
ചെയ്തത്. അതിനു ആശംസകൾ അർപ്പിച്ചുകൊണ്ട് ചരിത്ര പണ്ഡിത
നായ എറിക് ഹോബ്സ് ബോം തുടങ്ങി നിരവധി പ്രഗത്ഭർ നേരിട്ടും
അല്ലാതെയും പിന്തുണയുമായി എത്തി. പണിക്കർ മാഷിന്റെ ദേശീയത
ലത്തിലും അന്തർദ്ദേശീയതലത്തിലുമുള്ള ബന്ധങ്ങളും പരിചയങ്ങളു
മാണ് കെ സി എച്ച് ആറിന് അത്തരത്തിൽ വലിയൊരു പോരാട്ടത്തിൽ
ഏർപ്പെടാനുള്ള ഇന്ധനം നല്കിയത്. അങ്ങനെ അദ്ദേഹം കെ സി എച്ച്
ആറിന് പുനർജ്ജന്മം നല്കുക മാത്രമല്ല, ഇന്ന് ലോകം അറിയുന്ന ഒരു
ഗവേഷണ സ്ഥാപനമായി കെ സി എച്ച് ആർ വളർന്നതിനു പിന്നിലും
അദ്ദേഹത്തിന്റെ ജാഗ്രതയോടുകൂടിയ കരുതലും കാവലുമാണുള്ളത്.

കെ സി എച്ച് ആറിന്റെ കാര്യത്തിലെന്നപോലെ വൈതരണികൾ
നിറഞ്ഞതായിരുന്നു അന്തർദ്ദേശീയതലത്തിൽ വലിയ അക്കാദമിക്
ചലനം സൃഷ്ടിച്ച പട്ടണം പുരാവസ്തുഗവേഷണത്തിന്റെ കഴിഞ്ഞ 10
വർഷത്തെ ചരിത്രം. അതു നേരിട്ട പ്രതിസന്ധികളും മറ്റും തിരിഞ്ഞു
നോക്കുമ്പോൾ പലപ്പോഴും അദ്ദേഹത്തിന്റെ കരുതൽ ഇല്ലായിരുന്നുവെ
ങ്കിൽ കേരളത്തിന്റെ 'ബൗദ്ധികവും രാഷ്ട്രീയ'വുമായ അന്തരീക്ഷത്തിൽ
അതെവിടെയൊക്കെയോ തട്ടിത്തകർന്നു പോകുമായിരുന്നു എന്നു
തോന്നുന്നു. പലപ്പോഴും ആ കരുതൽ വാചാലമായിരുന്നില്ല. പക്ഷേ, ഇട
യ്ക്കിടെ പറഞ്ഞ ചെറിയ വാക്കുകളിലും നിശ്ശബ്ദതയിലും പ്രതിഫലി
ച്ചിരുന്നത് ആഴത്തിലുള്ള കരുതലായിരുന്നുവെന്ന് തോന്നിയിട്ടുണ്ട്. അതു
കൊണ്ടാവണം സംഘസാഹിത്യകൃതികൾ വായിക്കുവാൻ തുടങ്ങിയതി
നുശേഷം പ്രത്യേകിച്ച് മണിമേഖലയിലെ അരവണഅടികളുടെ ചിത്ര
മാണ് പ്രൊഫസർ. കെ എൻ പണിക്കരെ വിലയിരുത്തുമ്പോൾ എന്റെ
മനസ്സിൽ രൂപം കൊള്ളുന്നത്. ഒന്നിനു പുറകെ ഒന്നായി പലതരം ദുര്യോ
ഗങ്ങളെ നേരിടേണ്ടിവന്ന മണിമേഖലയ്ക്ക് എപ്പോഴും എത്തിപ്പെടാനുള്ള
ഗുരുപാദങ്ങളായിരുന്നു അരവണ അടികൾ.

പണിക്കർ സാറിനെപ്പറ്റി ഓർമ്മയിൽ വരുന്ന ചില കൊച്ചുകൊച്ചു
കാര്യങ്ങൾകൂടി പറയട്ടെ. ശാരീരിക ബുദ്ധിമുട്ടുകൾക്കിടയിലും

നിർബ്ബാധം തുടരുന്ന ഗൗരവമുള്ള വായനയാണ് അദ്ദേഹത്തിന്റെ നിത്യ ജീവിതത്തിലെ കർമ്മവിശേഷം എന്ന് എനിക്ക് പലപ്പോഴും തോന്നാറുണ്ട്.

ഇപ്പോഴത്തെ ശാരീരിക അവശതകൾ ബാധിക്കുന്നതുവരെ അദ്ദേഹം യോഗ ചെയ്യാറുണ്ടായിരുന്നു. ഏതോ വലിയമ്മാവനിൽ നിന്നു കണ്ടുപഠിച്ച ഒരു ശീലം അദ്ദേഹം അടുത്തകാലംവരെ തുടർന്നിരുന്നു. നിത്യവും ഒറ്റക്കാലിൽ നിന്നു ഷേവ് ചെയ്യുന്ന പണിക്കർ മാഷ്! ആ വലി യമ്മാവനും പിന്നിലേക്കു പോകുന്ന ഏതോതരം ചിന്തകളെയാണ് അത് നമ്മെ ഓർമ്മപ്പെടുത്തുന്നത് എന്നു തോന്നുന്നു.

രോഗാവസ്ഥകൾ ഉണ്ടാക്കുന്ന ബുദ്ധിമുട്ടുകൾ തെല്ലും അദ്ദേഹം പുറത്തു കാട്ടാറില്ല. അദ്ദേഹത്തിന് ഒരിക്കൽ നെഞ്ചുവേദന വന്നപ്പോൾ അദ്ദേഹത്തിനൊപ്പം തിരുവനന്തപുരത്തെ പ്രസിദ്ധരായ രണ്ടു ഹൃദ്രോഗ വിദഗ്ദ്ധരെ കണ്ട കാര്യം ഓർക്കുന്നു. രണ്ടുപേരും വളരെ നല്ല രീതിയി ലാണ് പണിക്കർ സാറിനോട് പെരുമാറിയത്. അദ്ദേഹത്തിന്റെ ചില പരി ശോധനാ റിപ്പോർട്ടുകളുമായാണ് അവരെ കാണാൻ പോയത്. അവർ അദ്ദേഹത്തിന്റെ രോഗാവസ്ഥയെപ്പറ്റി വല്ലാതെ ബേജാറു കാട്ടി. സ്ഥിതി ആകെ വഷളാണെന്നും ഓപ്പറേഷൻ അടക്കമുള്ള ചികിത്സകളിലേക്ക് ഉടനടി കടക്കണമെന്നും ഒരാൾ. ഇന്ന് വൈകിട്ടുതന്നെ വേണമെങ്കിൽ എല്ലാ സജ്ജീകരണങ്ങളുമുള്ള പുതിയ ആശുപത്രിയിൽ പ്രവേശിക്കാം എന്നായി രണ്ടാമത്തെയാൾ. ഇത് കേട്ടപ്പോൾ ഞാൻ ആകെ അന്ധാളി ച്ചുപോയി. അസുഖത്തേക്കാൾ കച്ചവടവല്ക്കൃതമായ വൈദ്യമേഖലയെ ഓർത്താണ് ഞാൻ കൂടുതൽ നടുങ്ങിയത്. പണിക്കാരാകട്ടെ എല്ലാ കാര്യ ങ്ങളെക്കുറിച്ചും യുക്തിഭദ്രമായി ചോദിച്ചറിഞ്ഞ് ഒരു ഭാവവ്യത്യാസവും കൂടാതെ ആലോചിച്ചു മടങ്ങിവരാം എന്നു പറയുകയാണുണ്ടായത്. രണ്ടാ മതു പറഞ്ഞ ഡോക്ടർ, "പ്രത്യേകിച്ച് ആലോചിക്കാനൊന്നുമില്ല. ഇപ്പോൾ തന്നെ എല്ലാ ഏർപ്പാടുകളും നടത്താൻ ഞാൻ നിർദ്ദേശം നല്കാം." എന്നുകൂടി പറഞ്ഞതോർക്കുന്നു. പണിക്കരാകട്ടെ തിരിച്ചു ബന്ധപ്പെടാം എന്നുമാത്രം പറഞ്ഞു പോരുകയും ചെയ്തു. ഞങ്ങൾ തിരിച്ചു വീട്ടിൽ എത്തിയപ്പോൾ ആലോചന നടന്നു. പക്ഷേ, ഒന്നും സംഭ വിക്കാത്തമട്ടിൽ പണിക്കർ ഉഷച്ചേച്ചിയെ വിളിച്ച് പരിമിതമായ വാക്കുക ളിൽ ഈ കാര്യങ്ങൾ പറയുകയും ചർച്ച അവസാനിപ്പിക്കുകയും ചെയ്തു. അന്നല്ല അടുത്തെങ്ങും ആശുപത്രിയിൽ പോകേണ്ട ഒരു അവസ്ഥ ഉള്ളതായി അവിടെ നടന്ന ചർച്ചയിൽ തോന്നിയില്ല എന്നതും ഉഷച്ചേച്ചിയുടെ ആശങ്ക പരിമിതമായ വാക്കുകളിൽ സാരമില്ല എന്ന നില യിലെടുത്തും അദ്ദേഹത്തിനു മാത്രം കഴിയുന്ന ഒന്നാണെന്നു തോന്നി. ഏതായാലും ഒരു മാസത്തോളം കഴിഞ്ഞിട്ടാണ് പണിക്കർ വിദഗ്ദ്ധ ചികി ത്സയ്ക്കായി മദ്രാസിലേക്കു പോയത്. കൂടെ ഞാനും പോയിരുന്നു. ഓപ്പൺ ഹാർട്ട് സർജ്ജറി കഴിഞ്ഞതിനുശേഷമാണ് ഞാൻ മടങ്ങിയത്. ഓപ്പറേഷൻ കഴിഞ്ഞ ദിവസവും കടുത്ത വേദന അനുഭവിക്കുന്ന അദ്ദേ ഹത്തിന്റെ മുഖത്തുണ്ടായിരുന്നത് അരവണഅടികളെപ്പോലെയുള്ള ഒരാ

ളുടെ ശാന്തതയായിരുന്നുവെന്നാണ് എനിക്കിപ്പോൾ തോന്നുന്നത്.

പണിക്കർ മാഷ് ഈ ഭൂമി മലയാളത്തിൽ ആരോടും ഒരു പരിധിക്ക പ്പുറം ദേഷ്യപ്പെട്ടു സംസാരിക്കുന്നത് ഞാൻ കണ്ടിട്ടില്ല. വളരെ അപൂർവ്വ മായി നീരസംപോലെ എന്തോ ഒരു വികാരം കാട്ടിയിരുന്നു എന്നു തോന്നുന്നു. അദ്ദേഹം ആരെപ്പറ്റിയും മോശപ്പെട്ട രീതിയിലും അധികം സംസാരിച്ചു കേട്ടിട്ടില്ല; ഒരാളുടെ കാര്യത്തിൽ ഒഴിച്ച്. അതുതന്നെ അദ്ദേ ഹത്തിനു ആഴത്തിൽ വേദനയുണ്ടാക്കിയ സംഭവങ്ങൾ. വെറും നുണ കൾ പറയാൻ ഒരു സങ്കോചവുമില്ലാത്ത ഒരാളെപ്പറ്റിയാണുതാനും. അതും ചുരുങ്ങിയ വാക്കുകളിൽ. അതുപോലെതന്നെയാണ് സ്തുതി പറയുന്ന തിലുമുള്ള അദ്ദേഹത്തിന്റെ പിശുക്ക്. മറ്റുള്ളവരെപ്പറ്റി നിർബ്ബാധം സ്തുതി പറയുന്നതിൽ ഒരു നിയന്ത്രണവുമില്ലാത്ത കേരളത്തിൽ അദ്ദേഹം നിശ്ശ ബ്ദനാവുന്നത് ഞാൻ പലതവണ കണ്ടിട്ടുണ്ട്.

കേരളത്തിന്റെ പൊതു ചിന്താമണ്ഡലത്തെക്കുറിച്ചും അതിന്റെ ആഴ മില്ലായ്മയെക്കുറിച്ചും അദ്ദേഹം ഭയന്നിരുന്നുവെന്ന് ചിലപ്പോൾ തോന്നി യിട്ടുണ്ട്. അത് അദ്ദേഹത്തിന്റെ ജീവിതദർശനങ്ങളിലൂടെയും വായനാ ശീലത്തിന്റെ പശ്ചാത്തലത്തിലുണ്ടായ അവസ്ഥയാണെന്ന് മനസ്സിലാ ക്കുന്നു. എന്നാൽ ചില സന്ദർഭങ്ങളിൽ അത് മറ്റു പല രീതിയിൽ തെറ്റി ദ്ധരിക്കപ്പെട്ടിട്ടുണ്ടെന്ന് തോന്നിയിട്ടുണ്ട്. ചിന്തിക്കുന്നവർ പുലർത്തുന്ന മിത ഭാവങ്ങളെ ഗർവ്വായും തലക്കനമായും ചിത്രീകരിക്കുവാനാണ് വിദ്യാ ഭ്യാസ യോഗ്യതയും ചിന്താശക്തിയുമുണ്ടെന്നു കരുതുന്ന മലയാളിക ളിൽ പലരും മുന്നിട്ടു നില്ക്കുന്നതെന്നു തോന്നുന്നു.

കേരളത്തെ ഹൃദയപൂർവ്വം സ്നേഹിക്കുന്ന ഒരു മനസ്സാണ് പണി ക്കർ മാഷിനുള്ളത് എന്നു ഞാൻ പറഞ്ഞു. എന്റെ ആദ്യ കൂടിക്കാഴ്ച യിൽ തുടങ്ങി ഇന്നോളം ബോദ്ധ്യപ്പെട്ടിട്ടുള്ള കാര്യമാണത്. തികഞ്ഞ അന്തർദ്ദേശീയ വ്യക്തിത്വം ആർജ്ജിക്കുവാൻ കഴിഞ്ഞിട്ടുള്ള അപൂർവ്വം മലയാളികളിൽ ഒരാളാണ് അദ്ദേഹം. ആഴത്തിലുള്ള ജീവിതദർശനം, ഗുണപരമായ സാമൂഹ്യമാറ്റത്തിനുള്ള ചിന്തകൾ, നാഗരികതയുടെ ഉണ്മ, തെളിമ ഇവയെല്ലാം അദ്ദേഹത്തിന്റെ എഴുത്തുകളിൽ വായിച്ചെടുക്കുവാ നാകും. അദ്ദേഹത്തിന്റെ കൃതികളുമായി അത്തരം ഒരു വായനയിലേർപ്പെ ടാൻ കേരളത്തിൽ എത്രപേർക്കായിട്ടുണ്ട് എന്നെനിക്ക് സംശയമുണ്ട്. ചിലപ്പോൾ അദ്ദേഹത്തേയും അത് വേദനിപ്പിച്ചിരിക്കാനിടയുണ്ട്. മാഷിന്റെ ഒരു കൃതിയുടെ തലക്കെട്ടുപോലെ *കൂരിരുൾപരക്കും മുൻപേ* നമുക്ക തിനു കഴിയട്ടെ എന്ന് ആഗ്രഹിക്കുക മാത്രമാണിവിടെ ചെയ്യുന്നത്.

ചരിത്രം സങ്കീർണ്ണമാണ്; ചരിത്രവിശ്ലേഷണവും

എ എം ഷിനാസ്

രണ്ടായിരത്തിരണ്ടിൽ ഹിന്ദുത്വ ഫാസിസ്റ്റുകൾ ഭരണകൂടത്തിന്റെ ഒത്താശയോടെ ഗുജറാത്തിൽ നടത്തിയ ആസൂത്രിതമായ വംശഹത്യ യുമായി ബന്ധപ്പെട്ട് ഡോ. കെ എൻ പണിക്കരെ ഒരു പ്രമുഖ പത്രത്തി നുവേണ്ടി ഈ ലേഖകൻ ഇന്റർവ്യൂ ചെയ്തിരുന്നു. അഭിമുഖാരംഭത്തിനു മുമ്പുള്ള കുശലാന്വേഷണങ്ങൾക്കിടയിൽ 1989 ൽ ഓക്സ്ഫഡ് യൂണി വേഴ്സിറ്റി പ്രസ് പ്രസിദ്ധീകരിച്ച മലബാർ കലാപത്തെക്കുറിച്ചുള്ള അദ്ദേ ഹത്തിന്റെ വിശ്രുത ഗ്രന്ഥമായ *എഗൻസ്റ്റ് ലോഡ് ആന്റ് സ്റ്റേറ്റിനെപ്പ റ്റിയും* ചില കാര്യങ്ങൾ സംസാരിച്ചു. (ഡി സി ബുക്സ് ഈ ഗ്രന്ഥം *പ്രഭുത്വത്തിനും രാജവാഴ്ചയ്ക്കുമെതിരെ* എന്ന ശീർഷകത്തിൽ പ്രസി ദ്ധീകരിച്ചിട്ടുണ്ട്) ഈ ഗ്രന്ഥത്തിന്റെ ജീവനാഡി എന്നുതന്നെ വിശേഷി പ്പിക്കാവുന്ന രണ്ടാം അദ്ധ്യായത്തിൽ (*The making of a Tradition*) പരാമർശിക്കപ്പെടുന്ന സാമ്പ്രദായിക ബുദ്ധിജീവികളെക്കുറിച്ചാണ് ജൈവ ബുദ്ധിജീവിയായ പണിക്കർ മാഷോട് ചില സംശയങ്ങൾ ചോദിച്ചത്. സാമ്പ്രദായിക- ജൈവ ബുദ്ധിജീവികളെപ്പറ്റിയും അവർ അതത് സമൂ ഹങ്ങളിൽ നിർവ്വഹിക്കുന്ന രാഷ്ട്രീയ-സാമൂഹ്യ പങ്കിനെക്കുറിച്ചും ഇറ്റാ ലിയൻ മാർക്സിസ്റ്റ് ചിന്തകനായ ഗ്രാംഷി എഴുതിയത് മനസ്സിൽവെച്ചാ യിരുന്നു എന്റെ ശൈശവനിലവാരത്തിലുള്ള സംശയം. അപ്പോൾ പണി ക്കർ മാഷ് കൗതുകകരമായ ഒരു വസ്തുത വെളിപ്പെടുത്തി.

ഗ്രാംഷിയൻ ചിന്തയെ പഠന മനനങ്ങൾക്ക് വിധേയമാക്കി ഏതാണ്ട് അഞ്ഞൂറിൽപ്പരം ഗ്രന്ഥങ്ങൾ ലഭ്യമാണ്. അവയിൽ ഭൂരിഭാഗം ഗ്രന്ഥങ്ങ ളിലൂടെയും ഗവേഷണകാലത്തും പിന്നീടും മാഷ് കടന്നുപോയിട്ടുണ്ട്. രസകരമായ വസ്തുത, അവയിൽ പത്തിരുപതെണ്ണം ഗ്രാംഷി എന്ന മൗലി കതയുള്ള മാർക്സിസ്റ്റ് ചിന്തകനെ തനി മാർക്സിസ്റ്റ് വിരുദ്ധനായി

ചിത്രീകരിക്കുന്നവയാണ് എന്നതത്രേ. മലബാർ കലാപത്തിന്റെയും അതിനുമുമ്പ് നടന്ന നിരവധി ചെറുകലാപങ്ങളുടെയും പ്രത്യയശാസ്ത്ര പരിസരമൊരുക്കുന്നതിൽ സാമ്പ്രദായിക ബുദ്ധിജീവികൾ വഹിച്ച പങ്കിനെ നിശിതമായ വിശ്ലേഷണപാടവത്തോടെ ഈ ഗ്രന്ഥത്തിൽ പ്രതി പാദിക്കുന്നതുകൊണ്ടാണ് ഇക്കാര്യം പറഞ്ഞത്.

എന്താണ് ഈ ഗ്രന്ഥത്തെ വ്യതിരിക്തവും ശ്രദ്ധേയവുമാക്കുന്നത്? 1920 കൾ തൊട്ട് ഇരുപത്തൊന്നാം നൂറ്റാണ്ടിന്റെ പ്രഥമദശകംവരെ നിര വധി ഗ്രന്ഥങ്ങളും ഗവേഷണപ്രബന്ധങ്ങളും മലബാർ കലാപസംബ ന്ധിയായി പുറത്തുവന്നിട്ടും കെ എൻ പണിക്കരുടെ ഈ കൃതി അവ യിൽനിന്നെല്ലാം വേറിട്ടുമാറി. വിമർശകർക്കുപോലും അവഗണിക്കാനാ വാത്ത ഒരു വിളക്കുമരമായി ഇപ്പോഴും തലയുയർത്തി നില്ക്കുന്നതെ ന്തുകൊണ്ടാണ്? ചരിത്രകുതുകികളെ ഈ ഗ്രന്ഥം അത്ഭുതപ്പെടുത്തു ന്നതിന്റെ രാസവിദ്യ എന്താണ്? ഇന്ത്യയിലെയും വിദേശത്തെയും നിര വധി ആർക്കൈവുകളിൽ സസൂക്ഷ്മം നടത്തിയ അന്വേഷണങ്ങളും ഗ്രന്ഥകാരൻ ഇതിനായി കമ്പോടുകമ്പ് വായിച്ച പുസ്തകങ്ങളും കലാപ സമയത്ത് ജീവിച്ചിരുന്ന പ്രമുഖരും അല്ലാത്തവരുമായി വിമർശനബുദ്ധ്യാ നടത്തിയ സംഭാഷണങ്ങളുമാണോ? തീർച്ചയായും ഈ ഗ്രന്ഥത്തിന്റെ അനിതര സാധാരണമായ കെട്ടുറപ്പിനും ശില്പഭദ്രതയ്ക്കും മേല്പറഞ്ഞ ഘടകങ്ങൾ സഹായകമായിട്ടുണ്ട്.

പക്ഷേ, അതല്ല പ്രധാന കാര്യം. ചരിത്രസംഭവങ്ങളെ ഏകഹേതു കമായി വ്യാഖ്യാനിച്ച് ചരിത്രമെഴുതുന്നവരുണ്ട്. അത്തരം ചരിത്രങ്ങൾ ഉത്സവനോട്ടീസ് പോലെയാണ്. ഉപരിപ്ലവ നിരീക്ഷണങ്ങളുടെ ഒരു വസ്തുതാവിവരണ രീതിയാണത്. സംഭവങ്ങൾ ബഹുഹേതുക്കളാ ണെന്ന് മനസ്സിലാക്കി ചരിത്രമെഴുതുന്നവരാണ് കൂടുതൽ. അവരിൽ മിക്ക വരും ചരിത്രസംഭവങ്ങൾക്ക് നിദാനമായ കാരണങ്ങളെ പ്രാധാന്യത്തി നനുസരിച്ച് ഒന്നിനു പിറകെ ഒന്നായി അക്കമിട്ട് സൂക്ഷ്മന്യൂനപക്ഷ മാണ്– വ്യത്യസ്ത കാരണങ്ങളുടെ പരസ്പരബന്ധവും അവ തമ്മിലുള്ള സങ്കീർണ്ണവും വൈരുദ്ധ്യാത്മകവുമായ പ്രതിപ്രവർത്തനങ്ങളും ബന്ധ വിച്ഛേദങ്ങളും ഉൾപ്പിരിവുകളും അപഗ്രഥിച്ച് ചരിത്രമെഴുതുന്നവരാണ്. അതീവ ദുഷ്കരമായ കർമ്മപരിപാടിയാണത്. കെ എൻ പണിക്കരുടെ ഗ്രന്ഥം മറ്റു മിക്ക മലബാർ കലാപചരിത്രഗ്രന്ഥങ്ങളിൽനിന്നും വേറിട്ടു നില്ക്കുന്നത് ഈ ബിന്ദുവിൽ വെച്ചാണ്. ഭൂതകാലവിശ്ലേഷണം സങ്കീർണ്ണ പ്രക്രിയയാണെന്നും അതിന് ചെറിയ തോതിലുള്ള ബുദ്ധിവ്യായാമം പോരെന്നും വെളിപ്പെടുത്തുന്നു ഈ പ്രൗഢഗ്രന്ഥം.

മലബാർകലാപത്തെക്കുറിച്ച് ഇ എം എസ് മുന്നോട്ടുവെച്ച വ്യാഖ്യാ നത്തെ പാർട്ടിയെ 'സന്തോഷിപ്പിക്കാൻ' വേണ്ടി കെ എൻ പണിക്കർ ഏറ്റുപിടിച്ചതിന്റെ പരിണതഫലമാണ് ഈ ഗ്രന്ഥമെന്ന് ഡോ. എം ജി എസ് നാരായണനെപ്പോലുള്ള വിമർശകർ അഭിപ്രായപ്പെട്ടിട്ടുണ്ട് *National Question in Kerala* എന്ന ഗ്രന്ഥത്തിൽ ഇ എം എസ് മലബാർ

കലാപത്തെക്കുറിച്ച് ശ്രദ്ധേയമായ ചില നിരീക്ഷണങ്ങള്‍ നടത്തിയിട്ടുണ്ട്. കലാപത്തിന്റെ പൊതുസ്വഭാവം സാമ്രാജ്യത്വവിരുദ്ധവും ജന്മിത്ത്വവിരു ദ്ധവുമായിരുന്നു എന്ന് ആദ്യം ചൂണ്ടിക്കാട്ടിയത് ഇ എം എസ് തന്നെ യാണ്. (ഇക്കാര്യം കെ എൻ പണിക്കര്‍തന്നെ പലപാട് അടിവരയിട്ട് പറ ഞ്ഞിട്ടുണ്ട്) പക്ഷേ, ഇ എം എസ് ഒരു അക്കാദമിക് ചരിത്രകാരനായിരു ന്നില്ല. അങ്ങനെ അവകാശപ്പെട്ടിട്ടുമില്ല. ഇ എം എസിന്റെ വാദങ്ങളുടെ യാന്ത്രികമായ പുനരുല്പാദനം മാത്രമാണ് ഈ ഗ്രന്ഥമെന്നും പാര്‍ട്ടിയെ 'സേവിക്കാൻ' വേണ്ടിയാണ് കെ എൻ പണിക്കര്‍ ഇത് എഴുതിയതെന്നും എം ജി എസ് പറയുന്നത് ഒന്നര വ്യാഴവട്ടത്തോളമായി എം ജി എസ് തുടരുന്ന വലതുപക്ഷ സേവയെ മുൻനിര്‍ത്തി തല്‍ക്കാലം നമുക്ക് വിടാം. ചില പ്രത്യേക വിരോധം മനസ്സില്‍വെച്ച് എന്തിനെയും കാണുന്ന ഒരു സവിശേഷ 'ചരിത്രാപഗ്രഥനരീതി' എം ജി എസ് വികസിപ്പിച്ചെടുത്തിട്ട് കുറച്ചുകാലമായി. ഇത്തരം വിലകുറഞ്ഞ ഉദീരണങ്ങള്‍ വഴി രീതിശാ സ്ത്രപരമായി അങ്ങേയറ്റം കാര്‍ക്കശത്വവും തെളിവുകളുടെ പുനര്‍വാ യനയില്‍ പുലര്‍ത്തുന്ന വിശ്ലേഷണപടുത്വവും അവതരണത്തിലുള്ള അസാധാരണമായ കൈയൊതുക്കവും പ്രഘോഷണം ചെയ്യുന്ന ഈ ഗ്രന്ഥത്തെ ചെറുതാക്കുന്ന വൃഥാവ്യായാമമാണ് എം ജി എസിന്റേത്.

മലബാര്‍ കലാപത്തെക്കുറിച്ച് സാമ്പത്തിക കാരണങ്ങളുടെ അസം തൃപ്ത നിലങ്ങളില്‍ കുറ്റിയടിക്കാനോ മതപ്രോക്തചോദനകളുടെ തീവ്ര സ്ഥലികളില്‍ പ്രതിഷ്ഠിക്കാനോ ആണ് പൊതുവെ ശ്രമിച്ചുകാണാറു ള്ളത്. അല്ലെങ്കില്‍ ഇവ രണ്ടും സമാസമം ചേര്‍ത്തുള്ള 'സന്തുലിത വ്യാഖ്യാന' അഭ്യാസങ്ങളും കണ്ടുവരാറുണ്ട്. ഹിന്ദുകര്‍ഷകര്‍ ഉള്‍പ്പെടെ യുള്ള മലബാറിലെ കര്‍ഷക ജനസാമാന്യം ഒരുപോലെ ചൂഷിതരും അടി ച്ചമര്‍ത്തപ്പെട്ടവരുമായിട്ടും എന്തുകൊണ്ട് മാപ്പിളമാര്‍ മാത്രം കലാപക്ക ളത്തിലിറങ്ങി എന്ന ചോദ്യം പ്രസക്തമാണ്. കെ എൻ പണിക്കര്‍ എഴു തുന്നത് കാണുക. അസംതൃപ്തി സംഘടിതരൂപത്തില്‍ പ്രകാശിപ്പിച്ചത് മാപ്പിളമാര്‍ മാത്രമാണ് എന്നത് കലാപത്തിന്റെ മതപരമായ ഉള്ളടക്കം എന്നതിനേക്കാളേറെ മതപരമായ സന്ദര്‍ഭത്തെയാണ് സൂചിപ്പിക്കുന്നത്... ഇത്തരത്തിലുള്ള ഒരു മതാത്മക പ്രത്യയശാസ്ത്ര പരിസരമൊരുക്കിയ തില്‍ ധാരാളം ഘടകങ്ങള്‍ ഇടനിലപ്രവര്‍ത്തനം നടത്തിയിട്ടുണ്ട്. അവ യില്‍ പ്രധാനം മാപ്പിളമാര്‍ക്കിടയില്‍ നേരത്തെ നടന്ന സാമൂഹികീക രണം, ജനകീയ സംസ്കാരത്തിന്റെ സ്വാധീനം, സാമ്പ്രദായിക ബുദ്ധി ജീവികളുടെ പങ്ക് എന്നിവയാണ് (Panikkar 2001: 49) എങ്ങനെയെല്ലാ മാണ് ഈ ഘടകങ്ങളുടെ മദ്ധ്യസ്ഥത നടന്നിട്ടുള്ളത് എന്നത് ഒരു സങ്കീര്‍ണ്ണപ്രക്രിയയാണ്. ഈ സങ്കീര്‍ണ്ണപ്രക്രിയ അനാച്ഛാദനം ചെയ്യു ന്നതില്‍ ഗ്രന്ഥകാരന്‍ പ്രദര്‍ശിപ്പിക്കുന്ന സൂക്ഷ്മാപഗ്രഥന വൈഭവമാണ് ഈ കൃതിയെ വ്യതിരിക്തമാക്കുന്നത്. കലാപം ഒരേസമയം കാര്‍ഷികവും മതപരവും ആയിരുന്നു എന്ന് സമര്‍ത്ഥിക്കുകയല്ല പണിക്കര്‍. രണ്ടിന്റെയും സങ്കീര്‍ണ്ണമായ പരസ്പരബന്ധത്തെ അനാവരണം ചെയ്യുകയാണ്. ഇത്

മനസ്സിലാക്കണമെങ്കിൽ കലാപത്തെക്കുറിച്ച് എഴുതപ്പെട്ടിട്ടുള്ള ചില ശ്രദ്ധേയഗ്രന്ഥങ്ങൾ മുന്നോട്ടുവെക്കുന്ന വാദങ്ങളുടെ രത്നച്ചുരുക്കത്തി ലൂടെ കടന്നുപോകേണ്ടതുണ്ട്. ഹിച്ച്കോക്കും ടോട്ടൻ ഹാമും മാധവൻ നായരും സൗമ്യേന്ദ്രനാഥ ടാഗോറും ഭനഗരെയും റോബർട്ട് ഹാർഡ് ഗ്രേവും മുതൽ എം ഗംഗാധരനും കോൺറാഡ്വുഡും സ്റ്റീഫൻ ഡേലും എം ടി അൻസാരിയുമുൾപ്പെടുന്ന ഒരു നീണ്ടനിര ഗ്രന്ഥകാരന്മാർ കലാ പത്തെക്കുറിച്ച് എഴുതിയിട്ടുണ്ട്.

ഇവരിൽ ബ്രിട്ടീഷ് മാർക്സിസ്റ്റ് ചരിത്രകാരനായ കോൺറാഡ്വുഡ് ഒരു സാമ്പത്തിക വ്യാഖ്യാനമാണ് മുന്നോട്ടുവെക്കുന്നത്. മതം അദ്ദേഹ ത്തിന്റെ ദൃഷ്ടിയിൽ കലാപസന്നാഹത്തിനുള്ള ഒരു ഉപാധി മാത്രമായി രുന്നു. കലാപത്തെക്കുറിച്ചുള്ള അമേരിക്കൻ ചരിത്രകാരനായ സ്റ്റീഫൻ എഫ് ഡേലിന്റെ പഠനം തികച്ചും മതകേന്ദ്രിതമാണ്. പത്തൊമ്പതാം നൂറ്റാണ്ടിന്റെ മദ്ധ്യത്തിൽ മലബാറിൽ ഉദ്യോഗസ്ഥരായിരുന്ന ടി എൽ സ്ട്രേഞ്ചും എച്ച് വി കൊണോലിയും മുന്നോട്ടുവെച്ച 'മാപ്പിളമത ഭ്രാന്ത'ന്മാരുടെ ലഹള എന്ന പഴയ വീഞ്ഞ് പുതിയ കുപ്പിയിലാക്കുക യാണ് സ്റ്റീഫൻ ഡേൽ. (1836 മുതൽ 1921 വരെ മുപ്പതിൽപ്പരം ചെറു മാപ്പിളലഹളകൾ നടന്നിരുന്നു. ഇവയെ ബ്രിട്ടീഷ് 'മതഭ്രാന്തരായ' മാപ്പി ളമാർ നടത്തിയ വിധ്വംസക കൃത്യങ്ങളായാണ് വിലയിരുത്തിയത്). ഡെയ്ലിന്റെ അഭിപ്രായത്തിൽ കലഹശീലരായ ഒരു ചെറിയ വിഭാഗം പുരോഹിതരാൽ പ്രചോദിപ്പിക്കപ്പെട്ട മതാന്ധരായ മാപ്പിളമാരാണ് ഒരു മതപ്രവർത്തനമെന്ന നിലയിൽ ഓരോ ലഹളയും നടത്തിയത്. ഈ പുരോഹിതവിഭാഗം അവരുടെ അദ്ധ്യാപനങ്ങൾ ജിഹാദിന്റെ ചട്ട ക്കൂടിലാണ് പരുവപ്പെടുത്തിയത്. (*Dale* 1975:87) ഡെയ്ൽ തുടർന്നെഴു തുന്നത് ഓരോ മാപ്പിളലഹളയും 'ആത്മഹത്യാപരമായ ജിഹാദ്' ആയാണ് നടത്തപ്പെട്ടത് എന്നാണ്. മലബാറിലെ കാർഷികഘടനയിൽ മാപ്പിളകുടിയാന്മാർ അനുഭവിച്ചുപോന്ന പീഡനവും ചൂഷണവും ഒഴു ക്കൻ മട്ടിൽ ഡെയ്ൽ വിവരിച്ചുപോകുന്നുണ്ടെങ്കിലും അവ കലാപത്തിന് പര്യാപ്തമായ കാരണങ്ങളായി അദ്ദേഹം കാണുന്നില്ല.

മറ്റൊരു പ്രബന്ധത്തിൽ രക്തസാക്ഷിയാകാനുള്ള ത്വര ഇസ്ലാമിക സമൂഹത്തിന്റെ സഹജസ്വഭാവമാണെന്നും മലബാറിലെ മാപ്പിളമാരും ഈ ഇസ്ലാമിക ആദർശമാണ് മുറുകെപ്പിടിച്ചതെന്നും ഡെയ്ൽ എഴുതുന്നു (Dale 1988). ഇനിയുമൊരു പ്രബന്ധത്തിൽ 1921 ലെ മലബാർ കലാപ ത്തെയും പത്തൊമ്പതാം നൂറ്റാണ്ടിൽ നടന്ന ചെറുകലാപങ്ങളെയും ആധുനികപൂർവ്വ ഭീകരവാദത്തിന്റെ ഉദാഹരണങ്ങളായാണ് ഡെയ്ൽ വീക്ഷിക്കുന്നത്. മാത്രമല്ല, രാഷ്ട്രീയ ഇസ്ലാം എന്ന ഇസ്ലാമിസത്തിനാൽ പ്രചോദിതമായ സമകാലിക തീവ്രവാദത്തെ പഠിക്കുന്ന സാമൂഹിക ശാസ്ത്രജ്ഞർ ചരിത്രത്തിലെ ഈ പൂർവ്വരൂപങ്ങളിൽനിന്ന് തുടങ്ങണ മെന്ന് ഡെയ്ൽ ഉദ്ബോധിപ്പിക്കുകയും ചെയ്യുന്നു.

ഡെയ്ലിന്റെ വാദമുഖങ്ങളുടെ വ്യഥാസ്ഥൂലത കെ എൻ പണിക്ക

രുടെ ഗ്രന്ഥം ഒരാവർത്തി വായിക്കുന്ന ആർക്കും പിടികിട്ടും. ഇസ്ലാമിനെ പാശ്ചാത്യ യുക്തിചിന്തയുടെയും ആധുനികതയുടെയും അപര സ്ഥാനത്ത് നിർത്തുന്ന പൗരസ്ത്യവാദ സമീപനത്തിന്റെ ഉല്പന്നമാണ് ഡെയ്ൽ മുന്നോട്ടുവെക്കുന്ന വികലവീക്ഷണം. എഡേർഡ് സെയ്ദിന്റെ ഓറിയന്റലിസ്റ്റ് വിമർശനത്തിന്റെ വിശാലമായ ചട്ടക്കൂടിൽ നിന്നുകൊണ്ട് ചരിത്രനിർദ്ധാരണം നടത്തുന്ന ചില കീഴാളപക്ഷ ചരിത്രകാരന്മാർ പ്രാകൃതനും മതഭ്രാന്തനുമായ മാപ്പിള എന്ന നിർമ്മിതിയുടെ ജ്ഞാന ശാസ്ത്രപരവും പ്രത്യയശാസ്ത്രപരവുമായ ലക്ഷ്യവും അടിസ്ഥാനവും അനാവരണം ചെയ്തിട്ടുണ്ട്.

എന്തുകൊണ്ട് മാപ്പിളക്കുടിയാന്മാരെപ്പോലെ നിസ്വരും ചൂഷിതരു മായിട്ടും ഹിന്ദുകുടിയാന്മാർ കലാപത്തിന് ഒരുമ്പെട്ടില്ല എന്നതിന് യുക്തി ഭദ്രമായ വിശദീകരണം പണിക്കർ നല്കുന്നു. 19-ാം നൂറ്റാണ്ടിൽ നടന്ന ചെറുലഹളകളിൽ ഹിന്ദു കുടിയാന്മാരുടെ സാന്നിദ്ധ്യം ഉണ്ടായിരുന്നതേ യില്ല. 1921 ൽ വിരലിലെണ്ണാവുന്ന ഹിന്ദുകർഷകർ ലഹളയിൽ പങ്കെടു ത്തിരുന്നു.

ഇവിടെയാണ് നേരത്തെ സൂചിപ്പിച്ച സാമ്പ്രദായിക ബുദ്ധിജീവിക ളുടെ പങ്കും ജനകീയ സംസ്കാരത്തിന്റെ സ്വാധീനവും മാപ്പിളമാർക്കിട യിൽ 19-ാം നൂറ്റാണ്ടിൽ തന്നെ നടന്ന സാമൂഹികീകരണവും കേന്ദ്രസ്ഥാ നത്തേക്ക് വരുന്നത്. സൗകര്യത്തിനുവേണ്ടി കെ എൻ പണിക്കരുടെ വാദ മുഖങ്ങളെ ആറ്റിക്കുറുക്കി അക്കമിട്ടുനിരത്താം.

1. മതത്തിന്റെയും സംസ്കാരത്തിന്റെയും സാമൂഹികവും പ്രത്യയ ശാസ്ത്രപരവുമായ മദ്ധ്യസ്ഥത കലാപപ്രവർത്തനത്തിൽ നിർണ്ണായ കമായ ഘടകങ്ങളായിരുന്നു. പക്ഷേ, ഹിന്ദുകർഷകർ നിഷ്ക്രിയരായ പ്പോൾ മാപ്പിള കർഷകർ രണോത്സുകരായി കലാപത്തിലേക്ക് എടുത്തു ചാടി. എന്തുകൊണ്ട്? വിഭിന്നങ്ങളായ കെട്ടുപാടുകൾ- മതപരം, സാമു ദായികം, വൈവാഹികം- ഹിന്ദുകർഷകരെ അവരുടെ ജന്മിമാരുമായി ബന്ധിപ്പിച്ചിരുന്നു. ഹിന്ദുജന്മിമാർക്ക് മിക്കപ്പോഴും സാമ്പത്തിക അധി കാരങ്ങൾക്കു പുറമെ മത-സാമുദായിക അധികാരങ്ങളുമുണ്ടായിരുന്നു. അതുകൊണ്ടുതന്നെ ഹിന്ദുകർഷകരുടെ കീഴ്പ്പെടൽ സാമ്പത്തിക മണ്ഡ ലത്തിൽ മാത്രം ഒതുങ്ങുന്നില്ല. അവരുടെ വിധേയത്വം സാമൂഹികവും പ്രത്യയശാസ്ത്രപരവുമായ മറ്റിടങ്ങളിലേക്കും നീണ്ടുകിടന്നു. സാമൂഹി കഭ്രഷ്ട് ഉൾപ്പെടെയുള്ള വിലക്കുകളിലൂടെ നിഷേധിയായ ഹിന്ദുകുടി യാനെ വരച്ചവരയിൽ നിർത്താൻ ജന്മിമാർക്ക് അനായാസം സാധിക്കു മായിരുന്നു. ഹിന്ദുക്കൾക്കിടയിലെ സാമ്പ്രദായിക ബുദ്ധിജീവികൾ ഒന്നു കിൽ ജന്മിമാരോ അല്ലെങ്കിൽ അവരുമായി പലവിധത്തിൽ അടുത്തബ ന്ധമുള്ളവരോ ആയിരുന്നു. മുസ്ലീങ്ങളെപ്പോലെ പ്രാർത്ഥനയ്ക്കും മറ്റും ഒത്തുകൂടാൻ അക്കാലത്ത് മലബാറിൽ താഴ്ന്ന ജാതിക്കാരായ ഹൈന്ദ വർക്ക് പൊതുസ്ഥലങ്ങൾ കുറവായിരുന്നു.

2. അതേസമയം മതം മുസ്ലീങ്ങൾക്കിടയിൽ വിപരീതകൃതമാണ്

നിർവ്വഹിച്ചത്. സ്വത്തുവകകളുള്ള സമ്പന്ന മേൽജാതി ഹിന്ദുക്കളുമായി പാവപ്പെട്ട മുസ്ലിം കർഷക ജനസഞ്ചയത്തിന് സാംസ്കാരികമോ സാമു ദായികമോ ആയ ബന്ധങ്ങൾ നന്നേ കുറവായിരുന്നു. മമ്പുറം തങ്ങൾമാ രെപ്പോലുള്ള സാമ്പ്രദായിക ബുദ്ധിജീവികൾ കുടിയിറക്കുന്ന ജന്മിയെ കൊല്ലുന്നത് പാപമല്ലെന്നും ഇത്തരം സാമൂഹിക അനീതികളെ ഹിംസ കൊണ്ട് നേരിടുന്നത് മതം വിലക്കുന്നില്ലെന്നും ഇതിനിടയിൽ രക്ത സാക്ഷിത്വം വരിക്കുന്നവർ സ്വർഗ്ഗസ്ഥരാകുമെന്നും മതപ്രബോധനങ്ങ ളിലൂടെ ഉദ്ബോധിപ്പിച്ചിരുന്നു. നീതിക്കുവേണ്ടിയുള്ള യത്നത്തിൽ ഷഹീദ് ആകുന്നതിനെ മതത്തിന്റെ പിൻബലത്തിൽ ധാർമ്മികമായും പ്രത്യയശാസ്ത്രപരമായും അവർ ന്യായീകരിച്ചു. പ്രമുഖ ഉലമാക്കൾ മാത്രമല്ല താഴെക്കിടയിലുള്ള ഖാസിമാരും മുസല്യാന്മാരും മുല്ലമാരും മുക്രിമാരുമെല്ലാം ഹിന്ദുകുടിയാന്മാർക്കില്ലാത്ത മറ്റുചില സൗകര്യങ്ങളു ണ്ടായിരുന്നു; ഒത്തുകൂടാനുള്ള അവസരവും സ്ഥലങ്ങളും. പള്ളികളും പെരുന്നാളും നേർച്ചകളും മൗലൂദുകളും അവർക്ക് പരിഭവങ്ങളും പരി ദേവനങ്ങളും പരസ്പരം പങ്കുവെക്കാനും ജന്മിമാരുടെ അനീതിക്കെതി രിൽ ലഹളകൾ ആസൂത്രണം ചെയ്യാനും നടപ്പാക്കാനും സൗകര്യം നല്കി. മദ്ധ്യകാല യൂറോപ്പിലെ കാർഷിക കലാപങ്ങളെക്കുറിച്ച് പഠിച്ച റോഡ്നി ഹിൽട്ടനെപ്പോലുള്ളവർ ക്രിസ്തീയ വിരുന്നുസൽക്കാരങ്ങളും പെരുന്നാളുകളും കർഷകരെ കലാപസജ്ജരാക്കുന്നതിൽ വഹിച്ച പങ്ക് നിരീക്ഷിച്ചിട്ടുണ്ട്. യൂറോപ്പിൽ താഴേക്കിടയിലുള്ള പുരോഹിതന്മാർ കലാ പകാരികൾക്ക് പ്രചോദനം പകർന്നിരുന്നതായും അവർ ചൂണ്ടിക്കാട്ടുന്നു. സാമ്പ്രദായിക ബുദ്ധിജീവികളിൽ പലർക്കും അമാനുഷമായ കഴിവുകൾ ഉണ്ടെന്ന് മാപ്പിളമാർ ദൃഢമായി വിശ്വസിച്ചു. വെളിയങ്കോട്ടെ ഉമർഖാസിക്ക് പൊലീസ് ലോക്കപ്പിൽ നിന്ന് അപ്രത്യക്ഷനാകാൻ കഴിയുമെന്നും ചെമ്പ്ര ശ്ശേരി തങ്ങൾക്ക് ചീറിവരുന്ന വെടിയുണ്ടകളെ വെള്ളമോ പഞ്ഞിയോ ആക്കിമാറ്റാൻ കഴിയുമെന്നും മമ്പുറം തങ്ങൾക്ക് മാറാവ്യാധികൾ സുഖ പ്പെടുത്താനും കൊടുംവേനലിൽ മഴ പെയ്യിക്കാനും നിലംപതിച്ച മരങ്ങളെ പൂർവ്വസ്ഥിതിയിലാക്കാനും സാധിക്കുമെന്നുമെല്ലാം അധഃസ്ഥിത മുസ്ലിം ജനസാമാന്യം വിശ്വസിച്ചു. സാമ്പ്രദായിക ബുദ്ധിജീവികൾ പ്രക്ഷേപിച്ച മതസങ്കല്പങ്ങളാൽ ക്ലിപ്തപ്പെടുത്തപ്പെട്ടതായിരുന്നു മാപ്പിള കർഷകന്റെ പ്രത്യയശാസ്ത്രലോകം. ഈ പ്രത്യയശാസ്ത്ര പരിസരത്തിൽനിന്നാണ് അനീതിക്കെതിരെ സമരം ചെയ്യാനുള്ള ഊർജ്ജം മാപ്പിള കുടിയാന്മാർ സംഭരിച്ചത്.

3. കാർഷിക അസംതൃപ്തിയെ കലാപത്തിലേക്ക് പരാവർത്തനം ചെയ്യുന്നതിൽ മതം ഒരു പ്രത്യയശാസ്ത്രമായി വർത്തിച്ചു എങ്കിലും മാപ്പിളമാർക്കിടയിലെ ഐക്യദാർഢ്യം തിരശ്ചീനമായിരുന്നു. ലംബമാ നമായിരുന്നില്ല. ഗ്രാമീണമാപ്പിളമാർ ഒരു വർഗ്ഗമെന്ന നിലയിൽ രൂപപ്പെ ടുകയോ വളരുകയോ ചെയ്തിരുന്നില്ല. അവരിലുണ്ടായിരുന്നത് നിഷേ ധാത്മകരൂപത്തിലുള്ള വർഗ്ഗബോധമായിരുന്നു (negative class conscious-

ness) അതായത്, ശത്രുവർഗ്ഗത്തെക്കുറിച്ച് അവർക്ക് കൃത്യമായ ധാര
ണയുണ്ടായിരുന്നു; സ്വന്തമായി ഒരു വർഗ്ഗമെന്ന നിലയ്ക്ക് രൂപപ്പെട്ടിട്ടി
ല്ലെങ്കിലും.

കെ എൻ പണിക്കർ തന്റെ ഗ്രന്ഥം ഉപസംഹരിക്കുന്നത് ഇങ്ങനെ
യാണ്. 'കലാപകാരികളുടെ പ്രവർത്തനഗതി ഒരു കാര്യം അടിവരയിട്ട്
സ്ഥാപിക്കുന്നു. ജന്മിത്തത്തിനും കൊളോണിയൽ ഭരണകൂടത്തിനുമെ
തിരെയുള്ള ഒരു അന്തർബോധമാണ് അവരെ നയിച്ചിരുന്നത്. ഈ ബോധ
മാകട്ടെ ബ്രിട്ടീഷ് ഭരണത്തിന്റെ ആരംഭത്തിൽ തന്നെ തുടങ്ങിയ പ്രക്രി
യയായി. പത്തൊമ്പതാം നൂറ്റാണ്ടിൽ നടന്ന കലാപങ്ങളുടെ അനുഭവ
ജ്ഞാനത്തിലൂടെയാണ് അത് വികാസം പ്രാപിച്ചത്. വാമൊഴി പാരമ്പ
ര്യത്തിലൂടെ വരുംതലമുകളിലേക്ക് പ്രേഷണം ചെയ്യപ്പെട്ട ആ ചെറുക
ലാപങ്ങളെക്കുറിച്ചുള്ള ഓർമ്മകൾ കർഷക അവബോധ വളർച്ചയിൽ
മർമ്മപ്രധാനമായിരുന്നു. ഇതാണ് ഒടുവിൽ 1921 ൽ ജന്മികൾക്കും കൊളോ
ണിയൽ ഭരണകൂടത്തിനുമെതിരെയുള്ള അതിശക്തമായ കലാപമായി
പ്രകാശിപ്പിക്കപ്പെട്ടത്. ഈ ഗ്രന്ഥം മുന്നോട്ടുവെക്കുന്ന കേന്ദ്രവാദവും
ഇതുതന്നെ.

Reference

1. K N Panikkar, *Against Lord and State: Religion and Peasant uprising in Malabar 1836-1921* reprint (Newdelhi, 2001)

2. Stephen F Dale, *Islamic Society on the South Asian Frontier: The Mappilas of Malabar 1498-1922* (New York, 1980)

3. Stephen F Dale, *The Mappila Outbreak: Ideology and Social conflict in ninteenth century Kerala* in Journal of Asian Studies (1975)

4. Stephen F Dale, *Religious Suicide in Islamic Asia: Anti-colonial Terrorism in India Indonesia and the Philippines* in the Journal of connflict Resolution (1988)

5. Conrad Wood, *The Genesis of Malabar Rebellion* (New Delhi, 1987).

6. Shail Mayaram, M S S Pandian, Ajay, Skaria (eds) *Muslims, Dabits and the Fabrications of History: Subaltern Studies XII* (New Delhi, 2005)

സാംസ്കാരിക ഇടപെടലുകളുടെ രാഷ്ട്രീയം: ഒരു മാർഗ്ഗരേഖ

ഡോ. ആർ വി എം ദിവാകരൻ

ഇന്ത്യയുടെ മതേതരമുഖം, തീവ്രവലതുപക്ഷദേശീയതാവാദങ്ങ ളാലും അതുയർത്തുന്നവരുടെ ഫാസിസ്റ്റ് പ്രവർത്തനശൈലികളാലും ദിനംപ്രതിയെന്നോണം ചോദ്യം ചെയ്യപ്പെടുകയും വെല്ലുവിളിക്കപ്പെടു കയും ചെയ്യുന്ന വർത്തമാനകാലത്ത്, ഡോ. കെ എൻ പണിക്കർ കഴിഞ്ഞ രണ്ടുമൂന്നു ദശകങ്ങളായി സാംസ്കാരിക ഇടപെടലുകളെയും സാംസ്കാ രിക പ്രവർത്തനങ്ങളെയും പറ്റി പറഞ്ഞുകൊണ്ടിരിക്കുന്ന കാര്യങ്ങൾക്ക് പ്രസക്തി കൂടിക്കൂടിവരുന്നതുകാണാം. മതം, മതനിരപേക്ഷത, സംസ്കാരം, ചരിത്രം, രാഷ്ട്രീയം തുടങ്ങിയ മേഖലകളിൽ നിരന്തരം ഇട പെട്ടു സംസാരിച്ചുകൊണ്ടിരിക്കുന്ന അക്കാദമിക് പണ്ഡിതൻ മാത്രമല്ല പണിക്കർ; സാംസ്കാരിക പ്രവർത്തനങ്ങളെക്കുറിച്ചും രാഷ്ട്രീയ പ്രവർത്തനത്തെക്കുറിച്ചും തികച്ചും പ്രായോഗികമായ നിർദ്ദേശങ്ങളും ഉൾക്കാഴ്ചകളും മുന്നോട്ടുവെക്കുന്ന പ്രയോഗമതികൂടിയാണദ്ദേഹം. ഡോ. പണിക്കരുടെ *സാംസ്കാരിക പ്രവർത്തനങ്ങൾക്ക് ഒരു അജണ്ട*[1] എന്ന പുസ്തകത്തിലെ പല നിരീക്ഷണങ്ങളും അതു പുറത്തുവന്ന് ഒരു പതിറ്റാണ്ടിനിപ്പുറവും അത്യധികം പ്രസക്തമായി തുടരുന്നുവെന്നത്, വലതുപക്ഷ ദേശീയവാദമുയർത്തുന്ന വെല്ലുവിളി കൂടിവരികയാണെന്ന തിന്റെ സൂചനമാത്രമല്ല, പ്രതിരോധ പ്രവർത്തനങ്ങൾ മന്ദീഭവിക്കുന്നു എന്ന ആശങ്കയുടെ കൂടി പ്രശ്നമാണത്.

ഇന്ത്യയുടെ സാമൂഹിക യാഥാർത്ഥ്യങ്ങൾ അതിദ്രുതം മാറിക്കൊ ണ്ടിരിക്കുകയാണെന്ന മുഖവുരയോടെയാണ് കെ എൻ പണിക്കർ നമ്മുടെ സംസ്കാരപ്രവർത്തനങ്ങളെപ്പറ്റി പറഞ്ഞുതുടങ്ങുന്നത്. ദേശീയ പ്രസ്ഥാനം മുന്നോട്ടു വച്ച സാമൂഹിക പരിവർത്തനപ്രതീക്ഷകൾ അതി വേഗം തകർന്നടിയുന്നു. ആഗോളീകരണത്തിന്റെ വികൃതമുഖം കൂടു

തൽ കൂടുതൽ പ്രകടമായിവരുന്നു. അന്റോണിയോ നെഗ്രിയും മിഷേൽ ഹാർട്ടും മറ്റും നിരീക്ഷിച്ചതുപോലെ[2] സാമ്രാജ്യത്വം തകർന്നെങ്കിലും പുത്തൻ സാമ്രാജ്യം നമ്മുടെ കൺമുന്നിൽ രൂപപ്പെട്ടുവരികയാണ്– ആഗോളീകരണമെന്ന സാമ്രാജ്യം. ലോകസമക്ഷം ഈ സാമ്രാജ്യം പുതി യൊരു 'വികസനമാതൃക' മുന്നോട്ടുവച്ചു. ഈ വികസനമാതൃകയും അത് പ്രസരിപ്പിക്കുന്ന പുത്തൻ 'നന്മ'കളുമാണ് നമ്മുടെ അധീശത്വ പൊതു വ്യവഹാരങ്ങളെ രൂപപ്പെടുത്തുന്നത് എന്ന് പണിക്കർ നിരീക്ഷിക്കുന്നു. പുത്തൻ സാംസ്കാരിക ശൃംഖലകളിലൂടെ വിനിമയം ചെയ്യപ്പെടുന്ന വിപണിയാണ് ഈ സാമ്രാജ്യവ്യവഹാരി ലക്ഷ്യം. വിമർശനബുദ്ധി നഷ്ട മായ ആധുനിക മനുഷ്യരെയാണ് അത് വിഭാവനം ചെയ്യുന്നത്. വസ്തു തകളെ മറച്ചുവെക്കുന്ന, തമസ്കരിക്കുന്ന, സാംസ്കാരികമായ പിന്നാ ക്കാവസ്ഥയാണ് സത്യത്തിൽ ഈ ആധുനികാവസ്ഥയുടെ ഫലം. പുതിയ സാമ്രാജ്യം സൃഷ്ടിച്ച വർഗ്ഗീയതയുടെ സാംസ്കാരിക പ്രതിസന്ധിയെ അടയാളപ്പെടുത്താൻ ഇതിലും നല്ല സൂചകങ്ങളില്ല. ആഗോളീകരണ ത്തിനും വർഗ്ഗീയതയ്ക്കും പൊതുതാല്പര്യങ്ങളുണ്ടെന്നു കാണാം. അമേ രിക്കയുടെ അഫ്ഗാൻ അധിനിവേശകാലത്ത് ഇന്ത്യൻ ഭരണകൂടം സ്വീക രിച്ച സാമ്രാജ്യാനുകൂല നിലപാടിന്റെ വെളിച്ചത്തിലാണ് പണിക്കർ ഈ ബന്ധത്തെ തുറന്നുകാട്ടുന്നത്. ഇന്ന് ഇക്കാര്യം പകൽപോലെ വ്യക്തമാ യിരിക്കുന്നു. സാമൂഹികമായ പ്രശ്നപരിഹാരശ്രമങ്ങൾ സോഷ്യൽ എഞ്ചിനീയറിങ്– മൂന്നു വഴികളിലൂടെ വേണം മുന്നേറാനെന്നതാണ് ഇത് സൂചിപ്പിക്കുന്നത് – സാംസ്കാരികം, പ്രത്യയശാസ്ത്രപരം, രാഷ്ട്രീയം എന്നിങ്ങനെ. ഇവ മൂന്നും വെള്ളം കടക്കാത്ത അറകളല്ലെന്ന് വ്യക്തം. അധീശത്വ പൊതുവ്യവഹാരങ്ങളുടെ സ്വഭാവം മാറ്റിത്തീർക്കാനുള്ള ഇത്തരം ശ്രമങ്ങളുടെ കേന്ദ്രസ്ഥാനത്താണ് പണിക്കർ സാംസ്കാരിക പ്രവർത്തനങ്ങളെ സങ്കല്പിക്കുന്നത്.

സംസ്കാരം എന്നാൽ

സാംസ്കാരികപ്രവർത്തനമെന്നതിന് നമ്മൾ പൊതുവിൽ കല്പിച്ചു പോന്ന അർത്ഥങ്ങൾ മതിയാവില്ല ഇന്ന്. സാംസ്കാരിക സമ്മേളനം സാംസ്കാരിക പ്രഭാഷണം തുടങ്ങി നാം നിത്യവും പറഞ്ഞുപോകുന്ന 'സംസ്കാര'ത്തിന്റെ അർത്ഥവിവക്ഷകൾ പക്ഷേ, സംസ്കാര പഠനങ്ങ ളുടെ സമകാലത്ത് വളരെ വിപുലമാണ്. സകല മനുഷ്യവ്യവഹാരങ്ങ ളിലും നിർല്ലീനമാണത്. സാമൂഹിക ബലതന്ത്രങ്ങൾ പ്രയോഗിക്കപ്പെടു ന്നതും ഏറ്റുമുട്ടുന്നതും സംസ്കാരഭൂമികയിലാണ്. അധീശത്വത്തിന്റെയും പ്രതിരോധത്തിന്റെയും ശബ്ദംകൂടിയാണത്. ഇക്കാര്യം വിശദീകരിക്കാൻ റെയ്മണ്ട് വില്യംസിന്റെ പരികല്പനകളെയാണ് പണിക്കർ ആശ്രയിക്കു ന്നത്. സംസ്കാരമെന്നത് ഒന്നിന്റെയും പാർശ്വഫലമോ ഉപോല്പന്നമോ –എപ്പിഫിനോമിനൻ– അല്ലെന്ന് വില്യംസ് നിരീക്ഷിക്കുന്നുണ്ട്. അത് സർവ്വ

തല സ്പർശിയാണ്. കൾച്ചർ എന്ന വാക്ക് ഇംഗ്ലീഷിലെ ഏറ്റവും സങ്കീർണ്ണമായ രണ്ടോ മൂന്നോ പദങ്ങളിലൊന്നാണെന്ന് വില്യംസ് ചൂണ്ടി ക്കാട്ടുന്നുമുണ്ട്.[3] കൾച്ചർ എന്ന പദത്തിന്റെ സൂക്ഷ്മവിവക്ഷിതങ്ങൾ യൂറോപ്യൻ ഭാഷകളിലെല്ലാം കാലാനുസൃതമായി മാറുന്നുണ്ടെന്നതു മാത്രമല്ല ഇതിനു കാരണം. ആ പദം ഇന്ന് വ്യത്യസ്തമായ ബൗദ്ധിക വ്യവഹാരങ്ങളിൽ പ്രബലമായ പല ആശയങ്ങളെ സൂചിപ്പിക്കുന്നതിനു വേണ്ടിയും വ്യാപകമായി ഉപയോഗിച്ചുവരുന്നതും കൂടിയാണ് ഈ സങ്കീർണ്ണതയ്ക്കു കാരണമെന്നു റെയ്മണ്ട് വില്യംസ് ഓർമ്മിപ്പി ക്കുന്നു.

ഓരോ വാക്കും ഏതെല്ലാം അർത്ഥവിവക്ഷകളാണ് ഉൾക്കൊള്ളു ന്നത് എന്നത് ചരിത്രനിഷ്ഠമാണ്. അതത് ചരിത്രഘട്ടത്തെക്കൂടിയാണ് വാക്കുകൾ സൂക്ഷ്മമായി അടയാളപ്പെടുത്തുന്നത്. സംസ്കാരമെന്ന സംസ്കൃതപദത്തെ ബ്രാഹ്മണീയമായ മൂല്യബോധത്താൽ മാത്രം വ്യവ ഹരിച്ചിരുന്നൊരു ഭൂതകാലം മലയാളത്തിനുണ്ടായിരുന്നു.[4] വിദ്യകൊണ്ട് നേടുന്ന പ്രബുദ്ധതയായിരുന്നു സംസ്കാരംസംസ്കരിക്കപ്പെട്ടത് സംസ്കൃതം. വിദ്യ ഏതെന്നതിൽ അഭിപ്രായവ്യത്യാസമുണ്ടായപ്പോൾ സംസ്കാരവും അതിനനുസരിച്ച് മാറിയെന്നുമാത്രം. സംസ്കാരത്തെ എല്ലാ മാനുഷിക വ്യവഹാരങ്ങളുടെയും സാകല്യമായിക്കാണുന്ന നില പാട് പുതിയ സംസ്കാരപഠനത്തിന്റെ ഭൂമികയിലാണ് കടന്നുവരുന്നത്. വർഗ്ഗസമൂഹത്തിൽ അധീശത്വത്തിന്റെയും പ്രതിരോധത്തിന്റെയും മുഖ്യോപാധികളിലൊന്നാണ് സംസ്കാരം എന്ന് പണിക്കർ വിശദീകരി ക്കുന്നുണ്ട്.

സംസ്കാരവും രാഷ്ട്രീയവും പരസ്പരബന്ധമില്ലാത്ത രണ്ട് വ്യത്യസ്ത വിഷയങ്ങളല്ലെന്ന് പണിക്കർ ആവർത്തിച്ച് വ്യക്തമാക്കു കയും സംസ്കാരത്തെ ചരിത്രാത്മകമായി മനസ്സിലാക്കാൻ നിരന്തരം ശ്രമിക്കുകയും ചെയ്തുപോരുന്നുണ്ട്. 'ഇടത് സാംസ്കാരിക ഇടപെടൽ' എന്ന ലേഖനം[5] ഒരുദാഹരണം. ഇടതുപക്ഷത്തിന്റെ സാംസ്കാരിക ഇട പെടലെന്നത് അടിസ്ഥാനപരമായി രാഷ്ട്രീയ പ്രവർത്തനം തന്നെയാ ണെന്ന് അദ്ദേഹം ചൂണ്ടിക്കാട്ടുന്നു. അത് സമൂഹത്തെ മാറ്റിത്തീർക്കാനും വിമോചിപ്പിക്കാനുമുള്ള കർമ്മപദ്ധതികൾ ഉൾക്കൊള്ളുന്നതാകയാൽ പുരോഗമനാത്മകം തന്നെയാണ്. അടിത്തറ - മേല്പുര സങ്കല്പത്തിന്റെ വൈരുദ്ധ്യാത്മക വിശകലനത്തിൽത്തന്നെ ഇതുണ്ട്. രാഷ്ട്രീയവും സംസ്കാരവും പരസ്പരബന്ധിതവും പരസ്പരാശ്രിതവുമാണ്. ഇടതു പക്ഷ രാഷ്ട്രീയത്തിന്റെ കാതലെന്നത്, സമൂഹത്തെ അടിമുടി മാറ്റി ത്തീർക്കാനുള്ള അവബോധം ജനങ്ങളിലുണ്ടാക്കുക എന്നതാണ്. അതിന് ജനതയുടെ ഭൗതിക പ്രവർത്തനങ്ങളും ഇടപെടലുകളും പ്രധാനമാണ്. മനുഷ്യനാണ് എല്ലാം - ചരിത്രവും സംസ്കാരവും എല്ലാം - എന്നമട്ടിൽ കാൾ മാർക്സ് ഇതിനെ വിശദീകരിക്കുന്നുമുണ്ട്.

സാംസ്കാരിക പ്രവർത്തനം എല്ലാ മാനുഷിക വ്യവഹാരങ്ങളെയും

സ്പർശിക്കുന്ന ഒന്നാണെന്ന് വ്യക്തം. നിത്യജീവിതത്തിൽ നിരന്തരം ഇട പെട്ടുകൊണ്ട് സാമൂഹികാവബോധങ്ങളെ പരിവർത്തിപ്പിക്കാനുള്ള കർമ്മ പദ്ധതിയായി അതു മാറുന്നു. സാംസ്കാരിക പരിപാടികളോ നാടകാദി ദൃശ്യകലാപ്രകടനങ്ങളോ മാത്രമല്ല അത്. അവ ആശയപ്രചാരണത്തി നുള്ള ഉപാധികളാണെന്നതിൽ തർക്കമില്ല. പക്ഷേ, അവ മാത്രമല്ല സാംസ്കാരികപ്രവർത്തനം; പണിക്കർ വിശദീകരിക്കുന്നു. നിത്യജീവി തത്തിലെ സാംസ്കാരിക വ്യവഹാരങ്ങളെയാകെ സക്രിയമാക്കുന്ന നിര ന്തരമായ സാമൂഹിക പ്രവർത്തനങ്ങളാണത്. സിവിൽ സമൂഹത്തിന്റെ ഗാധമൂല പരിവർത്തനം ലക്ഷ്യമിടുന്ന ഈ ഇടപെടലിനെ അന്റോണിയോ ഗ്രാംഷി വിശേഷിപ്പിക്കുന്നത് നിലനില്ക്കുന്ന അധീശത്വസന്തുലനത്തെ അട്ടിമറിക്കുന്ന മാനവിക ഇടപെടൽ എന്നാണ്. അധീശത്വത്തെ ചെറു ക്കലാണത്.[6] ഇ എം എസ് ഒരിക്കൽ എഴുതിയിട്ടുണ്ട്.

> കേരളത്തിലെ ജനങ്ങളുടെ സാംസ്കാരിക പുരോഗതിക്ക് കമ്യൂ ണിസ്റ്റ് പാർട്ടി നല്കിയ മൊത്തമായ സംഭാവന, അനേകായിരം കവിതകളും പാട്ടുകളും നൂറുകണക്കിന് ചെറുകഥകളും നാടക ങ്ങളും ജനങ്ങൾക്കിടയിൽ ശാസ്ത്രീയജ്ഞാനം പരത്തുന്ന നിര വധി പുസ്തകങ്ങളും ലഘുലേഖകളുമാണ്.[7] എന്ന്.

ചെറിയൊരു ഭേദഗതിയോടെയാണ് പണിക്കർ ഇക്കാര്യത്തെ സമീ പിക്കുന്നത്. സംസ്കാരമെന്ന പദത്തിന് കൈവന്ന അധികമാനങ്ങളാണ് ഈ ഭേദഗതിക്കു കാരണമെന്നുകാണാം. കലാപ്രവർത്തനത്തിലൂന്നി യുള്ള സാംസ്കാരിക പ്രവർത്തനമെന്നത് നമുക്ക് പുതിയ കാര്യമല്ല. നമ്മുടെ എല്ലാ സാമൂഹിക രാഷ്ട്രീയ പ്രവർത്തനങ്ങളുടെയും മുഖ്യഭാഗ മായി അത് എന്നുമുണ്ടായിരുന്നു. രാഷ്ട്രീയവും സാമൂഹികവുമായ ആശ യങ്ങൾ ജനങ്ങളിലെത്തിക്കാനുള്ള ഏറ്റവും കാവ്യാത്മകമായ വഴിയായി നാം കലകളെയും സാഹിത്യത്തെയും കണ്ടിട്ടുണ്ട്, എന്നും; അറിഞ്ഞും അറിയാതെയും. ഇക്കാര്യം വിശദീകരിക്കുംമുമ്പ് മാർക്സിസ്റ്റു സാംസ്കാ രിക പരിപ്രേക്ഷ്യത്തെപ്പറ്റിയുള്ള, പണിക്കരുടെ ചില നിരീക്ഷണങ്ങൾ ചൂണ്ടിക്കാണിക്കണമെന്നു തോന്നുന്നു. ഇടതു സാംസ്കാരിക ഇടപെ ടൽ എന്ന ലേഖനത്തിൽ[8] അദ്ദേഹം എഴുതി:

> മാർക്സിസ്റ്റു സാംസ്കാരിക വീക്ഷണം പൊതുവിൽ രണ്ടു സമീ പനങ്ങൾ പിന്തുടർന്നു പോന്നിട്ടുണ്ട്— ഉപകരണവാദപരമായ സമീ പനവും പരിവർത്തനവാദപരമായ സമീപനവും. ആദ്യത്തേത് ആസന്നരാഷ്ട്രീയാവശ്യങ്ങളാലാണ് പ്രധാനമായും സ്വാധീനിക്ക പ്പെട്ടത്. ഈ സമീപനപ്രകാരം, രാഷ്ട്രീയസന്ദേശം വിനിമയം ചെയ്യാനുള്ള ഉപകരണമത്രേ സംസ്കാരം. കമ്യൂണിസ്റ്റ് പാർട്ടി മുപ്പ തുകളിലും നാല്പതുകളിലും സംഘടിപ്പിച്ച സാംസ്കാരികപ്രസ്ഥാ നങ്ങൾ ഈ രാഷ്ട്രീയലക്ഷ്യമാണ് അസന്ദിഗ്ദ്ധമായി വെളിപ്പെടു

ത്തിയത്.... (പുരോഗമനസാഹിത്യപ്രസ്ഥാനം. ഇപ്റ്റ എന്നിവയെ ഉദാഹരിച്ചശേഷം) വിപ്ലവാത്മക വീക്ഷണകോണിലൂടെ നോക്കു മ്പോൾ തീർച്ചയായും ഈ ലക്ഷ്യം ഉദാത്തമാണ്. പക്ഷേ, അത് രാഷ്ട്രീയവും സംസ്കാരവും തമ്മിലുള്ള ബന്ധത്തെ, അവയുടെ പാരസ്പര്യം തമസ്കരിക്കുന്നവിധം നിർവ്വചിക്കുന്നു എന്ന കുഴ പ്പമുണ്ട്. രാഷ്ട്രീയത്തിന് അമിതപ്രാധാന്യം ലഭിക്കുകയാണ് ഇവിടെ ചെയ്യുന്നത്. വിപ്ലവരാഷ്ട്രീയം പ്രചരിപ്പിക്കുകയും മുന്നോ ട്ടുകൊണ്ടുപോവുകയും ചെയ്യുന്നതിന് ഉപകരണവാദം എത്ര തന്നെ പ്രയോജനകരമാണെങ്കിലും അത് നിലവിൽ വരുത്തുന്ന രാഷ്ട്രീയവും സംസ്കാരവും തമ്മിലുള്ള ബന്ധം അങ്ങേയറ്റം നിയ ന്ത്രണ സ്വഭാവമുള്ളതാണെന്ന് പറയാതെ വയ്യ. രാഷ്ട്രീയവും സംസ്കാരവും തമ്മിലുള്ള പരസ്പരോദ്ഗ്രഥനപ്രക്രിയയിലേക്ക് അത് നയിക്കുന്നില്ല... ഉപകരണവാദം ഏറിയകൂറും ഒരു ഏകമാർഗ്ഗ പ്രക്രിയയത്രേ... ഇടതുപക്ഷ സാംസ്കാരിക പ്രവർത്തനങ്ങളുടെ ഉപകരണവാദപരവും പരിവർത്തനവാദപരവുമായ മാനങ്ങൾ പര സ്പരബന്ധിതമാണെന്ന് പ്രത്യേകം പറയേണ്ടതില്ല. നിലവിലുള്ള അവബോധത്തിൽ മാറ്റങ്ങൾ സൃഷ്ടിച്ചുകൊണ്ടേ സാംസ്കാരിക പ്രവർത്തനത്തിന് വിപ്ലവരാഷ്ട്രീയം പ്രോത്സാഹിപ്പിക്കാൻ കഴിയൂ.

നിലനില്ക്കുന്ന അധികാരവ്യവസ്ഥയെ താങ്ങിനിർത്തുകയും പരി പോഷിപ്പിക്കുകയും ചെയ്യുകയെന്നതാണ് സംസ്കാരത്തിന്റെ അധീശത്വ പരമായ പങ്ക്. ഈ ഭരണവർഗ്ഗസംസ്കാരത്തിന് വെളിയിൽ ജനങ്ങൾ തങ്ങളുടേതായ ബദൽ സംസ്കാരം രൂപപ്പെടുത്തുന്നു. ഇത് അവരുടെ സുഖാഹ്ലാദങ്ങൾക്കായി മാത്രമല്ല, പ്രതിരോധത്തിനു കൂടിയാണെന്ന് പണിക്കർ നിരീക്ഷിക്കുന്നു. സാംസ്കാരിക മണ്ഡലത്തിലേക്കുള്ള വർഗ്ഗീയ ഫാസിസത്തിന്റെ കടന്നുകയറ്റം ഏറ്റവും രൂക്ഷമായ സമകാ ലിക ലോകത്ത് പണിക്കരുടെ ഈ നിരീക്ഷണങ്ങൾ അങ്ങേയറ്റം പ്രസ ക്തമാണ്.

കലാപ്രവർത്തനങ്ങൾ മാത്രമായല്ല കേരളത്തിൽ സാംസ്കാരിക പ്രതിരോധപ്രവർത്തനങ്ങൾ നിലനിന്നുപോന്നിട്ടുള്ളത്. ജനകീയ ശാസ്ത്ര പ്രസ്ഥാനവും കേരള ശാസ്ത്ര സാഹിത്യപരിഷത്തും ജനതയുടെ ദൈനം ദിന ജീവിതത്തിൽ ഇടപെട്ട് നടത്തിയ സാംസ്കാരികാവബോധം പണി ക്കർ ചൂണ്ടിക്കാട്ടുന്നു. ('ശാസ്ത്രീയജ്ഞാനം പരത്തുന്ന നിരവധി പുസ്ത കങ്ങളും ലഘുലേഖകളു'മെന്ന ഇ എം എസിന്റെ പ്രയോഗത്തിൽ ഈ സൂചനയുണ്ട്) സഫ്ദർ ഹാശ്മി സ്മാരക ട്രസ്റ്റും മാനവീയവും പോലുള്ള കലകൊണ്ടാണിത് സാധിച്ചത്. രൂപത്തിലും ഭാവത്തിലും ഇവ സംവ ഹിച്ച സാംസ്കാരിക പ്രവർത്തനമുഖം നിലനില്ക്കുന്ന സാമൂഹിക സാഹചര്യങ്ങളെ ചോദ്യം ചെയ്യുന്നതരത്തിലുള്ളതായിരുന്നു ഇവ. സാമൂ ഹിക പരിവർത്തനത്തിനുള്ള ഉപകരണമായിത്തന്നെ സംസ്കാരത്തെ

കേന്ദ്രത്തിൽ നിർത്തുന്ന ഒന്നായിരുന്നു.

സാംസ്കാരിക പ്രവർത്തനങ്ങളെ അസാദ്ധ്യമാക്കുകയോ തടയു കയോ മന്ദീഭവിപ്പിക്കുകയോ ചെയ്യുന്ന സാമൂഹികവും പ്രത്യയശാസ്ത്ര പരവുമായ സാഹചര്യങ്ങളെ കെ എൻ പണിക്കർ മൂന്നിനങ്ങളായി വിവ രിക്കുന്നുണ്ട്. ഒന്ന്, വ്യക്തികളും ബാഹ്യലോകവും തമ്മിലുള്ള ബന്ധ ങ്ങളിൽ വരുന്ന മാറ്റമാണ്. മറ്റൊന്ന് വിപണിയുടെയും ഉപഭോക്തൃ സംസ്കാരത്തിന്റെയും കൂടിയ തോതിലുള്ള സ്വാധീനം. മൂന്നാമത്തേത് മതാത്മകയുടെയും വർഗ്ഗീയതയുടെയും സ്വാധീനപ്പെരുപ്പം. (ഇവ മൂന്നും പണിക്കർ അന്നു കണ്ടതിലും എത്രയോ ശക്തമാണ് ഇന്ന് എന്നു പറ യേണ്ടതില്ലല്ലോ.) സാമൂഹിക യാഥാർത്ഥ്യങ്ങളെ കാണാൻ പറ്റാത്തവിധം വ്യക്തിയെ നിഷ്ക്രിയരാക്കുന്നതിൽ ഇവ വിജയിക്കുന്നുണ്ട്.

വ്യക്തിയുടെ നിഷ്ക്രിയത്വത്തെ വലിയൊരു വിപത്തായാണ് അദ്ദേഹം കാണുന്നത്. സാമൂഹിക പ്രശ്നങ്ങളിൽ തങ്ങൾക്ക് താല്പര്യ മില്ലെന്നമട്ടിൽ വ്യക്തികൾ അത്തരം പ്രശ്നങ്ങളിൽനിന്ന് അകന്നു നില്ക്കുന്നു. മുതലാളിത്തം സമ്മാനിച്ച മത്സരബുദ്ധിയാവാം ഒരു കാരണം. വ്യക്തിയുടെ മനസ്സിൽ വലിയൊരളവോളം അവനവൻ മാത്രമേയുള്ളൂ. സമൂഹമില്ല. പബ്ലിക് എന്നത് പേഴ്സണൽ എന്നായി മാറി. അതിന്റെ ഫലമായി ആത്മം- സെൽഫ്- എന്നതായി പരമമായ പ്രശ്നം. സ്വന്തം പ്രശ്നങ്ങളും പ്രതിസന്ധികളും മറികടക്കാനുള്ള വഴി കണ്ടുപിടിക്കുന്ന തിലാണ് വ്യക്തി മുഴുകുന്നത്. സാമൂഹിക നന്മകളോട് ഉദാസീനരായി. നവോത്ഥാനകാലത്തോ ദേശീയപ്രസ്ഥാനകാലത്തോ ഇതായിരുന്നി ല്ലല്ലോ സ്ഥിതി. സമൂഹനന്മയ്ക്കുവേണ്ടി സ്വയം ത്യജിക്കാൻ വ്യക്തി അന്ന് സന്നദ്ധനാ(യാ)യിരുന്നു. ഇങ്ങനെ വ്യക്തിയുടെ പിൻവലിയൽ സാംസ്കാരികപ്രവർത്തനങ്ങളെ ബാധിച്ചിട്ടുണ്ടെന്നത് ചെറിയ കാര്യമല്ല.

മാധ്യമപൂരിതമായ പുതിയകാലത്ത് ഈ പ്രശ്നം പലതരത്തിൽ നോക്കിക്കാണേണ്ടതുണ്ടെന്ന് തോന്നുന്നു. വ്യക്തിക്ക് സമൂഹകാര്യങ്ങ ളിലിടപെടാൻ ഇന്ന് അപരനുമായി കാണേണ്ടതുപോലുമില്ല. സാമൂഹ്യ മാധ്യമങ്ങളുടെ പ്രവർത്തനരീതി ഓർക്കുക. സാംസ്കാരികവും സാമൂ ഹികവുമായ ഉത്തരവാദിത്വങ്ങൾ ഒറ്റ ക്ലിക്കിലോ സ്പർശത്തിലോ നിർവ്വ ഹിക്കാനാവുന്നുവെന്നത് വ്യക്തികളെ സക്രിയരാക്കുകയാണോ നിഷ്ക്രി യരാക്കുകയാണോ എന്നത് പഠിക്കേണ്ടതുണ്ട്; വെർച്ചൽ ഇടപെടലുകളെ വ്യാജ ഇടപെടലുകളിൽനിന്ന് വ്യവച്ഛേദിക്കേണ്ടതുണ്ട്; കെ എൻ പണി ക്കർ പത്തുവർഷം മുമ്പ് ചൂണ്ടിക്കാട്ടിയ, അവനവനിലൊതുങ്ങുന്ന വ്യക്തി എന്ന പ്രതിസന്ധിയെ മനസ്സിലാക്കുന്നതിന് സമൂഹ മാധ്യമങ്ങളുടെ പ്രവർത്തനരീതിയെ സാംസ്കാരികമായും രാഷ്ട്രീയമായും വിശകലനം ചെയ്യേണ്ടതുമുണ്ട്. വ്യക്തിയുടെ പ്രതിസന്ധി, ഭൗതിക ജീവിത ത്തിൽവന്ന മാറ്റങ്ങളാൽ കഴിഞ്ഞ ഏതാനും വർഷങ്ങളായി വർദ്ധിച്ചു വരികയാണെന്ന പണിക്കരുടെ വാക്കുകൾക്ക് പ്രവചനസ്വഭാവം കൈവ രുന്നതുകാണാം.

വിപണിയുടെ സ്വഭാവത്തിൽവന്ന മാറ്റം അതിഭീമമാണ്. ഉല്പന്ന ങ്ങളുടെ ലഭ്യത മുമ്പില്ലാത്തവിധം വർദ്ധിച്ചു. ദേശാന്തരമൂലധനം പുതിയ വിപണി സൃഷ്ടിച്ചു. വ്യക്തിയുടെ ഇഷ്ടങ്ങൾ – തെരഞ്ഞെടുപ്പുകൾ – അടിച്ചേല്പിക്കപ്പെടുന്നവയായി. വികസിത മുതലാളിത്ത സമൂഹങ്ങളി ലെന്നപോലെ ഇവിടെയും മാർക്കറ്റ് അപ്രതിരോധ്യമായി പിടിമുറുക്കി ക്കഴിഞ്ഞു. പൊതുജനസംസ്കൃതിയും പ്രത്യയശാസ്ത്രവും വിപണി യാൽ നിർണ്ണീതമായ ഉപഭോഗസംസ്കൃതിയായി മാറുകയാണ്. യാഥാർത്ഥ്യവുമായി പൊരുത്തപ്പെടാത്ത ഭൗതികാസക്തികൾ സൃഷ്ടിക്ക പ്പെട്ടു. വ്യക്തി നേരിടുന്ന ഈ പൊരുത്തക്കേടുകളാണ് മതാത്മകതയു ടെയും വർഗ്ഗീയതയുടെയും ശക്തിക്ക് ഹേതു. പലരും വ്യക്തിപരമായ പ്രതിസന്ധികളിൽ ആത്മീയപരിഹാരം തേടിത്തുടങ്ങി. പുതിയ ആത്മീയ വ്യഥകൾ രൂപപ്പെട്ടു. വലിയ സാമൂഹിക പരിണാമത്തെയാണ് പണിക്കർ ഇവ്വിധം സാംസ്കാരിക പ്രതിസന്ധിയായി അടയാളപ്പെടുത്തുന്നത്.

വ്യക്തിയെ സമൂഹത്തിലേക്ക് പുനരാനയിക്കുകയാണ് അപ്പോൾ, സാംസ്കാരിക പ്രവർത്തനത്തിന്റെ സന്നിഹിതമായ കർത്തവ്യം. രണ്ട് പ്രവർത്തനമണ്ഡലങ്ങളിൽ വേണമിത് – ഒന്ന് സർഗ്ഗാത്മകതയുടെ, മറ്റൊന്ന് സൃഷ്ട്യുന്മുഖതയുടെ. കലാരൂപങ്ങളെ ഇതിനായി ഉപയോഗി ക്കാൻ തുടങ്ങിയിട്ട് കാലങ്ങളായി. കോളനിവിരുദ്ധ പ്രക്ഷോഭത്തിന്റെ കാലം മുതല്ക്കേ ഈ പതിവുണ്ട്. ചിത്രകലയും സംഗീതവും തെരുവു നാടകവുമെല്ലാം ഈ പണിയാണ് ചെയ്തുകൊണ്ടിരുന്നത് – പണിക്കർ ചൂണ്ടിക്കാട്ടുന്നു. ഒരുപക്ഷേ, സർഗ്ഗാത്മകതയാണ് ഏറ്റവും ഫലപ്രദമായ ഫാസിസ്റ്റ് വിരുദ്ധ പ്രവർത്തനമെന്ന് നമുക്കിന്നറിയാം. ഫാസിസ്റ്റുകൾക്ക് സർഗ്ഗാത്മകതയെ ഭയമാണ്. സൃഷ്ട്യുന്മുഖതയല്ല, നിസ്സംഗതയാണ് ഫാസി സത്തിന് പഥ്യം. അവർ കവിതയെ ഭയപ്പെടുന്നു. ചിത്രകലയെ ഭയപ്പെ ടുന്നു. നാടകത്തെ ഭയപ്പെടുന്നു. സ്വതന്ത്രചിന്തയുടെ ഉറവിടമാണിവ യെല്ലാം. അവർക്ക് സ്വതന്ത്ര ചിന്തയെയും ഭയമാണ്. സൃഷ്ട്യുന്മുഖതയെ ഗാന്ധിയൻ സമരരൂപമായാണ് പണിക്കർ വിശദീകരിക്കുന്നത്. നൂൽനൂല്പും ഖാദിയും ആശ്രമജീവിതവും വലിയൊരു സാമ്രാജ്യത്തെ ഭയപ്പെടുത്തി. സ്വാശ്രയത്വത്തിന്റെ നൂലിഴ നീണ്ടുവരുന്നത് (പ്രയോഗ ത്തിന് എം ടിയോട് കടപ്പാട്) സൂര്യനസ്തമിക്കാത്ത സാമ്രാജ്യത്തെ വിറ കൊള്ളിച്ചു. ഈ മാർഗ്ഗവും നമുക്ക് തിരിച്ചുപിടിക്കേണ്ടതുണ്ട്.

പ്രാദേശികക്കൂട്ടായ്മകൾ – ചില സമകാലിക തിരിച്ചറിവുകൾ

ചില സാംസ്കാരിക സമൂഹങ്ങൾ (Cultural Communities) ഇതി നായി ഉയർന്നുവരേണ്ടതുണ്ടെന്ന ബദൽചിന്ത കെ എൻ പണിക്കർ മുന്നോട്ടുവെക്കുന്നു. ഇത് രണ്ടുതരത്തിലാവാം; എന്ന് ഭാവനാസമൂഹം (Imagined Communities), മറ്റൊന്ന് പ്രാദേശിക സമൂഹം (Local Communities). ചില സവിശേഷ പൊതുമൂല്യങ്ങൾ പങ്കുവെക്കുകയും അതി

നായി ഐക്യപ്പെടുകയും ചെയ്യുന്നവയാണ് ഭാവനാസമൂഹങ്ങൾ. മദ്ധ്യ പ്രദേശിലെ ഏകലവ്യ[9] എന്ന വിദ്യാഭ്യാസ ഇടപെടലിനെയാണ് പണിക്കർ ഉദാഹരിക്കുന്നത്. ഇതിലെ അംഗങ്ങൾ മറ്റേതെങ്കിലും സംഘടനയിലേ തുപോലെ പരസ്പരം ഇടപഴകുന്നു പോലുമില്ല. പക്ഷേ, ചില മൂല്യ ങ്ങൾ അവരെ ചേർത്തുനിർത്തുന്നു. പ്രാദേശിക സമൂഹങ്ങൾ പ്രവർത്തി ക്കുന്നത് തികച്ചും വ്യത്യസ്തമായ മട്ടിലാണ്. അവ അഭിസംബോധന ചെയ്യുന്നത് പ്രാദേശിക വിഷയങ്ങളായതുകൊണ്ടല്ല. അവയുടെ പ്രവർത്തനരീതിയാണ് വ്യത്യസ്തം. സാർവ്വലൗകികമായിത്തന്നെ പ്രസ ക്തമായ വിഷയത്തെ അവർ പ്രാദേശികവല്ക്കരിച്ചാണ് മനസ്സിലാക്കുന്നതും അഭിസംബോധന ചെയ്യുന്നതും. അതത് പ്രദേശങ്ങളിലെ പരിസ്ഥിതി പ്രശ്നങ്ങൾ ഒരുദാഹരണം. തങ്ങളെ നേരിട്ടു ബാധിക്കുന്ന വിഷയമായി അവയെ സമൂഹം ഉൾക്കൊള്ളുന്നതിനാൽ പ്രശ്നത്തിന്റെ ഗൗരവം അവ രിലെത്താനും എളുപ്പമുണ്ട്. രാജ്യവ്യാപകമായ പാരിസ്ഥിതികവിഷയ വുമായി നമ്മുടെ പ്രദേശം അങ്ങനെ ചേർന്നുനില്ക്കുന്നു. ഈ കണ്ണിചേ രൽ മെമ്പർഷിപ്പുവഴിക്കല്ല, പ്രവൃത്തി വഴിക്കാണ്. പ്രാദേശിക സമൂഹ മെന്നത് സംഘടനയല്ല, കൂട്ടായ്മയാണ്. ഇങ്ങനെ നിരവധി വിഷയങ്ങൾ ഓരോ പ്രദേശത്തും കണ്ടെത്താനാവുമെന്ന് പണിക്കർ ചൂണ്ടിക്കാട്ടുന്നു. പ്രാദേശിക സമൂഹങ്ങൾ ഒറ്റപ്പെട്ട പ്രദേശങ്ങളല്ലെന്നും വിശാലമായ സാംസ്കാരിക-സാമൂഹിക-രാഷ്ട്രീയ ഭൂപടത്തിൽ അവ സ്ഥാനപ്പെട്ടുകി ടക്കുന്നുണ്ടെന്നും അദ്ദേഹം ഓർമ്മിപ്പിക്കുന്നു. പ്രാദേശികമായ പല സമ രക്കൂട്ടായ്മകളും കേരളത്തിൽ രൂപപ്പെടുകയും ശ്രദ്ധേയമായ ചലനങ്ങ ളുണ്ടാക്കുകയും ചെയ്യുന്നതിനു മുമ്പാണ് പണിക്കരുടെ ഈ നിരീക്ഷ ണങ്ങളെന്നത് ഓർക്കണം. അവയുമായി ഇടതുപക്ഷത്തിനുണ്ടായിരുന്ന, ഉണ്ടായിരിക്കേണ്ട ബന്ധത്തെ വിമർശനാത്മകമായി പുനഃപരിശോധി ക്കാനും പണിക്കരുടെ ഇത്തരം നിരീക്ഷണങ്ങൾ പ്രേരകമാവുന്നുണ്ട്.

ജനങ്ങളിൽ നിതാന്തമായ ജാഗ്രതയും സക്രിയത്വവും ചലനാത്മ കതയും ഉണ്ടാക്കുന്നുവെന്നതാണ് പ്രാദേശിക സമൂഹങ്ങളുടെ ഒരു സദ്ഫലമെന്ന് പണിക്കർ ചൂണ്ടിക്കാട്ടുന്നു. സാമൂഹികാവബോധം നില നിർത്താൻ ഈ ചലനാത്മകത അത്യന്താപേക്ഷിതമാണ്. രാഷ്ട്രീയപ്പാർട്ടി കളുടെ മുഖ്യ പ്രവർത്തനശൈലികൾ പുനഃപരിശോധിക്കണമെന്ന വിധ ത്തിലുള്ള ചില നിരീക്ഷണങ്ങൾകൂടി പണിക്കർ പ്രാദേശിക സമൂഹ മെന്ന കാഴ്ചപ്പാടിനൊപ്പം അവതരിപ്പിക്കുന്നുണ്ട്. പാർട്ടി പ്രവർത്ത നത്തിനായി കലാസാഹിത്യങ്ങളെ ഉപയോഗിക്കുന്ന ആജിറ്റ് പ്രോപ് (ag-itprop)[10] ശൈലിയെക്കുറിച്ചുള്ള വിമർശനമാണ് ഒന്ന്. പാർട്ടിസാഹിത്യം, പാർട്ടികലെ തുടങ്ങിയവയ്ക്ക് ജനങ്ങളിൽ കാര്യമായ സ്വാധീനം ചെലു ത്താൻ കഴിയുന്നുണ്ടോ എന്ന ചോദ്യം പ്രസക്തമാണ്. അവിടവിടായി ചിതറിപ്പോയ രൂപത്തിലോ, ഒരു സ്വാഭാവിക പ്രതികരണമെന്ന രൂപ ത്തിലോ മാത്രം പ്രസക്തമായ പ്രക്ഷോഭ-പ്രചാരണകലകൾക്ക് കാര്യ മായ ഫലമുണ്ടാക്കാനാവില്ലെന്നതാണ് പണിക്കരുന്നയിക്കുന്ന

ആക്ഷേപം. പലപ്പോഴും പാർട്ടിയുടെ മെമ്പർമാരിലും അനുഭാവികളിലും മാത്രമേ അവ എത്തുന്നുള്ളൂ. പാർട്ടിക്കാർ മാത്രം വാങ്ങുകയും വായി ക്കുകയും ചെയ്യുന്ന പാർട്ടിസാഹിത്യം എത്രമാത്രം ദുർബ്ബലമായിരിക്കും! പലപ്പോഴും ഇത്തരം കലാസാഹിത്യാദികൾക്ക് പാർട്ടിക്കുപുറത്തുള്ള പൊതുസമൂഹത്തിനിടയിൽ ഒരു സഹതാപം പോലുമുണ്ടാക്കാനാവാതെ പോവും. ഏത് പ്രകടനാത്മകപ്രവർത്തനങ്ങളും-പ്രകടനമുൾപ്പെടെ-ജനാ ധിപത്യ സമരങ്ങളുടെ ഭാഗമായി തല്ക്കാലം ആവശ്യമാണെന്നു വാദി ക്കാമെങ്കിലും പുതിയ സാമൂഹിക സാഹചര്യങ്ങളിൽ ഇവയുടെ നടത്തിപ്പ് പുനഃപരിശോധിക്കേണ്ട സമയമായെന്നാണ് പണിക്കർ പറയുന്നത്. ഇവ യേക്കാളൊക്കെ ഫലപ്രദമാവുക പ്രാദേശികക്കൂട്ടായ്മകൾ നിശ്ശബ്ദമായും നിരുപദ്രവകരമായും നടത്തുന്ന, അത്രയൊന്നും ശ്രദ്ധിക്കപ്പെടാത്ത പ്രവർത്തനങ്ങളായിരിക്കും. ഉയർത്തുന്ന സാമൂഹിക പ്രശ്നത്തിൽ പരസ്പരം ഐക്യപ്പെടാനും ഒരു സമരക്കൂട്ടായ്മ വളർത്താനും ഇവ പ്രദേശവാസികൾക്ക് വേദി നല്കുകയും ചെയ്യും. ആദിവാസിസമരങ്ങൾ, ദളിത് കൂട്ടായ്മകൾ, മൂന്നാറിലും മറ്റുമുണ്ടായ തൊഴിൽക്കൂട്ടായ്മകൾ, വികസനത്തിനുവേണ്ടി കുടിയിറക്കപ്പെടുന്നവരുടെ ചെറുത്തുനിൽപുകൾ, വിഷവ്യവസായങ്ങൾക്കെതിരെ പ്രാദേശികമായി നടക്കുന്ന അനാർഭാട സമരങ്ങൾ തുടങ്ങി സമകാലത്ത് എണ്ണിപ്പറയാവുന്ന നിരവധി പ്രക്ഷോ ഭങ്ങളെയാണ് കെ എൻ പണിക്കരുടെ ഈ നിലപാട് ഇന്ന് അഭിസം ബോധന ചെയ്യുന്നത്.

സമൂഹത്തെ വിപ്ലവാത്മകമായി പരിവർത്തിപ്പിക്കുക, അഥവാ, 'റാഡിക്കലൈസ്' ചെയ്യുകയാണ് സാംസ്കാരിക പ്രവർത്തനങ്ങളുടെ മുഖ്യദൗത്യമെന്ന കാര്യത്തിലാണ് പണിക്കരുടെ ഊന്നൽ. അതിനാദ്യം ചെയ്യേണ്ടത് സമൂഹത്തെ അധീശപ്രത്യയശാസ്ത്രത്തിന്റെ വരുതി യിൽനിന്ന് വിടുവിച്ചെടുക്കലാണ്-ഡീ-ഐഡിയോളജൈസിങ്. ആഗോ ളീകരണത്തിന്റെ സ്വാധീനതയിൽനിന്നും വർഗ്ഗീയയുക്തിയിൽനിന്നും പൗരസമൂഹത്തെ വിടുവിക്കണം. ഇവ രണ്ടിനെയും നീതികരിക്കുന്ന പൊതുവ്യവഹാരങ്ങൾ ഇന്നത്തെ ഇന്ത്യൻ സമൂഹത്തിൽ ശക്തമായി നിലനില്ക്കുന്നതായി അദ്ദേഹം ചൂണ്ടിക്കാട്ടുന്നു. ആഗോളമൂലധനവും കോർപ്പറേറ്റുകളുമടങ്ങുന്ന രാജ്യാന്തര ശക്തികളാണ് ആദ്യത്തേതിന്റെ വക്താക്കളെങ്കിൽ രണ്ടാമത്തേതിന് കടപ്പാട് സംഘപരിവാരത്തോടാണ്. രണ്ടിനും നമ്മുടെ ഭരണകൂടത്തിന്റെ നേരിട്ടുള്ള സഹായമുണ്ടെന്ന് പത്തു കൊല്ലംമുമ്പ് പണിക്കർ എഴുതുമ്പോൾ ഇന്നത്തെ സ്ഥിതി തുലോം രൂക്ഷ മാണെന്ന് മനസ്സിലാക്കാവുന്നതേയുള്ളൂ. ആഗോളീകരണം നമ്മുടെ സമ്പദ് വ്യവസ്ഥയെ അതീവദുർബ്ബലമാക്കിയെങ്കിലും അതിന് പെരുമ യുണ്ട്. സാമാന്യജനജീവിതത്തിന് ഒട്ടും ഉപകരിക്കാത്തതെങ്കിലും വിപ ണിയുടെ നിറപ്പകിട്ടും കൊഴുപ്പും ഒരു വ്യാജസമ്പന്നതാ പ്രതീതി സൃഷ്ടി ക്കുന്നുമുണ്ട്. 'ആഡംബരവാഹനങ്ങൾ തൊട്ട് ആസ്ത്രേലിയൻ ആപ്പിൾ വരെ' വിപണിയിൽ നിറയുന്നു. മധ്യവർഗ്ഗത്തിന്റെ അഭിരുചികളെ നിയ

ത്രിച്ചും നിർണ്ണയിച്ചുംകൊണ്ട് പുതിയ ഉപഭോഗസംസ്കാരം വേരുറപ്പിച്ചു കഴിഞ്ഞു. അടിസ്ഥാനാവശ്യങ്ങൾപോലും നിറവേറ്റാനാവാത്ത വലി യൊരു വിഭാഗം ജനങ്ങൾ ഒരുവശത്തുള്ളപ്പോൾ തന്നെ ഇന്ത്യയിൽ ഉപ ഭോഗാസക്തിയും വിപണിയും തടിച്ചുകൊഴുക്കുന്നുവെന്നതിൽ വൈരു ദ്ധ്യമുണ്ട്. ഈ 'ആഗ്രഹവ്യവസായ'ത്തിലാണ് പണിക്കർ ഊന്നുന്നത്. ഇതിൽ വീണുപോവുന്ന മദ്ധ്യവർഗ്ഗ സമൂഹത്തെ ഇത് തികച്ചും വ്യത്യ സ്തമായ രീതിയിലാണ് ബാധിക്കുന്നത്. ഭൗതികാധുനികത-മെറ്റീരിയൽ മോഡേണിറ്റി-അവരെ ഒരു സാംസ്കാരിക പ്രതിസന്ധിയിൽകൊണ്ടുചെ ന്നെത്തിക്കുന്നു. വിപണിതരളതക്കുനിന്ന് കടംകൊണ്ട ഭൗതികസുഖാ സക്തിയിൽനിന്ന് അവർ നേരെ വേരുകളന്വേഷിച്ച് പലായനമാരംഭി ക്കുന്നു. സാംസ്കാരികഭൂതമാണ് അവരെ കാത്തിരിക്കുന്നത്. ഈ ഭൂത മാവട്ടെ മതമല്ലാതെ മറ്റൊന്നുമല്ല. ഈ സാംസ്കാരിക പ്രതിസന്ധിയുടെ രാഷ്ട്രീയവല്ക്കരണമാണ് അവരെ വർഗ്ഗീയതയോട് സന്ധിചെയ്യിക്കുന്നത്- പണിക്കർ നിരീക്ഷിക്കുന്നു. സാംസ്കാരിക ദേശീയവാദത്തെ ഇങ്ങനെ യാണദ്ദേഹം വിശദീകരിക്കുന്നത്. എഡേഡ് സെയ്ദും മറ്റും വിശദീകരി ച്ചതിൽനിന്ന് ഭിന്നമായി, ആഗോളീകരണത്തോടുള്ള വിയോജിപ്പെന്നപേരി ലാണ് ഇന്ത്യയിൽ വർഗ്ഗീയത തിടംവെച്ചതെന്ന് പണിക്കർ മറ്റൊരിടത്ത് വിശദീകരിച്ചിട്ടുണ്ടെന്നത് ഇതിനോട് ചേർത്തുവായിക്കാം.[11] ഉപഭോഗാസ ക്തിയിൽ വരുന്ന മടുപ്പിനെ 'സ്വദേശി'വാദത്തിലൂടെ ആർ എസ് എസ് മുതലെടുത്തത് അദ്ദേഹം ഉദാഹരിക്കുന്നു. വിദേശകോർപ്പറേറ്റുകളെയും സ്വദേശ കോർപ്പറേറ്റുകളെയും അതിരറ്റ് സഹായിക്കുകയും അതേസ മയം സമ്പന്ന-പരമാധികാര ഭാരതം എന്ന ആശയം മുന്നോട്ടുവെക്കു കയും ചെയ്യുന്ന ബി ജെ പിയും ഇതേ കാര്യമാണ് ചെയ്യുന്നത്.

അതേസമയം ആഗോളീകരണത്തിന്റെയും (പാശ്ചാത്യ വിരുദ്ധമെന്ന് ഭാവിക്കുന്ന) സംസ്കാരദേശീയതയുടെയും പ്രത്യയശാസ്ത്രങ്ങൾ തമ്മിൽ വലിയ അന്തരവും വൈരുദ്ധ്യവുമുള്ളത് കാണാതിരുന്നുകൂടെന്ന് പണിക്കർ ഓർമ്മിപ്പിക്കുന്നുണ്ട്. ഭരണകൂടവും അവരുടെ പ്രത്യയശാസ്ത്ര പ്രചാരകരും ഈ വൈരുദ്ധ്യം സമർത്ഥമായി മൂടിവെക്കുന്നു. ആഗോളീ കരണത്തിന് അവർ മാനുഷികമുഖം നല്കുന്നു; സ്വദേശി മുദ്രാവാക്യ മുയർത്തുന്നു. വിപണിയുടെ പിടിമുറുകുന്നതിനനുസരിച്ച് ഈ വൈരു ദ്ധ്യവും രൂക്ഷമാവും. ഈ വൈരുദ്ധ്യമാണ് പ്രാദേശികസമൂഹങ്ങളെ ബദൽ സാംസ്കാരിക പ്രവർത്തനങ്ങൾക്ക് സജ്ജമാക്കുന്നത്. രാഷ്ട്രീയ മായ എതിർപ്പിനപ്പുറം ആഗോളീകരണ-വർഗ്ഗീയതാപ്രതിരോധത്തെ വളർത്തിയെടുക്കാൻ നമുക്ക് സാധിച്ചിട്ടില്ലെന്ന് പണിക്കർ സ്വയംവിമർശന പരമായി സമ്മതിക്കുന്നുണ്ട്. ഇടതുപക്ഷ ശക്തികളുടെ നേതൃത്വത്തി ലുള്ള ഈ മുഖ്യപ്രതിപക്ഷം പ്രകടനമായും സമരങ്ങളായും ഹർത്താ ലുകളായും എതിർപ്പ് നിരന്തരം പ്രകടിപ്പിക്കുന്നുണ്ടെങ്കിലും ഒരു സാമൂ ഹിക പ്രതിരോധശക്തി വളർത്തിക്കൊണ്ടുവരാൻ ഇനിയും വേണ്ടത്ര കഴിഞ്ഞിട്ടില്ല. വിപണിയുടെ ഭീഷണിയെപ്പോലും ചെറുത്തുതോല്പി

ക്കാൻ കഴിയുന്നില്ല. കർണ്ണാടകത്തിലും മറ്റും ബഹുരാഷ്ട്രകുത്തകകളുടെ വിൽപനകേന്ദ്രങ്ങൾക്കുനേരെ നടന്ന ആക്രമണം വിപരീതഫലമേ ഉണ്ടാ ക്കിയിട്ടുള്ളൂവെന്ന കാര്യം അദ്ദേഹം ഓർമ്മിപ്പിക്കുന്നു. നേരിട്ട് ആക്രമിച്ച് തോൽപിക്കാൻ പറ്റാത്തത്ര വലുതാണ് അവ. അക്രമമാർഗ്ഗം സ്വീകരി ച്ചാൽ സാമാന്യജനതയ്ക്ക് അക്രമിക്കപ്പെടുന്നവരോട് അനുഭാവമുണ്ടാ വുകയും ചെയ്യും. സർക്കാരിന്റെയും മറ്റും എല്ലാവിധ പിന്തുണയുമുള്ള പ്പോൾ ബഹിഷ്കരണംപോലുള്ള പരിപാടികളിലൂടെ അവയെ ചെറുക്കാ മെന്നത് ഉട്ടോപ്പിയൻ സ്വപ്നം മാത്രമാണെന്നും അദ്ദേഹം ആശങ്കപ്പെ ടുന്നു. വർഗ്ഗീയതയ്ക്കെതിരായ പ്രതിരോധനിരയ്ക്കും മുന്നേറാനായിട്ടില്ല. വർഗ്ഗീയവിരുദ്ധ പ്രത്യയശാസ്ത്രത്തിന്റെ പ്രചാരണത്തിനായി നാം വള രെയധികം വിയർപ്പൊഴുക്കിയെങ്കിലും ഹിന്ദുവർഗ്ഗീയവാദികൾക്ക് അധി കാരത്തിലേറാനായത് രാഷ്ട്രീയമായ പരിശ്രമത്തിലൂടെ മാത്രമല്ല, അടി ത്തട്ടിൽ, സാമൂഹിക സാംസ്കാരിക മേഖലകളിൽ നിരന്തരമായി നട ത്തിയ മതവൽക്കരണ ശ്രമങ്ങളിലൂടെയായിരുന്നുവെന്ന് പണിക്കർ വില യിരുത്തിയത് 2014 ലെ പാർലമെന്റ് തിരഞ്ഞെടുപ്പിന് വർഷങ്ങൾക്കുമു മ്പായിരുന്നു. സമൂഹത്തെ മതാത്മകമാക്കുന്ന പ്രക്രിയ സംഘടിതമായി നടക്കുന്നു. മതവും മതചിഹ്നങ്ങളും വർണ്ണാഭമായി സമൂഹത്തെ ചുഴ്ന്നു നിന്നു. മതപരം- വർഗ്ഗീയം എന്ന വ്യവച്ഛേദം തന്നെ പൊതുവ്യവഹാര ത്തിൽനിന്ന് അപ്രത്യക്ഷമായ കാര്യം അദ്ദേഹം ഓർമ്മിപ്പിക്കുന്നു.

'കൾച്ചറൽ ഈസ് പൊളിറ്റിക്കൽ'

പൗരസമൂഹത്തിലെ പൊതുവ്യവഹാരങ്ങളെ സ്വാധീനിക്കലും അവയെ മാറ്റിത്തീർക്കലുമാണ് സാംസ്കാരിക പ്രവർത്തനങ്ങളുടെ ദൗത്യ മെന്ന നിലപാടിൽ കെ എൻ പണിക്കരെത്തുന്നത് വർഗ്ഗീയ ഫാസിസ ത്തിന്റെയും ആഗോളീകരണത്തിന്റെയും അന്നുതന്നെ പ്രകടമായിരുന്ന ശക്തി മനസ്സിലാക്കിയാണ്. അദ്ദേഹത്തിന്റെ ആശങ്കകൾ നാം വേണ്ടത്ര ഉൾക്കൊണ്ടിരുന്നില്ലെന്നത്, പിന്നീടുള്ള ഫാസിസത്തിന്റെ വളർച്ചയെ മുൻനിർത്തി നമുക്കു സമ്മതിക്കേണ്ടി വരും. പൊതുവ്യവഹാരങ്ങളെ സ്വാധീനിക്കലും മാറ്റിത്തീർക്കലും എന്തെങ്കിലും നിരാസം വഴിയോ പ്രതി രോധം വഴിയോ എതിർപ്പുവഴിയോ മാത്രം സാധിക്കാവുന്ന ഒന്നല്ല. ഇവ ഒഴിച്ചുകൂടാനാവാത്തതാണ്; എന്നാൽ അപര്യാപ്തവുമാണ്. വർഗ്ഗീയവും ആഗോളമൂലധനത്താൽ നിർണ്ണീതവുമായ പൊതുവ്യവഹാരങ്ങളെ ചെറു ക്കുകയും തോൽപിക്കുകയും ചെയ്യുന്ന ബദൽ സംസ്കാരനിർമ്മിതി യാണു പ്രധാനം. തനത് സംസ്കൃതികളെ പുനരാനയിക്കുന്നതിലൂടെ മാത്രമേ ഇത് സാധിക്കൂ. അവയെ സമകാലിക വെല്ലുവിളികളെ നേരിടാ നാവുംവിധം പുനർനിർമ്മിക്കണം. അതേസമയം അന്ധമോ പുനരുദ്ധാ രണപരമോ- റിവൈവലിസ്റ്റ് -ആവാതെ നോക്കുകയും വേണമെന്ന കാര്യ ത്തിൽ പണിക്കർക്ക് നിർബ്ബന്ധമുണ്ടുതാനും. ബദൽ സംസ്കാരനിർമ്മി

തിക്ക് ഇടപെടൽ ശേഷിയുള്ള പ്രാദേശിക സമൂഹങ്ങളെ-കൂട്ടായ്മകളെ വളർത്തിയെടുത്തേ പറ്റൂ. സാമൂഹികവും രാഷ്ട്രീയവുമായ അധീശാധി കാരവുമായി ഇടയുന്നതാവും ആ പ്രാദേശിക കൂട്ടായ്മകൾ. അവ അഭി മുഖീകരിക്കുന്ന പ്രാദേശിക വിഷയങ്ങൾ വിപുലമാണ്. 'ജലത്തിന്റെയും വിറകിന്റെയും ലഭ്യതമുതൽ ചരിത്രത്തിലും പാരമ്പര്യത്തിലുമുള്ള പങ്കാ ളിത്തംവരെ' എന്നാണ് പണിക്കരുടെ പ്രയോഗം. ഓരോ പ്രാദേശിക സമൂ ഹവും സംസ്കാരത്തിന്റെ ബഹുസ്വരതയെയാണ് വെളിപ്പെടുത്തുക. വർഗ്ഗീയ ആഗോളീകരണശക്തികൾ വ്യത്യസ്ത വഴികളിലൂടെയാണെ ങ്കിലും മുമ്പോട്ടുവെക്കുന്ന ഏകശിലാത്മകതയെ വെല്ലുവിളി ക്കാൻ ഈ ബഹുത്വം നിലനിന്നേ പറ്റൂ. സാംസ്കാരികമെന്നത് സാമൂ ഹികവും രാഷ്ട്രീയവുമാകുന്നതപ്പോഴാണ്. 'പേഴ്സണൽ ഈസ് പൊളി റ്റിക്കൽ' എന്ന രണ്ടാംതരംഗ ഫെമിനിസത്തിന്റെ പ്രഖ്യാത മുദ്രാവാ ക്യത്തെ ഓർമ്മിപ്പിക്കുന്ന കൾച്ചറൽ ഈസ് പൊളിറ്റിക്കൽ[12] എന്ന പ്രസ്താവനയോടെ, സാംസ്കാരികമെന്നത് രാഷ്ട്രീയമല്ലാതെ മറ്റൊന്നു മല്ലെന്ന് സൂചിപ്പിച്ചുകൊണ്ടാണ് പണിക്കർ 'സാംസ്കാരികപ്രവർത്തന ത്തിനുള്ള കർമ്മപദ്ധതി' ഉപസംഹരിക്കുന്നത്.

ഡോ. കെ എൻ പണിക്കർ സ്വീകരിച്ചുപോരുന്ന ചരിത്രപരവും സാംസ്കാരികവുമായ രാഷ്ട്രീയനിലപാടുകളെ, അവയുടെ സുവ്യക്തത യെ, കൃത്യമായി അടയാളപ്പെടുത്തുന്ന പ്രബന്ധമെന്നനിലയിലാണ് സാംസ്കാരിക പ്രവർത്തനങ്ങൾക്ക് ഒരു അജണ്ട എന്ന, അല്പം പഴയ തെങ്കിലും പ്രവചനസ്വഭാവമുള്ളതും സമകാല പ്രസക്തിയുള്ളതുമായ രചനയെ വിശകലനം ചെയ്യാൻ മുതിർന്നത്. ലോകസാഹചര്യങ്ങൾക്ക നുസൃതമായി സമരങ്ങളുടെയും ഇടപെടലുകളുടെയും ശൈലി മാറണ മെന്നത് ഉടൻ പരിഗണിക്കേണ്ട അഭിപ്രായം തന്നെയാണ്. അടിത്തട്ടിലി റങ്ങിക്കൊണ്ട് സമൂഹത്തെ വിപ്ലവാത്മകമായി പരിവർത്തിപ്പിക്കുകയെന്ന സാംസ്കാരിക ദൗത്യമാണ് രാഷ്ട്രീയ പ്രവർത്തകർക്കും സാംസ്കാരിക പ്രവർത്തകർക്കും മുന്നിലുള്ളത്. കാരണം ഫാസിസത്തിന് തടിച്ചുകൊഴു ക്കാനുള്ള എല്ലാ കോപ്പുകളും ആഗോളീകരണം സംഭാവന ചെയ്തുക ഴിഞ്ഞു. ചെയ്തുതീർക്കാനുള്ള കാര്യങ്ങൾ ഒട്ടും ചെറുതല്ലെന്നും ഒട്ടും എളുപ്പമല്ലെന്നുമാണ് ഓരോ ദിവസവും പുറത്തുവരുന്ന വാർത്തകൾ- സമകാലികചരിത്രം- നമ്മെ ഓർമ്മിപ്പിക്കുന്നത്.

കുറിപ്പുകൾ

1. Panikkar K N, *An Agenda for Cultural Action and Other Essays,* Revised Edition. Gurgaon: Three essays Collective. 2006

2. Michael Hardt and Antonio Negri, *Empire* എന്ന പുസ്തകം ഇരു പത്തൊന്നാം നൂറ്റാണ്ടിലേക്കുള്ള കമ്യൂണിസ്റ്റ് മാനിഫെസ്റ്റോ എന്നാണ് ഈ പുസ്തകം വിശേഷിപ്പിക്കപ്പെട്ടത്.

3. Williams, Raymond. Keywords London: Fontana. 1983

4. 1923 ൽ ആദ്യപതിപ്പിറങ്ങിയ *ശബ്ദതാരാവലി*യാണല്ലോ ഇന്നും നമ്മുടെ ഏറ്റവും പോപ്പുലറായ നിഘണ്ടു. സംസ്കാരത്തെ ആ നിഘണ്ടു കണ്ടതിങ്ങനെ. 1. ശുദ്ധീകരണം. 2. ശുദ്ധി. 3. വിദ്യാ ഭ്യാസം കൊണ്ടും മറ്റും മനസ്സിനുണ്ടാകുന്ന പ്രഭാവം. 4. ഗുണവി ശേഷത്തെ പ്രാപിക്കുന്ന സ്ഥിതി. 5. പൂർത്തിയാക്കൽ. 6. അലങ്കാരം. 7. കറതീർക്കൽ. 8. പാകപ്പെടുത്തൽ. 9. ഓർമ്മശക്തി. 10. ശവസം സ്കാരം. 11. പുടംവെക്കൽ. 12. തയ്യാറാക്കൽ. 13. വിശുദ്ധകർമ്മം. 14. പൂണൂൽകല്യാണം. 15. അഭിപ്രായം. 16. മിനുക്കുകല്ല്. 17. അങ്കനം ഊർദ്ധപുണ്ഡ്രം എന്നിങ്ങനെയുള്ള അഞ്ചുതരം സംസ്കാരങ്ങൾ. (അർത്ഥം നല്കിയിരിക്കുന്ന ക്രമം പ്രധാനമാണ്. ഉപയോഗത്തിന്റെ ആവൃത്തിയാണ് നിഘണ്ടുവിലെ ക്രമം നിശ്ചയിക്കുന്നത്) സംസ്കാരഹീനൻ എന്നാൽ ഉപനയിക്കാത്ത ബ്രാഹ്മണൻ എന്നാണ് ആദ്യാർത്ഥം. സംസ്കരിക്കപ്പെട്ടതാണ് സംസ്കൃതം. സംസ്കൃതൻ എന്നാൽ ബ്രാഹ്മണനും. സംസ്കരിക്കുകയെന്നതിന് ശവമടക്കമെ ന്നുമാത്രമല്ല വിവാഹം കഴിക്കുക എന്നുകൂടി അർത്ഥമുണ്ട് മലയാ ളത്തിൽ. (എത്ര കാവ്യാത്മകമായ ഭാഷ, അല്ലേ!) ഷോഡശസംസ്കാ രങ്ങൾ എന്നറിയപ്പെടുന്ന പതിനാറെണ്ണം ദ്വിജന്മാർ ആചരിക്കേണ്ട ചടങ്ങുകളാണ്. പുംസവനവും ഉപനയനവും ജാതകർമ്മവും വേദാ ദ്ധ്യയനവും സ്നാനവും വിവാഹവുമെല്ലാം ഇതിലുൾപ്പെടും. ഏറ്റവും സംസ്കരിക്കപ്പെട്ട മനുഷ്യൻ ബ്രാഹ്മണനാണെന്ന ബോദ്ധ്യം കാണാം ഭാഷാവഴിയിൽ. ബ്രാഹ്മണന്റെ 'ശുദ്ധം' തന്നെ സംസ്കാരം. *ശബ്ദതാരാവലി*യുടെ ഏറ്റവും പുതിയ എഡിഷനിലും ഇങ്ങനെത ന്നെയാണുള്ളതെങ്കിലും അത്, ഭാഷ മാറാത്തതിന്റെ പ്രശ്നമല്ല. നിഘണ്ടു പ്രതിസംസ്കരിക്കാത്തതിന്റെ-അപ്ഡേറ്റു ചെയ്യാത്ത തിന്റെ-കുഴപ്പമാണ്. സംസ്കാരമെന്നത് ബ്രാഹ്മണീയമായ അനു ഭവ പരിസരത്തിലാണ് മുമ്പ് നാം ഉൾക്കൊണ്ടിരുന്നത് എന്നു ചുരു ക്കം. ജന്മംകൊണ്ട് ഭൂസുരനാണെങ്കിൽപ്പോലും കർമ്മ(ദോഷം) കൊണ്ട് ഒരാൾ സംസ്കാരഹീനനായിമാറാം. 'ബ്രാഹ്മണ്യംകൊണ്ട് കുന്തിച്ചുകുന്തിച്ച് ബ്രഹ്മാവും തനിക്കൊക്കാ' (ജ്ഞാനപ്പാന) എന്നു വിചാരിച്ചുപോന്നിരുന്ന വരേണ്യ/ആര്യവിഭാഗത്തിന്റെ സവിശേഷ തയായി സംസ്കാരം അറിയപ്പെട്ടുപോന്നു. ആ അർത്ഥത്തിൽ സിവി ലൈസ്ഡ്, കൾച്ചേഡ് എന്നൊക്കെപ്പറഞ്ഞിരുന്നത് വേദാദ്ധ്യയനം കൊണ്ട് സംസ്കൃതചിത്തരായവരെയാണ്.

5. *Left Cultural Intervenion: Perspectives and Practice in An Agenda for Cultural Action and Other Essays*, 2006 pp 139-45.

6. ഹെജിമണിയെന്ന അധീശപ്രത്യയശാസ്ത്രത്തെ വിവരിക്കുന്നതിനി ടയിലാണ് ഗ്രാംഷി unsettling the existing equilibrium എന്ന തര ത്തിലുള്ള ആശയം മുന്നോട്ടുവെക്കുന്നത്. Hegemony entails not only a unison of economic and political aims, but also intellectural

and moral unity... the development and expansion of the [dominant] group are conceived of, and presented, as being the motor force of a universal expansion... In other words, the dominant group is co-ordinated concretly with the general interests of as the subordinate groups and the life of the State is conceived of a continuous process of formation and superseding of unstable equilibria between the interest of the fundamental groups and those of the subordinate - equilibria in which the interests of the dominant group prevail, but only up to a certain point (*Selections from the Prision Notebook*) എന്നിങ്ങനെ ഗ്രാംഷി ഈ സന്തു ലനം-വിശദീകരിക്കുന്നത് കാണാം. അധീശത്വ വിഭാഗങ്ങൾക്ക് മേൽക്കൈയുള്ള ഈ വ്യാജസന്തുലനത്തെ അട്ടിമറിക്കാനുള്ള ഒരു ഹ്യൂമൺ ഏജൻസിയെ വിഭാവനം ചെയ്യുന്നിടത്താണ് ഗ്രാംഷിയുടെ രാഷ്ട്രീയപ്രവർത്തന ചിന്തകൾ വരുന്നത്.

7. ഇ എം എസ് നമ്പൂതിരിപ്പാട് 1998 (1981) *സമൂഹം ഭാഷ സാഹിത്യം* തിരുവനന്തപുരം: ചിന്ത പബ്ലിഷേഴ്സ് പു. 77-8.

8. കെ എൻ പണിക്കർ. *സെക്കുലർ പാഠങ്ങൾ: പ്രമേയം ചരിത്രം പ്രത്യയശാസ്ത്രം*. എഡി. പി പി ഷാനവാസ്. തിരുവനന്തപുരം ചിന്ത പബ്ലിഷേഴ്സ് 2007, പു. 70-76

9. for details visit. http://www.eklavya.in/

10. agitprop or agitation propaganda റഷ്യയിൽ നിന്നുവന്ന ഒരു പ്രയോ ഗമാണിത്. പാർട്ടി പ്രചാരണത്തിനായി ഉപയോഗിക്കുന്നതും രാഷ്ട്രീയ വിഷയങ്ങൾ പച്ചയായിപ്പറയുന്നതുമായ നാടകവും ലഘു ലേഖകളും സിനിമയുമൊക്കെ ഇതിൽപ്പെടും. പഴയ സോവിയറ്റ് കമ്യൂ ണിസ്റ്റ് പാർട്ടിക്ക് 'ഡിപ്പാർട്ടുമെന്റ് ഓഫ് അജിറ്റേഷൻ ആന്റ് പ്രൊപ്പ ഗാൻഡ' എന്നൊരു വിഭാഗം തന്നെയുണ്ടായിരുന്നു. പിന്നീടതിന്റെ പേര് പ്രത്യയശാസ്ത്രവിഭാഗം എന്നു മാറ്റി.

11. *'Globalisation Culture and communalism' in An Agenda for Cultural Action and other essays*, 2006 PP 85-94.

12. 'കൾച്ചറൽ ഈസ് പൊളിറ്റിക്കൽ' എന്ന നിലപാട് സാംസ്കാരിക ഇടതുപക്ഷത്തെക്കുറിച്ചുള്ള ഉത്തരാധുനിക സംവാദങ്ങളിൽ ടെറി ഈഗിൾട്ടണും മറ്റും ഉയർത്തുന്നത് കാണുക. (വിശദമായ ചർച്ചയ്ക്ക് കാണുക: Thomas Doerfler - *Postmodern Practices)* കൾച്ചറൽ പൊളിറ്റിക്സല്ല, പൊളിറ്റിക്സ് ഓഫ് കൾച്ചർ ആണ് വേണ്ടതെന്ന് അദ്ദേഹം നിരീക്ഷിക്കുന്നുണ്ട്. രാഷ്ട്രീയവും സംസ്കാ രവും എപ്പോഴും ഒരുമിച്ചുപോവുമെങ്കിലും ഒന്ന് മറ്റൊന്നിലുള്ളടങ്ങു ന്നതോ മറ്റതിനു പകരമോ ആവില്ലെന്ന നിരീക്ഷണങ്ങളും ഓർക്കുക. Politics are the condition of which culture is the product എന്ന് ഈഗിൾട്ടൺ.

മുമ്പേ പറന്ന പക്ഷി

കെ എൻ പണിക്കരുടെ രചനാ രീതിശാസ്ത്രത്തിലേക്ക് ഒരെത്തിനോട്ടം

പി പി ഷാനവാസ്

ഇന്ത്യൻ ആധുനികതയുടെ ചരിത്രകാരൻ എന്ന നിലയിലാണ് ഡോ. കെ എൻ പണിക്കർ അറിയപ്പെടുന്നത്. ഡി ഡി കൊസാംബി, റൊമിലാ ഥാപ്പർ, ഇർഫാൻ ഹബീബ്, കെ എം ശർമ്മ തുടങ്ങിയവരോ ടൊപ്പം മാർക്സിസം രീതിശാസ്ത്രമാക്കി, ഇന്ത്യൻ ചരിത്രമെഴുത്തിന്റെ ബൃഹദ് യത്നങ്ങൾ നടത്തിയ ചരിത്രകാരന്മാർക്കൊപ്പം കെ എൻ പണി ക്കരുടെ സ്ഥാനവും അടയാളപ്പെടുത്തപ്പെട്ടിട്ടുണ്ട്. മുൻ പരാമർശിച്ച ചരിത്രകാരന്മാരുടെ പൗരാണിക-മദ്ധ്യകാല ഇന്ത്യാ ചരിത്രാഖ്യാനങ്ങ ളിലെ നിഗമനങ്ങളുടെ ആകത്തുകയിൽനിന്ന്, ആധുനിക ഇന്ത്യയുടെ രൂപീകരണ ഘട്ടങ്ങളെക്കുറിച്ചാണ് കെ എൻ പണിക്കർ തന്റെ ഗവേഷ ണവും എഴുത്തും നിർവ്വഹിച്ചത്. ഇവരിൽനിന്നെല്ലാം വ്യത്യസ്തമായി, ചരിത്രത്തെ സാംസ്കാരിക ഭൗതികവാദത്തിന്റെ രീതിശാസ്ത്രമുപയോ ഗിച്ച് കൈകാര്യം ചെയ്തു എന്നതാണ് അദ്ദേഹത്തെ വേറിട്ടു നിർത്തു ന്നത്. അങ്ങനെ, ഇന്ത്യൻ ആധുനികതാ രൂപീകരണത്തിന്റെ ഡൈഷ ണിക ചരിത്രകാരൻ എന്ന വിശേഷണം അമ്പർത്ഥമാക്കി. എഴുപതുക ളിൽ ഇത്തരമൊരു പരിശ്രമം തികച്ചും നവീനമായിരുന്നു. അക്കാദമിക ചരിത്രമെഴുത്തിൽ ഡൈഷണിക ചരിത്രം എന്ന ഗണത്തെ പ്രോദ്ഘാ ടനം ചെയ്യാൻ കെ എന്നിനായി. ഇത്തരമൊരു സംരംഭത്തിനായി അദ്ദേ ഹത്തെ ജവഹർലാൽ നെഹ്റു സർവ്വകലാശാലയിലെ ചരിത്രവിഭാഗം ചുമതലപ്പെടുത്തുകയും ഉണ്ടായി. ചുമതല ഏറ്റെടുത്തുകൊണ്ട് അദ്ദേഹം ഈ വഴിയിൽ തന്റെ മുൻഗാമികളെ കണ്ടെത്തിയത് ചൈനീസ് ചരിത്ര കാരന്മാരിലായിരുന്നു എന്നതും ശ്രദ്ധേയമായിരുന്നു.

അതിലെല്ലാം ഉപരി, ഡൈഷണിക ചരിത്രരചനയ്ക്ക് പണിക്കർ സ്വീകരിച്ച രീതിശാസ്ത്രം മാർക്സിസം ആയിരുന്നപ്പോൾത്തന്നെ,

മാർക്സിസത്തിന്റെ നവീനവും സമകാലീനവുമായ വ്യാഖ്യാനങ്ങളിൽ നിന്നാണ് അദ്ദേഹം തന്റെ ഉപാധികൾ വികസിപ്പിച്ചെടുത്തത് എന്നു കാണാം. ഇന്ത്യൻ ദേശീയതയുടെ ചരിത്രകാരൻ എന്ന നിലയിൽ കെ എൻ പണിക്കരുടെ അടിസ്ഥാന സങ്കല്പനം ദേശീയത തന്നെയായിരുന്നു. അതാകട്ടെ പ്രാഥമികാർത്ഥത്തിൽ നാം ഉപയോഗിച്ചുപോരുന്ന ദേശീയത എന്ന സങ്കല്പനമല്ല. നിരന്തരം മാറുകയും രൂപംകൊള്ളുകയും നീട്ടി വെക്കപ്പെടുകയും ചെയ്യുന്ന ദേശ രൂപീകരണപ്രക്രിയ എന്ന നിലയി ലാണ് അതു പ്രസക്തമാകുന്നത്. ദേശ-രാഷ്ട്രരൂപീകരണത്തിന്റെ ഇന്ത്യൻ പശ്ചാത്തലത്തെ റൈൽവേ പരിത്രത്തിന്റെയും ബുദ്ധിജീവികളുടെ ജീവചരിത്രത്തിന്റെയും വിശകലനത്തിലൂടെ ആഖ്യാനം ചെയ്യാൻ ശ്രമിച്ച കെ എൻ പണിക്കർ, എഴുപതുകൾക്കുശേഷം ഇന്ത്യൻ ദേശീയതയും പൊതുവെ ദേശീയതാ സങ്കല്പനമാകെയും ചെന്നകപ്പെട്ട പ്രതിസന്ധി കളെയാണ് കൂടുതലും കണക്കിലെടുത്തത്. ദേശീയത ബൂർഷ്വാ ദേശീ യതയും സോഷ്യലിസ്റ്റ് ദേശീയതയും ആയി വിഭജിക്കപ്പെട്ട പശ്ചാത്തലം മാത്രമല്ല, അത് സാംസ്കാരിക ദേശീയതയായി പുനർനിർവ്വചിക്കപ്പെടു കയും മതദേശീയതയായി സമഗ്രാധിപത്യ സ്വഭാവം കൈക്കൊള്ളുകയും ചെയ്ത പശ്ചാത്തലവും പണിക്കർ കണക്കിലെടുത്തു. ദേശീയത ഇപ്ര കാരം ഫാസിസ്റ്റ് സ്വഭാവം കൈക്കൊണ്ട പശ്ചാത്തലത്തിൽ, ജർമ്മനി യിലും ഇറ്റലിയിലും സംഭവിച്ച രാഷ്ട്രീയ വിപരിണതികളും അദ്ദേഹ ത്തിന്റെ ശ്രദ്ധാവിഷയമായിത്തീർന്നു.

ദേശീയ ഫാസിസ്റ്റ് ദേശീയതയെ നിർമ്മിച്ച ഇറ്റാലിയൻ പശ്ചാത്ത ലത്തിൽ ജീവിച്ച അന്റോണിയോ ഗ്രാംഷിയുടെ ചിന്തകളെ തന്റെ അന്വേ ഷണത്തിന്റെ പരിധിയിൽ ഉൾച്ചേർക്കുന്നത് ഈ പശ്ചാത്തലത്തിലാണ്. മുസോളിനിയുടെ ഫാസിസ്റ്റ് തടവറയിൽവെച്ച് ഗ്രാംഷി രചിച്ച് തത്ത്വ ചിന്താ-രാഷ്ട്രീയ കുറിപ്പുകളായ *പ്രിസൺനോട്ടുപുസ്തകത്തിലെ* ആശ യസമുച്ചയം കെ എൻ പണിക്കരുടെ രചനാരീതിശാസ്ത്രത്തിലെ പരി കല്പനകളായി തീരുന്നതും ഇങ്ങനെയാണ്. ദേശീയതയെക്കുറിച്ചും അതിന് രൂപംകൊടുക്കുന്നതിൽ വ്യത്യസ്ത വിഭാഗം ബുദ്ധിജീവികളുടെ പങ്കിനെക്കുറിച്ചും സാമൂഹ്യസമരങ്ങളുടെ രൂപീകരണത്തിൽ പാരമ്പര്യ ബുദ്ധിജീവികളുടെ സർഗ്ഗാത്മകമായ ഇടപെടലിനെക്കുറിച്ചും ഉള്ള ആലോചനകൾ ഗ്രാംഷിയിൽ നിന്നാണ് കെ എൻ സ്വീകരിച്ചിരിക്കുന്നത് എന്നു കാണാം. ഗ്രാംഷിയുടെ ആശയങ്ങളെ ഉപജീവിച്ചുകൊണ്ട് ബ്രിട്ടീഷ് ചിന്തകനായ റെയ്മണ്ട് വില്യംസ് വികസിപ്പിച്ച സാംസ്കാരിക ഭൗതിക വാദം എന്ന പരികല്പനയും പില്ക്കാല അന്വേഷണങ്ങളിൽ കേന്ദ്രപ്രമേ യമായിത്തീരുന്നു.

ഗ്രാംഷിയുടെ ബുദ്ധിജീവികളെക്കുറിച്ചുള്ള ആശയപരികല്പനകൾ ഉപയോഗിച്ചുകൊണ്ട് കെ എൻ എഴുതിയ ചരിത്രക്ലാസിക് ആയ *പ്രഭു ത്വത്തിനും ഭരണകൂടത്തിനും എതിരെ* എന്ന മലബാർ കലാപങ്ങളെ ക്കുറിച്ചുള്ള പുസ്തകവും പ്രബന്ധങ്ങളും ഏറെ ചർച്ച ചെയ്യപ്പെടുകയു

ണ്ടായി. പ്രാദേശിക ചരിത്രരചനയുടെ പില്ക്കാലത്ത് വികസിച്ചുവന്ന പല ആശയങ്ങളും ഈ ഗ്രന്ഥത്തിലുണ്ട് എന്നു മാത്രമല്ല, സാംസ്കാ രിക ചരിത്രരചനയുടെ ഇന്ത്യയിലെ ആദ്യ പ്രയ്തനങ്ങളിലൊന്നായിരുന്നു അവ. വേലുത്തമ്പി ദളവ, പഴശ്ശിരാജ തുടങ്ങിയ കൊളോണിയൽ വിരുദ്ധ പോരാളികളെക്കുറിച്ചും വൈക്കം സത്യഗ്രഹം, തെക്കേ മലബാറിലെ കാർഷികകലാപം നായർ വിവാഹ പരിഷ്കരണം എന്നിവയെക്കുറിച്ചുള്ള പഠനങ്ങളും, ധൈഷണിക ചരിത്രത്തിന്റെയും സാംസ്കാരിക ചരിത്ര ത്തിന്റെയും ആശയങ്ങൾ ഇന്ത്യൻ ചരിത്രരചനയ്ക്ക് പരിചയപ്പെടുത്തു ന്നതായിരുന്നു. ഇന്ദുലേഖയെ മുൻനിർത്തി പണിക്കർ നടത്തിയ പഠന ങ്ങൾ വള്ളത്തോളിനെക്കുറിച്ചും ചെറുകാടിനെക്കുറിച്ചും ദേശീയ സാഹി ത്യത്തെക്കുറിച്ചും കേരളത്തിലെ ആധുനിക ഗദ്യസാഹിത്യത്തെക്കുറിച്ചും എഴുതിയ പ്രബന്ധങ്ങൾ എല്ലാം സാഹിത്യവും ചരിത്രവും തമ്മിലുള്ള ബാന്ധവത്തെക്കുറിച്ചുള്ള, സാംസ്കാരിക ഭൗതികവാദ പഠനങ്ങളുടെ പശ്ചാത്തലം ഉപയോഗിക്കുന്നതായിരുന്നു. ദേശീയ നേതാക്കളുടെ ജീവ ചരിത്ര പഠനങ്ങളിലൂടെയും ഇന്ത്യാ ചരിത്രത്തിലെ ആധുനികതാ രൂപീ കരണത്തിന്റെ ദിശകളെ കെ എൻ അവതരിപ്പിച്ചു. റാം മോഹൻ റായി യെക്കുറിച്ചും ഗാന്ധിയെക്കുറിച്ചും നെഹ്റുവിനെക്കുറിച്ചും ഇ എം എസി നെക്കുറിച്ചുമുള്ള അന്വേഷണങ്ങൾ ഇവയിൽ ശ്രദ്ധേയമായിരുന്നു. *മഹ ത്തായ പാദുകപ്രശ്നം* എന്ന ദീർഘപഠനം സാംസ്കാരിക ഭൗതികവാദ ത്തിന്റെ പരികല്പനകൾ ഫലപ്രദമാംവിധം ഉപയോഗിക്കുന്നതായിരുന്നു.

ഇങ്ങനെയെല്ലാം ആധുനികതയുടെയും നവോത്ഥാനത്തിന്റെയും രൂപീകരണത്തെക്കുറിച്ചും അതിനു പില്ക്കാലത്തു സംഭവിച്ച അനിവാ ര്യമായ വിപര്യയങ്ങളെക്കുറിച്ചും അദ്ദേഹം അന്വേഷണങ്ങൾ നടത്തി. ഇന്ത്യൻ ദേശീയത പതുക്കെ അതിന്റെ ദേശീയപ്രസ്ഥാന കാലത്തെ സ്വപ്നങ്ങളിൽ നിന്ന്, എങ്ങനെ സാംസ്കാരിക ദേശീയതയുടെയും മത ദേശീയതയുടെയും ഇരുണ്ട ഭാവിയിലേക്കു നീങ്ങുന്നു എന്ന വർത്തമാന ചരിത്രമാണ് തൊണ്ണൂറുകൾക്കു ശേഷം കെ എൻ നടത്തിയ അന്വേഷ ണങ്ങൾ. രണ്ടു പതിറ്റാണ്ടായി അദ്ദേഹത്തിന്റേതായി ഇംഗ്ലീഷിലും മല യാളത്തിലുമായി പുറത്തുവന്ന എണ്ണമറ്റ പ്രബന്ധങ്ങളും പ്രഭാഷണ ങ്ങളും അഭിമുഖങ്ങളും ഈ നിലയിലുള്ളതായിരുന്നു. അഡോർണോ വിന്റെ സാംസ്കാരിക ഉല്പാദനത്തെപ്പറ്റിയും നവോത്ഥാനത്തിനകത്തു തന്നെ രൂപംകൊള്ളുന്ന ഫാസിസത്തിന്റെ ബീജങ്ങളെക്കുറിച്ചും ഉള്ള ചിന്തകളും ഏലിയാസിന്റെ കഥനങ്ങളും, അമിത് കബ്രാളിന്റെ നിരീക്ഷ ണങ്ങളും ഈ ദിശയിലുള്ള വായനകൾ നടത്താൻ കെ എൻ ഉപയോഗി ക്കുന്നതു കാണാം. ഇന്ത്യൻ ഫാസിസത്തിന്റെ മുന്നാക്കങ്ങളെക്കുറിച്ചുള്ള ദുരന്തച്ഛവി കലർന്ന മുന്നറിയിപ്പുകൾ നല്കുന്ന *രാത്രി വീഴും മുമ്പെ* എന്ന പുസ്തകം, *സാംസ്കാരികപ്രവർത്തനത്തിന് ഒരാമുഖം* എന്ന പുസ്തകം, വർഗ്ഗീയവിപത്തിനെക്കുറിച്ച് എഡിറ്റു ചെയ്ത മറ്റു നിരവധി ഗ്രന്ഥങ്ങൾ, മലയാളത്തിൽ ഈ ലേഖകൻ എഡിറ്റു ചെയ്തു പ്രസി

ദ്ധീകരിച്ച നിരവധി ഗ്രന്ഥങ്ങൾ എന്നിയെല്ലാം ഇന്ത്യൻ ദേശീയത ചെന്ന കപ്പെട്ട പ്രതിസന്ധിയുടെ ഇരുട്ടിനെ അടയാളപ്പെടുത്തുന്നതായിരുന്നു.

ഇന്ത്യൻ ആധുനികതയുടെയും ദേശീയതാരൂപീകരണത്തിന്റെയും ചരിത്രകാരൻ എന്ന നിലയിൽ, കെ എൻ പണിക്കർ തന്റെ രചനാ ജീവി തത്തിലൂടെ നല്കിയ മുന്നറിയിപ്പുകൾ, ഇന്ന് ഇന്ത്യയിൽ യാഥാർത്ഥ്യ മായി വന്നിരിക്കുന്നു. യാന്ത്രിക ഭൗതികവാദത്തിന്റെയും ക്ലാസിക്കൽ മാർക്സിസത്തിന്റെയും യൂറോപ്യൻ പകർപ്പുകളിൽ മുങ്ങിത്താണ ഇന്ത്യൻ മാർക്സിസ്റ്റുകൾക്ക് കാണാൻ കഴിയാത്ത പല വർത്തമാന യാഥാർത്ഥ്യങ്ങളും ചൂണ്ടിക്കാണിക്കാനും കെ എൻ പണിക്കർക്കായി. ക്ലാസിക്കൽ മാർക്സിസത്തിൽനിന്ന് മുന്നോട്ടുപോയി ഗ്രാംഷിയുടെ അന്വേഷണങ്ങളും റെയ്മണ്ട് വില്യംസിന്റെ പരികല്പനകളും അഡോർണോവിന്റെ ചിന്തകളും അടങ്ങുന്ന പാശ്ചാത്യ മാർക്സിസ ത്തിന്റെ പാഠങ്ങളെ പരിഗണനയ്ക്കെടുത്തതിനാലാണ് കെ എൻ പണി ക്കർക്ക് ഇപ്രകാരം ഭാവി ചരിത്രത്തെ മുൻദർശനം ചെയ്യാൻ കഴിഞ്ഞത്. ആ മുൻകാഴ്ചകൾ ഇന്ന് നമ്മുടെ വർത്തമാനമായിരിക്കുന്നു എന്ന തിരി ച്ചറിവ്, കെ എന്നിന്റെ ചരിത്രാന്വേഷണങ്ങൾക്ക് കാലാതിവർത്തിത്വം നല്കുന്നു.

സാഹിത്യവും ചരിത്രവും തമ്മിൽ

ഡോ. കെ എൻ പണിക്കരുടെ സാഹിത്യ സംബന്ധിയായ ലേഖനങ്ങളുടെ വിശകലനം

ഡോ. ഷീബാ ദിവാകരൻ

ചരിത്രവും സാഹിത്യവും തമ്മിലെന്ത്? ചരിത്രത്തെ സാഹിത്യത്തി നുള്ള ഉപാദാനസാമഗ്രികളായിക്കണ്ടിരുന്നു, കാണുന്നുണ്ട്, പലരും. ചരിത്രം അവർക്ക് നിറപ്പകിട്ടുള്ള ഭൂതകാലസ്മരണയാണ്. സാഹിത്യ ത്തിനുവേണ്ട സകല കരുക്കളും ഒരുക്കിത്തരുന്ന വിളനിലമാണ് പ്രമേ യങ്ങളനവധി. സംഭവബഹുലമാണല്ലോ ചരിത്രം. ചിലർക്കാകട്ടെ, സാഹിത്യം ചരിത്രനിർമ്മിതിക്കുള്ള ഉപാദാനമാണ് – സ്രോതസ്സാണ്. ഒരു സാഹിത്യകൃതിയും ചരിത്രത്തെ അടയാളപ്പെടുത്താത്തതായിട്ടില്ല എന്ന നവചരിത്രവാദ വീക്ഷണമാണവർക്ക്. എഴുതപ്പെടുന്നതെന്തും ചരിത്ര ത്തിലേക്കുള്ള പലതരം നോട്ടങ്ങളാണ്. ചരിത്രപരമാണ് ഏത് സാഹിത്യ വ്യവഹാരവും എന്നർത്ഥം. എഴുതപ്പെട്ട ചരിത്രംതന്നെ ഒരർത്ഥത്തിൽ സാഹിത്യമാണ് എന്ന നിലപാടെടുക്കുന്നവരുമുണ്ട്. എഴുത്ത് ആഖ്യാന മാണ്, കഥയാണ്. എഴുതപ്പെട്ടു എന്നതിനർത്ഥം, അത് സാഹിത്യമായി എന്നത്രേ. എഴുത്ത്, ചരിത്രം എന്നിവ അത്ര വിരുദ്ധമായ സംഗതികളല്ല എന്നു ചുരുക്കം.

ചരിത്രകാരനും സാഹിത്യവും തമ്മിലെന്ത്? സാഹിത്യത്തിന്റെ സൗന്ദര്യമൂല്യം അന്വേഷിക്കുന്ന സാമ്പ്രദായിക നിരൂപകനല്ല ചരിത്രകാര നായ ഡോ. കെ എൻ പണിക്കർ. ചരിത്രത്തെയും ദേശീയതയെയും സംബന്ധിച്ച തന്റെ ആശയങ്ങളെ വിശകലനം ചെയ്യാനുള്ള പലവിധ ഉപാദാനസാമഗ്രികളിൽ ഒന്നുമാത്രമായിരുന്നു, അദ്ദേഹത്തിന് സാഹിത്യം. പ്രതിബദ്ധതയുള്ളൊരു ചരിത്രകാരൻ സാഹിത്യത്തെ അവഗണിക്കാനാ വില്ലതന്നെ. സാഹിത്യസംബന്ധിയായി പണിക്കർ പലപ്പോഴയെഴുതിയ ചില ലേഖനങ്ങളെ അവയുടെ ആനുഷംഗികത മുഖവിലക്കെടുത്തു കൊണ്ടുതന്നെ വിശകലനം ചെയ്യാനാണ് ഈ പ്രബന്ധം ശ്രമിക്കുന്നത്.

സാഹിത്യത്തിന്റെ ചരിത്രപരതയും ചരിത്രത്തിന്റെ സാഹിതീയതയും കൂടുതൽ വ്യക്തമായി മനസ്സിലാക്കാൻ പണിക്കരുടെ സാഹിത്യനിരീക്ഷണങ്ങൾ പ്രേരകമാവുന്നുണ്ട്.

മലയാളത്തിലെ ആദ്യകാല നോവലായ *ഇന്ദുലേഖ* (1889) കെ എൻ പണിക്കരുടെ ഇഷ്ടവിഭവമായിത്തീരുന്നത് ഈയർത്ഥത്തിലാണ്. പണിക്കർ തന്റെ പല ലേഖനങ്ങളിലും സാന്ദർഭികമായി ഉദ്ധരിക്കുന്ന കൃതിയാണിത്. ഇന്ത്യൻ നവോത്ഥാനത്തെ വിശകലനം ചെയ്യുന്ന 'മതം പാരമ്പര്യം നവോത്ഥാനം' എന്ന ലേഖനത്തിൽ *ഇന്ദുലേഖയെ* അദ്ദേഹം കൃത്യമായി ചരിത്രത്തിൽ പ്രതിഷ്ഠിക്കുന്നത്, അടയാളപ്പെടുത്തുന്നത് ഉദാഹരണം. ഇന്ത്യൻ നവോത്ഥാനത്തെ സാക്ഷാൽക്കരിച്ച പല ആശയങ്ങളുടെയും പ്രാതിനിദ്ധ്യസ്വഭാവം *ഇന്ദുലേഖ* സംവഹിക്കുന്നുവെന്ന് പണിക്കർ ഇതിൽ വിലയിരുത്തുന്നു. നവോത്ഥാന സംബന്ധിയായ പല ഉൽക്കണ്ഠകളും, തത്ത്വചിന്ത, മതം, രാഷ്ട്രീയം തുടങ്ങിയ മേഖലകളിലൂന്നുന്ന ചർച്ചകളിലൂടെ ആ കൃതി പങ്കുവെക്കുന്നുവെന്ന് അദ്ദേഹം എഴുതുന്നു. കല്ക്കത്താവാസം കഴിഞ്ഞെത്തുന്ന മാധവൻ, തന്റെ അച്ഛനുമായി നടത്തുന്ന സംഭാഷണത്തെ മുൻനിർത്തിയാണ് (ഒരു സംഭാഷണം എന്ന കുപ്രസിദ്ധമായ പതിനെട്ടാം അദ്ധ്യായം. കഥാഗതിയെത്തടയുന്ന ശിലാഖണ്ഡമെന്നാണ് ആദ്യകാലനോവൽ വിമർശകൻ എം പി പോൾ ഈ അദ്ധ്യായത്തെ വിശേഷിപ്പിച്ചത്. സാഹിത്യവും മതവും തത്ത്വചിന്തയും ശാസ്ത്രവും രാഷ്ട്രീയവും ഇന്ത്യൻ നാഷണൽ കോൺഗ്രസുമൊക്കെ ചർച്ചാവിഷയമാകുന്ന ഈ അദ്ധ്യായമെഴുതാനായിരുന്നില്ലേ ചന്തുമേനോൻ ആ നോവൽ തന്നെ എഴുതിയത് എന്ന് ഇന്ന് സംശയം തോന്നാം.) നവോത്ഥാനത്തിന്റെ കേന്ദ്രപ്രമേയങ്ങളിലൊന്നായ 'മതസാമൂഹിക നവോത്ഥാനം' സാഹിത്യത്തെ എപ്രകാരമാണ് സ്വാധീനിച്ചതെന്ന് പണിക്കർ സ്ഥാപിക്കുന്നത്. ഇന്ത്യൻ നവോത്ഥാനത്തിന് ശ്രദ്ധേയമായ പങ്കുവഹിച്ച ബംഗാളിന്റെ സ്വാധീനമാണ് മാധവനിൽ മതസാമൂഹിക നവോത്ഥാനത്തിന്റെ പ്രക്ഷോഭകരമായ ആശയങ്ങളായിത്തീരുന്നതെന്ന് പണിക്കർ നിരീക്ഷിക്കുന്നു. വിഗ്രഹാരാധനയെ മതജീവിതത്തിന്റെ ദുഷിപ്പിക്കുന്ന തിന്മയായിക്കണ്ട ഒരു നവോത്ഥാനവാദിയെ, വിഗ്രഹാരാധനയെ എതിർക്കുന്ന മാധവനിൽനിന്ന് അദ്ദേഹം വായിച്ചെടുക്കുന്നു. വർഗ്ഗീയത അതിന്റെ ഇടം കണ്ടെത്തുന്നത് നവോത്ഥാന ദേശീയ പ്രസ്ഥാനങ്ങളുടെ ദൗർബല്യങ്ങളിലാണെന്നും സാംസ്കാരിക അജണ്ടയെ നിരാകരിച്ച ദേശീയപ്രസ്ഥാനവും രാഷ്ട്രീയ അജണ്ടയെ നിരാകരിച്ച നവോത്ഥാന പ്രസ്ഥാനവുമാണ് ഈ ദൗർബല്യത്തിനടിസ്ഥാനമെന്ന വസ്തുതയെ സ്ഥാപിക്കുന്ന ലേഖനത്തിലാണ് *ഇന്ദുലേഖ* മേല്പറഞ്ഞ രീതിയിൽ വായിക്കപ്പെട്ടത്. സമകാലഭാരതത്തിലെ ചില സംഭവങ്ങളെ ചൂണ്ടിക്കാണിച്ചുകൊണ്ട് *ഇന്ദുലേഖയിൽ* മാധവൻ നിരീക്ഷിച്ച, ക്ഷേത്രവുമായി ബന്ധപ്പെട്ട അയുക്തികതകളൊക്കെ പുനർജ്ജനിക്കുന്നുവെന്ന് പണിക്കർ പറയുമ്പോൾ, ഇന്ത്യൻ നവോത്ഥാനത്തിന്റെ ദുർബല

ഇടങ്ങൾ ഇന്ദുലേഖയിലും അമർന്നുകിടക്കുന്നുവെന്ന നിരീക്ഷണത്തി ലേക്കാണ് ആ ലേഖനം നമ്മെ എത്തിക്കുന്നത്. അത് ഇന്ദുലേഖയെയും ഇന്ത്യൻ നവോത്ഥാനത്തെയും സംബന്ധിക്കുന്ന ദീർഘമായൊരു പുനർവായനയ്ക്ക് പ്രേരണയായിത്തീരുന്നുമുണ്ട്.

എം മുകുന്ദന്റെ *മയ്യഴിപ്പുഴയുടെ തീരങ്ങളിൽ, ദൈവത്തിന്റെ വികൃ തികൾ* എന്നീ നോവലുകളെ പഠനവിധേയമാക്കുന്നതാണ്. 'നോവൽ ഭാവനാത്മകചരിത്രം എന്ന നിലയിൽ എന്ന ലേഖനം. "ഏതൊരു കാല ഘട്ടത്തിന്റെയും ചരിത്രം പുനർവായിക്കുകയും പുനർരചിക്കുകയും ചെയ്യേണ്ടത് ചരിത്രകാരന്മാർ തന്നെയാകണമെന്നില്ല." എന്നൊരു വാക്യം ആ ലേഖനത്തിന്റെ ആമുഖമായി പണിക്കർ ചേർക്കുന്നുണ്ട്. സാഹിത്യ കൃതികളോടുള്ള അദ്ദേഹത്തിന്റെ സമീപനം വ്യക്തമാക്കുന്ന താക്കോൽവാക്യം കൂടിയാണിത്. കൊളോണിയലിസം എങ്ങനെയാണ് ജനതയുടെ സാമൂഹിക-വ്യക്തിബന്ധങ്ങളെ നിർണ്ണയിക്കുന്ന നിയാമക ശക്തിയായിത്തീർന്നതെന്നും അത് മാനുഷികദുരന്തങ്ങളുടെ ഏജൻസി യായി പ്രവർത്തിച്ചതെങ്ങനെയെന്നുമുള്ള അന്വേഷണത്തിന്റെ ഭാഗമാ യാണ് മുകുന്ദന്റെ നോവലുകൾ അദ്ദേഹം വിശകലനം ചെയ്യുന്നത്. നോവ ലിനെ ഭാവനയുടെ ഉല്പന്നം എന്ന നിലയിലല്ല, ചരിത്രം എന്ന നില യിൽത്തന്നെയാണ് (Novel as history) പണിക്കർ അഭിവീക്ഷിക്കുന്നത്. കൊളോണിയലിസം ഇന്ത്യൻ സമൂഹത്തിൽ ചെലുത്തിയ സ്വാധീനം അതിശക്തമാണെങ്കിലും ആഫ്രിക്കൻ സാഹിത്യത്തിലോ ലാറ്റിനമേരി ക്കൻ സാഹിത്യത്തിലോ നടന്നതുപോലെ അതിനെ ശക്തമായി വിചാ രണ ചെയ്യാനുള്ള ശ്രമം ഇന്ത്യൻ സാഹിത്യത്തിൽ നടന്നിട്ടില്ല എന്ന് അദ്ദേഹം തിരിച്ചറിയുന്നുണ്ട്. വിമോചനത്തിന്റെ ആവശ്യംപോലും തിരി ച്ചറിയാനാവാത്തവിധം കൊളോണിയൽ പ്രത്യയശാസ്ത്ര സാംസ്കാരിക ബാന്ധവങ്ങളിൽ ഇന്ത്യൻ മനസ്സ് പെട്ടുപോയിരിക്കുന്നുവെന്നത് ഈ അഭാവത്തിനുള്ള ഒരു കാരണമായി പണിക്കർ മുന്നോട്ടുവെക്കുന്നു ണ്ട്. (കൊളോണിയലിസത്തിന്റെ ഉല്പന്നമായ ആധുനികതയും മധ്യ വർഗ്ഗജീവിതവും തമ്മിലുള്ള സംവാദമെന്ന നിലയിൽ ഇന്ദുലേഖയിലെ 18-ാം അദ്ധ്യായം ഈ ലേഖനത്തിലും പരാമൃഷ്ടമാകുന്നുണ്ട്)

കൊളോണിയലിസത്തിന്റെ ഇരട്ടമുഖങ്ങളെ പണിക്കർ മുകുന്ദന്റെ നോവലുകളിൽനിന്ന് വായിച്ചെടുക്കുന്നുണ്ട്. ഒരുഭാഗത്ത് അടിച്ച മർത്തിയും മറുഭാഗത്ത് സ്വാതന്ത്ര്യദാഹം കുത്തിവച്ചും കീഴടക്കിയവരെ തളച്ചിടാൻ അത് ശീലിച്ചിരുന്നു. ആദ്യത്തേത് ചെറുത്തുനില്പിനും സഹ കരണത്തിനും കീഴടക്കപ്പെട്ടവർക്ക് പ്രേരണയാകുന്നു. എന്നാൽ ഈ രണ്ടുവിഭാഗം ഒരു കുടുംബത്തിൽ സമ്മേളിക്കുമ്പോൾ അത് കുടുംബ ബന്ധങ്ങളെ താറുമാറാക്കുന്നു. മോചനം അധിനിവേശക്കാരനിൽ പ്രതീ ക്ഷിക്കുന്ന ദാമുവും സ്വാതന്ത്ര്യസമരസേനാനിയായ ദാസനും അച്ഛനും മകനുമാകുമ്പോൾ കൊളോണിയലിസം കുടുംബബന്ധങ്ങളെ തകർക്കുന്ന ഏജൻസിയായിത്തീരുന്നുവെന്ന് പണിക്കർ നിരീക്ഷിക്കുന്നു.

കൊളോണിയലിസം ശത്രുക്കളും മിത്രങ്ങളും അടങ്ങുന്ന കീഴടക്കപ്പെട്ട ജനതയുടെ ജീവിതത്തെ ദുരിതമയമാക്കുന്നുവെന്ന വസ്തുതയാണ് പണിക്കർ സ്ഥാപിക്കുന്നത്.

കൊളോണിയൽവാഴ്ചയ്ക്ക് അന്ത്യമാകുമ്പോഴും ജനത അതിന്റെ സാംസ്കാരികക്കെടുതികളിൽനിന്ന് വിടുതൽ നേടുന്നില്ല എന്ന ആശയ ത്തെയാണ് *ദൈവത്തിന്റെ വികൃതികളുടെ* വിശകലനത്തിലൂടെ പണി ക്കർ സമർത്ഥിക്കുന്നത്. രാഷ്ട്രം അപകോളനീകരിക്കപ്പെടുമ്പോഴും ജന മനസ്സ് അപകോളനീകരിക്കപ്പെടുന്നില്ല എന്നതിന്റെ ദൃഷ്ടാന്തമാണ് പുതിയ കോളനികളിലേയ്ക്കുള്ള, അമേരിക്കനിഷ്ഠക്കുള്ള ജനതയുടെ പ്രതീക്ഷ. അറബിഭരണം ആഗ്രഹിക്കുന്ന കഥാപാത്രങ്ങൾ അതിന്റെ സാധൂകര ണമായിത്തീരുന്നു.

"സാമൂഹിക ശാസ്ത്രജ്ഞർ കാണാതെ പോവുന്ന ചരിത്രത്തെ യാണ് നോവലിസ്റ്റുകൾ പ്രദാനം ചെയ്യുന്നതെ"ന്ന് പണിക്കർ ഈ ലേഖ നത്തിൽ എഴുതുന്നുണ്ട്. സാമ്പ്രദായിക ചരിത്രബോധത്തെയാണ് പണി ക്കർ ഈ കൃതിയിലൂടെ നിഷേധിക്കുന്നത്. "എല്ലാ മിത്തിലും ഒരു ചരി ത്രമുണ്ട്; എങ്കിൽക്കൂടി അത് ചരിത്രവസ്തുതയാകുന്നില്ല" എന്നത് ചരി ത്രത്തെ സംബന്ധിക്കുന്ന അദ്ദേഹത്തിന്റെ പ്രഖ്യത നിലപാടാണ്. ('ചരിത്രത്തിന്റെ ഉപയോഗങ്ങൾ' എന്ന ലേഖനം) എല്ലാ വ്യവഹാരങ്ങ ളെയും മിത്തായി പരിഗണിക്കുകയും അതിനെ വൈരുദ്ധ്യാത്മകഭൗതി കവാദത്തിന്റെ വിതാനത്തിൽ സ്ഥാപിച്ച് വിശകലനം ചെയ്യുകയുമാണ്, കെ എൻ പണിക്കരുടെ രീതി. സാഹിത്യവിശകലനത്തിലും അദ്ദേഹം മറ്റൊരു സമീപനമല്ല പിന്തുടരുന്നത്. അതുകൊണ്ടുതന്നെ ചരിത്രമെന്നത് വ്യക്തിയുടെ വീരസാഹസികകഥകളുടെ വിവരണമാണെന്ന നിലപാ ടിനെ നിസ്സാരമായി തള്ളിക്കളയാൻ അദ്ദേഹത്തിനു കഴിയുന്നു. പിര പ്പൻകോട് മുരളിയുടെ *എ കെ ജി: വിപ്ലവത്തിന്റെ രക്തനക്ഷത്രം* എന്ന നാടകം വർഗ്ഗബന്ധത്തിന്റെ പ്രമേയം ആവിഷ്കരിക്കുമ്പോഴും' അതിൽ വ്യക്തിയുടെ ആദർശവല്കരണത്തിന്റെ "മഹത്ത്വവല്കരണത്തിന്റെയും ലാഞ്ഛനയുണ്ട്" എന്ന് തുറന്നു പറയാൻ പണിക്കരെ പ്രേരിപ്പിക്കുന്നത് ഈ ചരിത്രബോധമാണ്. ('ജീവചരിത്രവും ചരിത്രവും' എന്ന ലേഖനം). ഇക്കാരണത്താലാണ് സർവ്വ വ്യവഹാരങ്ങളെയും ചരിത്രത്തിന്റെ രൂപ കങ്ങളായിക്കാണുന്ന, ചരിത്രത്തെയും സാഹിത്യത്തെയും പരസ്പരപൂ രകങ്ങളായി വായിക്കുന്ന ഇടതുചിന്തകനായി അദ്ദേഹം മാറുന്നത്.

കെ എൻ പണിക്കരുടെ ഈ നിലപാടുകളുമായി ചേർന്നു നില്ക്കുന്ന രചനകളാണ് കമ്മ്യൂണിസ്റ്റ് മഹാകവി എന്ന് വിശേഷിപ്പിക്കപ്പെട്ട ചെറു കാട് ഗോവിന്ദപിഷാരടിയുടേത്. "ഒരാൾക്കുമാത്രമായി ഒരു കഥയില്ലെ ന്നാണ് എന്റെ അഭിപ്രായം. ജനിച്ചുവളർന്ന നാടും അവിടെയുള്ള ജനത യുമായി ബന്ധപ്പെട്ടതാണ് ഓരോ ആളുടെ കഥയും" എന്ന് ചെറുകാട് *ജീവിതപ്പാത*യുടെ ആമുഖത്തിൽ പറയുന്നതുതന്നെ ഉദാഹരണം. വ്യക്തി യെക്കാളേറെ സമുദായം, സമുദായത്തിന്റെ ഭാഗധേയം നിർണ്ണയിക്കുന്ന

പ്രസ്ഥാനങ്ങൾ, ഈ പ്രസ്ഥാനങ്ങളുടെ ശക്തിയിലും സ്വാധീനത്തിലും വളരുകയും തളരുകയയും ചെയ്യുന്ന വ്യക്തി- ഇതെല്ലാം ചെറുകാടിന്റെ കൃതികളുടെ പൊതുസവിശേഷതകളാണ്. സമുദായാധിഷ്ഠിതമായി രുന്നു, അദ്ദേഹത്തിന്റെ എല്ലാ കാഴ്ചകളും. പുരോഗമനസാഹിത്യ ത്തിന്റെയും ഇടതുപക്ഷസാഹിത്യത്തിന്റെയും വളർച്ചയിൽ വ്യക്തമായ ഒരു ഘട്ടത്തെ പ്രതിനിധാനം ചെയ്യുന്ന ഈ കൃതികളിൽ വർഗ്ഗവീക്ഷണം മുദ്രിതമായിരിക്കുന്നു. വർഗ്ഗമൂല്യങ്ങളെയും വർഗ്ഗചേതനയെയും വർഗ്ഗ സംഘട്ടനങ്ങളെയും പ്രമേയമാക്കി സാഹിത്യരചന നടത്തിയതാണ് പുരോഗമനസാഹിത്യചരിത്രത്തിൽ ചെറുകാടിന്റെ കൃതികൾ നാഴികക്ക ല്ലാവാനുള്ള കാരണമെന്ന് പണിക്കർ നിരീക്ഷിക്കുന്നു.

വർഗ്ഗതാല്പര്യങ്ങൾക്കുവേണ്ടി സാഹിത്യത്തിലൂടെ സമരം ചെയ്യു കയെന്നത് മാർക്സിയൻ സാഹിത്യത്തിന്റെ സ്വഭാവമാണ്. പുതിയ സമൂഹവ്യവസ്ഥിതിക്കുവേണ്ടി പൊരുതാനും സംഘടിതമായി മുന്നേറാ നുള്ള മനോഭാവത്തെ പ്രതികൂലമായി ബാധിക്കുന്ന ഘടകങ്ങളെ ചെറു ത്തുതോല്പിക്കേണ്ടതും സാഹിത്യകാരന്റെ ധർമ്മമാണെന്ന് പണിക്കർക്ക് അഭിപ്രായമുണ്ട്. തീക്ഷ്ണമായ ജീവിതാനുഭവങ്ങളുടെ തീച്ചൂളയിൽ ചൂഷിതരുടെ മനസ്സിൽ നിർണ്ണായകസ്വാധീനം ചെലുത്തുന്ന മൂല്യങ്ങളും വിശ്വാസങ്ങളും തളർന്നുപോകുന്നതിന്റെയും വർഗ്ഗചേതന വളർന്നു ശക്തിയാർജ്ജിക്കുന്നതിന്റെയും ചിത്രണങ്ങളായ ചെറുകാടിന്റെ സൃഷ്ടി കൾ ഈ ധർമ്മം ബോധപൂർവ്വം തന്നെ പാലിക്കുന്നുവെന്നും പണിക്കർ കൂട്ടിച്ചേർക്കുന്നു. ഫ്യൂഡൽ സമൂഹമൂല്യങ്ങളുടെ മാറാപ്പേറി നടക്കുകയും ജീവിതാനുഭവങ്ങളുടെ വെളിച്ചത്തിൽ ആ ഭാരം വഴിക്കിറക്കി ഒരു പുതിയ ജീവിതപ്പാത സ്വായത്തമാക്കുകയും ചെയ്യുന്ന കഥാപാത്രങ്ങളെ ഈ കൃതികളിൽ ധാരാളം കാണാം. മുത്തശ്ശി (*മുത്തശ്ശി*), അയ്യപ്പൻ (*മണ്ണിന്റെ മാറിൽ*), പങ്ങൻ നായർ (*നമ്മളൊന്ന്*), പാച്ചുണ്ണിനായർ (*തറവാടിത്തം*) തുടങ്ങിയ കഥാപാത്രങ്ങൾ ഉദാഹരണം.

വർഗ്ഗമൂല്യങ്ങളുടെ ചിത്രീകരണം മലയാളസാഹിത്യത്തിൽ പ്രത്യ ക്ഷമായും പരോക്ഷമായും ചെറുകാടിനു മുമ്പും ഉണ്ടായിട്ടുണ്ട്. ചന്തു മേനോനും തകഴിയുമൊക്കെ ഉദാഹരണങ്ങൾ. സമീപനം വൈരുദ്ധ്യാ ധിഷ്ഠിതമാകയാൽ ചെറുകാട് ഇവരിൽനിന്നൊക്കെ വ്യത്യസ്തനാവുന്നു എന്ന് പണിക്കർ എഴുതി. വർഗ്ഗമൂല്യങ്ങളുടെ ചിത്രീകരണമല്ല, പ്രത്യുത, അവയുടെ തളർച്ചയും അവയിൽനിന്ന് ഉരുത്തിരിയുന്ന പുതിയ മൂല്യ ങ്ങളുടെ വളർച്ചയുമായുമാണ് ചെറുകാട് പ്രധാനമായിക്കണ്ടത്. മുത്ത ശ്ശിയെ ചെറുകാട് വികസിപ്പിച്ചത് മലബാറിലെ ഉൾനാടൻ സമൂഹത്തിൽ വളർന്നുവികസിച്ച വർഗ്ഗചേതനയെ പ്രതിഫലിപ്പിക്കുകയെന്ന ലക്ഷ്യ ത്തോടെയായിരുന്നു. "ഫ്യൂഡൽ സമൂഹത്തിന്റെ ആശയാദർശങ്ങളിൽ മുങ്ങി മുഴുകിജീവിച്ച ഒരു നാടൻസ്ത്രീയായിരുന്നു മുത്തശ്ശി. യാഥാസ്ഥി തികത്വമായിരുന്നു അവരുടെ മുഖമുദ്ര. രാഷ്ട്രീയത്തിന്റെ ആദ്യാക്ഷരങ്ങൾ അവർക്കറിയാമായിരുന്നില്ല. മേല്ക്കോയ്മാവർഗ്ഗത്തിന്റെ നിഷ്ഠുരതയും

ഭരണകൂടത്തിന്റെ മർദ്ദനങ്ങളും ഇടതുപക്ഷരാഷ്ട്രീയത്തിന്റെ ശക്തിയും അവരിൽ സമൂലമായ പരിവർത്തനങ്ങൾ വരുത്തി. ജന്മിത്തമ്പുരനെ ചെറു ത്തുനിന്നും ജീവിക്കാമെന്ന് അവർ പഠിച്ചു. ഭരണകൂടത്തിന്റെ കാവല്ക്കാ രനിൽനിന്നു ഭയപ്പെട്ട് ഓടേണ്ടിവരില്ലെന്ന് അവർ മനസ്സിലാക്കി. അവ സാനം ജയിലിൽ പോവുകയും പൊതുയോഗത്തിൽ പ്രസംഗിക്കുകയും സഖാക്കളെ മുഷ്ടിചുരുട്ടി അഭിവാദ്യം ചെയ്യുകയും ചെയ്യുന്നു. മുത്തശ്ശി യിലുണ്ടായ ഈ പരിവർത്തനം സമൂഹത്തിൽ പ്രത്യക്ഷമായ വർഗ്ഗ ചേതനയുടെയും അതിന്റെ പരിണതഫലമായ വർഗ്ഗസംഘട്ടനങ്ങളു ടെയും പ്രതിഫലനമാണ്. രാഷ്ട്രീയ പ്രചാരണാംശത്തിന് വളരെ പ്രസ ക്തിയുള്ളവയാണ് ഇത്തരം കൃതികൾ. പ്രചാരണാംശം കലയുടെ ധർമ്മം തന്നെയാണെന്ന് പണിക്കർക്കഭിപ്രായമുണ്ട്. എല്ലാ കലകളും ഒരർത്ഥ ത്തിൽ പ്രചാരണമാണ് എന്നും പക്ഷേ, പ്രചാരണോദ്ദേശ്യം മാത്രംവച്ചു കൊണ്ട് കെട്ടിച്ചമയ്ക്കുന്ന വികൃതകൃതികൾ കാലത്തിന്റെ ഒഴുക്കിൽപ്പെട്ട് വിസ്മരിക്കപ്പെട്ടുപോകുമെന്നും പണിക്കർ എഴുതി. മാർക്സിസ്റ്റ് സാഹി ത്യത്തിന്റെ മൗലികസ്വഭാവം ഉൾക്കൊള്ളുന്ന സർഗ്ഗാത്മക സാഹിത്യ രചനകൾക്ക് ഈ ഗതികേട് വരില്ലെന്നുപറയുന്ന പണിക്കർ നല്ല കൃതി യുടെ ഗുണവും ധർമ്മവുമെന്ത് എന്നതു സംബന്ധിച്ച തന്റെ കാഴ്ചപ്പാട് ഇവിടെ വ്യക്തമാക്കുന്നു.

മലയാള സാഹിത്യവിമർശനത്തിന്റെ സമകാലികാവസ്ഥയെക്കുറിച്ച് പണിക്കർ അഭിപ്രായപ്പെട്ടത് ശ്രദ്ധേയമാണ്.

> കൊളോണിയൽ നിയോ കൊളോണിയൽ പ്രത്യയശാസ്ത്രങ്ങ ളുടെ നീരാളിപ്പിടുത്തത്തിൽനിന്നും ഇനിയും വിമോചിതരാവാത്ത നമ്മിൽ പലരും നമ്മുടെ സമൂഹത്തെയും സാഹിത്യത്തെയും നോക്കിക്കാണുന്നത് പാശ്ചാത്യ പണ്ഡിതന്മാരിൽനിന്നു വായ്പ വാങ്ങിയ കണ്ണടയിലൂടെയാണ്. വിദേശപണ്ഡിതന്മാരുടെ ഉദ്ധരണി കളിൽ കുടുങ്ങി ശ്വാസംമുട്ടിക്കിടക്കുന്ന മലയാള സാഹിത്യവിമർശ കന്മാരിൽ ചിലരെ ഓർമ്മിക്കുക. ഉത്തമ സാഹിത്യത്തിനു സ്ഥല കാലപരിമിതികളില്ലെന്ന് വിശ്വസിക്കുന്ന ഇക്കൂട്ടർ സാഹിത്യകാര ന്മാരെയും അവരുടെ കൃതികളെയും ത്രിശങ്കു സ്വർഗ്ഗത്തിൽ തൂക്കി യിടുകയാണ് പതിവ്.

മിക്കവാറും കഥാപാത്രങ്ങൾ വർഗ്ഗതാല്പര്യങ്ങളെയോ രാഷ്ട്രീയ പ്രസ്ഥാനങ്ങളെയോ പ്രതിനിധീകരിക്കുന്നവരായതിനാൽ അവരുടെ സ്വഭാവവും പെരുമാറ്റവുമൊക്കെ അച്ചിലിട്ടുവാർത്തപോലെ ആയിപ്പോ കുന്നു എന്ന വിമർശനമുന്നയിക്കുന്നുണ്ട് പണിക്കർ. മനുഷ്യസ്വഭാവ ത്തിന്റെ വൈവിദ്ധ്യമായ താരള്യം അവരിൽ പലരിലും ദൃശ്യമാവാതെ പോയി. വർഗ്ഗസ്വഭാവത്തിന്റെ പ്രൊക്രൂസ്റ്റിയൻ കട്ടിലിൽ കിടത്തിമുറിച്ച മനുഷ്യരായതുകൊണ്ടാണ് ആ കഥാപാത്രങ്ങൾ അങ്ങനെയായതെന്ന്

പണിക്കർ തുറന്നെഴുതുന്നു. പാർട്ടിയുടെയും പ്രസ്ഥാനത്തിന്റെയും ആവ
ശ്യങ്ങൾ നിറവേറ്റുന്നതിനുവേണ്ടി ധൃതിപ്പെട്ടെഴുതേണ്ടിവന്നതും അതിനു
കാരണമായിട്ടുണ്ടാവുമെന്ന് അദ്ദേഹം നിരീക്ഷിക്കുന്നു.

പാർട്ടി സാഹിത്യം എന്ന പരികല്പനയെ പ്രശ്നവല്ക്കരിക്കുക
യാണ് കെ എൻ പണിക്കർ ചെയ്യുന്നതെന്ന് മനസ്സിലാക്കാൻ പ്രയാസ
മില്ല. യാന്ത്രികഭൗതികവാദമല്ല, നവമാർക്സിസ്റ്റ് ചിന്താപദ്ധതികളിൽനിന്ന്
തെളിച്ചമുൾക്കൊള്ളുന്ന ചരിത്രവീക്ഷണം സ്വന്തമായുണ്ട് എന്നതാണ്
ഡോ. കെ എൻ പണിക്കരുടെ സാഹിത്യനിരീക്ഷണങ്ങളെ ശ്രദ്ധേയമാ
ക്കുന്നത്. ചരിത്രമാണദ്ദേഹം ചർച്ച ചെയ്യുന്നത്, ചരിത്രത്തെയാണ് അഭി
സംബോധന ചെയ്യുന്നത്. സാഹിത്യത്തെ സാഹിതീയമല്ലാത്ത അളവു
കോലുകൾകൊണ്ട് പരിശോധിക്കുമ്പോഴത്തെ മനോലാഘവം അദ്ദേഹ
മനുഭവിക്കുന്നത് വരികൾക്കിടയിൽ വായിക്കാം. എല്ലാത്തരം വ്യവഹാര
ങ്ങളെയും ചരിത്രവല്ക്കരിക്കുകയെന്ന, കാലം ആവശ്യപ്പെടുന്ന കർമ്മ
പദ്ധതിയാണ് സാഹിത്യവിമർശനത്തിലും പണിക്കർ തുടർന്നുപോരുന്നത്
എന്നത് ചെറിയ കാര്യമല്ല.

റഫറൻസ്

- പണിക്കർ കെ എൻ, 2005, *ഫാസിസത്തിന്റെ നാളുകൾ*, കോഴി
  ക്കോട്, ഒലിവ് ബുക്സ്
- ...., 2007 *സെക്കുലർ പാഠങ്ങൾ: പ്രമേയം ചരിത്രം പ്രത്യയ
  ശാസ്ത്രം* (എഡി). പി പി ഷാനവാസ്, തിരുവനന്തപുരം, ചിന്ത
  പബ്ലിഷേഴ്സ്
- Panikkar, K N, *An Agenda for Cultural Action and Other
  Essays* Revised Edition Gurgaon: Three Essays Collective. 2006

ഭാഗം രണ്ട്

അഭിപ്രായങ്ങൾ/നിലപാടുകൾ

വർഗ്ഗീയ ഭീഷണിയെ ബുദ്ധിജീവികൾ എങ്ങനെ നേരിടണം

കെ എൻ പണിക്കർ/ഹമീദ് ചേന്നമംഗലൂർ

ഇന്ത്യയിൽ വർഗ്ഗീയവല്ക്കരണത്തിന് വർദ്ധിതവീര്യം ലഭിക്കാൻ തുടങ്ങിയിട്ട് ഒരു ദശകത്തിലേറെയായി. എൺപതുകളുടെ മദ്ധ്യം തൊട്ട് തുടങ്ങിയ ഈ പ്രക്രിയ നാൾചെല്ലുംതോറും കൂടുതൽ വേഗവും ബലവും ആർജ്ജിച്ചുകൊണ്ടിരിക്കുകയാണ്. അയോദ്ധ്യ, ഷാബാനുബീഗം കേസ് തുടങ്ങിയ പ്രശ്നങ്ങൾ വർഗ്ഗീയ-മതമൗലിക ശക്തികൾ സമർത്ഥമായി ചൂഷണം ചെയ്യുകയുണ്ടായി. മതവൈരത്തിന്റെ വിഷം സമസ്തനാഡി കളിലൂടെ സമൂഹ മസ്തിഷ്കത്തിലേക്ക് പ്രസരിപ്പിക്കാനുള്ള ആസൂത്രിത ശ്രമങ്ങളാണ് കഴിഞ്ഞ ഒരു വ്യാഴവട്ടക്കാലമായി രാജ്യത്ത് നടന്നുകൊണ്ടി രിക്കുന്നത്. മതം സംസ്കാരം ചരിത്രം കല, സാഹിത്യം വിദ്യാഭ്യാസം, മാധ്യമങ്ങൾ തുടങ്ങി ജനങ്ങളുമായി ബന്ധപ്പെട്ട എല്ലാറ്റിനെയും വർഗ്ഗീ യപ്രസ്ഥാനങ്ങൾ തങ്ങളുടെ കുത്സിത ലക്ഷ്യം നേടാൻ ദുരുപയോഗം ചെയ്യുന്നു. മതനിരപേക്ഷതയുടെ തൂവെളിച്ചത്തിന് പകരം മതഭ്രാന്തിന്റെ കൂരിരുട്ട് ഇന്ത്യയുടെ സാമൂഹിക ചക്രവാളത്തിൽ ആധിപത്യം സ്ഥാപി ച്ചുകൊണ്ടിരിക്കുന്നു എന്ന ആശങ്ക ഇന്ന് പരക്കെയുണ്ട്. ഈ പശ്ചാ ത്തലം മനസ്സിൽ വെച്ചുകൊണ്ടാണ് ഈ ലേഖകൻ പ്രശസ്ത ചരിത്ര പണ്ഡിതൻ ഡോ. കെ എൻ പണിക്കരെ സമീപിച്ചത്.

പ്രൊഫ. പണിക്കർ സോഷ്യലിസത്തിന്റെയും സെക്യുലറിസ ത്തിന്റെയും ഉറച്ച വക്താവാണ്. സാമുദായിക വാദത്തെ പ്രതിരോധിക്കു കയും വർഗ്ഗീയതയ്ക്കെതിരെ പ്രചാരണ പ്രവർത്തനങ്ങൾ സംഘടിപ്പി ക്കുകയും ചെയ്യുന്ന ഈ ചരിത്ര വിശ്ലേഷകൻ രചിച്ച *Against Lord and State, Culture, Ideology and Hegemony, Communal Threat and Secular challenge, National and left movements in India* തുട ങ്ങിയ ഗ്രന്ഥങ്ങൾ പ്രശസ്തങ്ങളത്രെ. ഡോ. പണിക്കരുമായി നടത്തിയ ആശയവിനിമയത്തിൽ നിന്ന്.

മതനിരപേക്ഷ ജനാധിപത്യം

? സ്വാതന്ത്ര്യലബ്ധിതൊട്ട് ഇന്ത്യ പിന്തുടർന്നുപോന്ന മതനിരപേക്ഷത ശക്തമായ വെല്ലുവിളികൾ നേരിട്ടുകൊണ്ടിരിക്കുകയാണിന്ന്. വർഗ്ഗീയ പ്രസ്ഥാനങ്ങൾ കരുത്താർജ്ജിക്കുകയും അവ സമൂഹങ്ങളിൽ മുൻപൊരി ക്കലുമുണ്ടായിട്ടില്ലാത്ത വിധം സമ്മതിനേടുകയും ചെയ്തിട്ടുണ്ട്. നിർഭാ ഗ്യകരമായ ഈ പതനത്തിന്റെ സാമൂഹിക-സാമ്പത്തിക-രാഷ്ട്രീയ പശ്ചാ ത്തലം ഒന്ന് വിശദീകരിക്കാമോ.

സ്വാതന്ത്ര്യലബ്ധിതൊട്ട് നാം പിന്തുടർന്നുപോന്നത് വെറും മതനിര പേക്ഷതയല്ല, മതനിരപേക്ഷ ജനാധിപത്യമാണ്. മതനിരപേക്ഷതയും ജനാധിപത്യവും തമ്മിലുള്ള ബന്ധം അടിവരയിട്ടു മനസ്സിലാക്കേണ്ടതുണ്ട്. ഇന്ത്യയെപ്പോലുള്ള ഒരു ബഹുമത ബഹുജാതി-രാഷ്ട്രത്തിൽ മതനിര പേക്ഷതയില്ലാതെ ജനാധിപത്യം സാദ്ധ്യമേയല്ല. വാസ്തവത്തിൽ നമ്മുടെ ജനാധിപത്യത്തിന്റെ പ്രാവർത്തിക ദൗർബല്യങ്ങളാണ് ഇവിടെ വർഗ്ഗീയ പ്രസ്ഥാനങ്ങളുടെ വളർച്ചയ്ക്ക് വഴിവെച്ച ഒരു പ്രധാനപ്പെട്ട ഘടകം. നമ്മുടെ ജനാധിപത്യം ഒരു വലിയ പരിധിവരെ രാഷ്ട്രീയാവകാശങ്ങളിൽ മാത്രം ഒതുങ്ങിനില്ക്കുകയാണ് ചെയ്തത്. സാമ്പത്തിക ജനാധിപത്യം പൗരന്മാർക്ക് ലഭിക്കുകയുണ്ടായില്ല. കാലാകാലങ്ങളിൽ തിരഞ്ഞെടുപ്പു കൾ നടക്കുകയും ജനപ്രതിനിധികൾ നിയമനിർമ്മാണ സഭകളിലെത്തി വാദപ്രതിവാദങ്ങൾ നടത്തുകയും ചെയ്തുവെന്നത് ശരിയാണെങ്കിലും അധികാരമോ ദേശീയ സമ്പത്തിന്റെ ന്യായമായ വിഹിതമോ ജനങ്ങ ളുടെ കൈകളിലേക്കെത്തിയില്ല. അസന്തുലിതമായ സാമൂഹിക-സാമ്പ ത്തിക വികസനമായിരുന്നു ഇതിന്റെ ആത്യന്തിക ഫലം. ഈ അവസ്ഥാ വിശേഷം സാംസ്കാരിക പ്രതിസന്ധി നേരിടുന്ന മദ്ധ്യവർഗ്ഗത്തിനും തൊഴിലില്ലാത്ത ചെറുപ്പക്കാർക്കും ജീവിത സൗകര്യങ്ങളില്ലാത്ത നഗര വാസികൾക്കും ജന്മം നല്കി. വർഗ്ഗീയതയ്ക്ക് ഊടും പാവും നല്കു ന്നത് ഈ വിഭാഗങ്ങളാണ്. മദ്ധ്യവർഗ്ഗം വർഗ്ഗീയതയ്ക്ക് സാമൂഹികാടി ത്തറയും പ്രത്യയശാസ്ത്രപരിവേഷവും നല്കുമ്പോൾ തൊഴിൽരഹി തരായ യുവാക്കൾ അതിന്, വീര്യവും ആവേശവും പകരുന്നു. നിത്യവൃ ത്തിക്ക് പെടാപ്പാട് പെടുന്ന ദരിദ്രരായ നഗരവാസികളാവട്ടെ വർഗ്ഗീയത യുടെ യോദ്ധാക്കളായി രക്തസാക്ഷിത്വം വരിക്കുകയും ചെയ്യുന്നു.

ചരിത്രപഠനവും വർഗ്ഗീയതയും

? ഇന്ത്യയിൽ വർഗ്ഗീയതയുടെ പ്രത്യയശാസ്ത്രമായി വർത്തിച്ചു പോന്നിട്ടുള്ളത് ഇന്ത്യയുടെ ചരിത്രപഠനമാണെന്ന് ചൂണ്ടിക്കാണിക്കപ്പെ ടാറുണ്ട്. ജെയിംസ് മിൽ തൊട്ടുള്ള ചരിത്രകാരന്മാർ എഴുതിയ ഇന്ത്യാ ചരിത്രം വർഗ്ഗീയവികാരം ഉല്പാദിപ്പിക്കാനും വർഗ്ഗീയത പ്രചരിപ്പിക്കാനും

പര്യാപ്തമാണെന്നാണ് പറയുന്നത്. ഇത് ശരിയാണെങ്കിൽ സെക്കുലറി സത്തിന്റെ പക്ഷത്തു നില്ക്കുന്ന ചരിത്രകാരന്മാർ എന്താണ് ചെയ്തിട്ടു ള്ളത്? അവരുടെ ശ്രമങ്ങൾ എത്രത്തോളം വിജയിച്ചിട്ടുണ്ട്.

വർഗ്ഗീയതയുടെ ശക്തമായ പ്രത്യയശാസ്ത്രമായി ചരിത്രം ഉപയോ ഗിക്കപ്പെട്ടിട്ടുണ്ട് എന്നതും ഇപ്പോഴും ഉപയോഗിക്കപ്പെടുന്നുണ്ട് എന്നതും ശരിയാണ്. വർഗ്ഗീയതയ്ക്ക് മനുഷ്യമനസ്സിനെ സ്വാധീനിക്കാൻ ഒരു ശത്രു -ചരിത്രവല്ക്കരിക്കപ്പെട്ട ഒരു ശത്രു - ആവശ്യമാണെന്നതുകൊണ്ടാണ് ചരിത്രം ഇപ്രകാരം ദുരുപയോഗം ചെയ്യപ്പെടുന്നത്. ഹിന്ദുവർഗ്ഗീയത മുസ്ലീമിനെയും മുസ്ലിം വർഗ്ഗീയത ഹിന്ദുവിനെയും ശത്രുസ്ഥാനത്ത് സ്ഥാപിക്കുവാൻ ചരിത്രത്തിന്റെ സഹായം തേടുന്നു. ജെയിംസ് മിൽ ചെയ്തപോലെ ഇന്ത്യയിലെ ജനങ്ങളെ മതസമൂഹങ്ങളായി കാണുക മാത്രമല്ല വർഗ്ഗീയവാദികൾ ചെയ്യുന്നത്. അവർ ചരിത്രത്തെ മതസമൂഹ ങ്ങൾ തമ്മിൽ നടന്ന സന്ധിയില്ലാ സമരങ്ങളായി ചിത്രീകരിക്കുക കൂടി ചെയ്യുന്നു. ഒരുദാഹരണം: വിനായക് ദാമോദർ സവർക്കർ എഴുതിയ *ഇന്ത്യാ ചരിത്രത്തിലെ ആറ് മഹദ് യുഗങ്ങൾ (Six Glorious Epochs of Indian History)* എന്ന ഗ്രന്ഥം ഇന്ത്യയുടെ ചരിത്രത്തെ ഇന്ത്യയി ലേക്ക് കുടിയേറിയ വിദേശികൾക്കെതിരിൽ തദ്ദേശീയർ നടത്തിയ നിര ന്തര സമരത്തിന്റെ ചരിത്രമായാണ് വ്യാഖ്യാനിക്കുന്നത്. സ്വാതന്ത്ര്യ സമ രത്തെപ്പോലും ക്രിസ്ത്യാനികളായ ബ്രിട്ടീഷുകാരെ ഹിന്ദുക്കൾ ചെറുത്തുതോല്പിച്ച കഥയായാണ് സവർക്കർ അവതരിക്കുന്നത്. ചരിത്ര സംഭവങ്ങൾക്ക് യാതൊരടിസ്ഥാനവുമില്ലാതെ മതത്തിന്റെ നിറക്കൂട്ട് നല്കി മതവിദ്വേഷം വളർത്തിയെടുക്കുകയാണ് വർഗ്ഗീയവാദികളുടെ ലക്ഷ്യം. ചരിത്രത്തിന് വർഗ്ഗീയ-സാമുദായിക വ്യാഖ്യാനങ്ങൾ നല്കു ന്നതും ചരിത്രസ്മാരകങ്ങളെ വർഗ്ഗീയ പ്രതീകങ്ങളാക്കി മാറ്റുന്നതും ഈ തന്ത്രത്തിന്റെ ഭാഗമാണ്. ബാബറി മസ്ജിദിന്റെ കാര്യത്തിൽ അതാണ് സംഭവിച്ചത്. അയോധ്യയിലെ രാമക്ഷേത്രം തകർത്താണ് പള്ളിപണി തതെന്നതിന് നിലനില്പുള്ള തെളിവുകളില്ല. എന്നിട്ടും മസ്ജിദ് ക്ഷേത്ര വുമായി ബന്ധപ്പെടുത്തപ്പെട്ടു. മുസ്ലീങ്ങളെ ശത്രുസ്ഥാനത്ത് നിർത്താൻ അതാവശ്യമായിരുന്നു. ചരിത്രത്തിന്റെ തെറ്റായ പഠനം (ദുർവ്യാഖ്യാനം) വർഗ്ഗീയത വളർത്താൻ ഉപരിക്കും എന്നാണിതിൽനിന്നൊക്കെ തെളിയു ന്നത്. ഈ ദുരന്തം ഒഴിവാക്കാൻ-ചരിത്രത്തെ വർഗ്ഗീയവല്ക്കരിക്കുന്നത് തടയാൻ ഇന്ത്യയിലെ ചരിത്രകാരന്മാരിൽ ഒരു വിഭാഗം കാര്യമായ ശ്രമ ങ്ങൾ നടത്തിയിട്ടുണ്ട്. ചരിത്രത്തെ ശാസ്ത്രീയമായി സമീപിച്ച് വർഗ്ഗീയ വ്യാഖ്യാനങ്ങളിൽനിന്ന് മോചിപ്പിക്കുകയാണവർ ചെയ്യുന്നത്. ശാസ്ത്രീയ ചരിത്രരചനയിൽ ഇന്ത്യൻ ചരിത്രകാരന്മാർ നേടിയ വിജയം വർഗ്ഗീയ ചരിത്രത്തിനെതിരായ വിജയം കൂടിയാണ്. ഈ പക്ഷത്ത് നിന്നിരുന്ന ചിലർ ഇന്ന് വർഗ്ഗീയ ചരിത്രത്തിന്റെ വക്താക്കളായി മാറിയിട്ടുണ്ടെങ്കിലും ശാസ്ത്രീയമായ ചരിത്രരചന ഇപ്പോഴും ഇന്ത്യയിൽ ശക്തമാണ്. ചരിത്രത്തെ മതേതരമായ ഒരു സാമൂഹിക പ്രക്രിയയായി കാണുന്ന ഈ

വിഭാഗം നടത്തുന്ന ഗവേഷണങ്ങളിൽനിന്ന് ഉരുത്തിരിയുന്ന രചനകൾ വേണ്ടത്ര ജനങ്ങളിൽ എത്തിച്ചേരുന്നില്ല എന്ന ഒരു പോരായ്മയുണ്ട്. പത്രമാധ്യമങ്ങളിലും മറ്റും പലപ്പോഴും വരുന്നത് ഗവേഷണത്തിൽ അധി ഷ്ഠിതമായ നിഗമനങ്ങളല്ല. വെറും ഊഹങ്ങളും കേട്ടുകേൾവികളുമാണ്. ഈ സ്ഥിതിയിൽ മാറ്റം വരേണ്ടതുണ്ട്.

മാധ്യമങ്ങളും വർഗ്ഗീയതയും

? *മാധ്യമങ്ങൾ പൊതുവിലും ഇലക്ട്രോണിക് മാധ്യമങ്ങൾ വിശേഷിച്ചും വർഗ്ഗീയതയും മതദുരഭിമാനവും സങ്കുചിത മതബോധവും വളർത്തു ന്നതിൽ സാരമായ പങ്കുവഹിക്കുന്നു എന്ന് പലരും അഭിപ്രായപ്പെട്ടിട്ടുണ്ട്. ദൂരദർശൻ സംപ്രേഷണം ചെയ്ത രാമായണവും മഹാഭാരതവും മറ്റും ഹിന്ദുവർഗ്ഗീയതയ്ക്ക് കരുത്തുപകർന്നു എന്ന വിമർശനം പല കേന്ദ്ര ങ്ങളിൽനിന്നും ഉയർന്നിരുന്നു. ഒരു രാജ്യത്തിന്റെ ഇതിഹാസങ്ങളുടെ ടെലിവിഷൻ ആവിഷ്കരണം വർഗ്ഗീയതയുടെ പ്രചരണോപാധിയായി മാറുന്നു എന്ന നിരീക്ഷണത്തെക്കുറിച്ച് താങ്കളുടെ അഭിപ്രായമെന്താണ്.*

ഈ ചോദ്യം പല പ്രശ്നങ്ങളും ഉന്നയിക്കുന്നു-പ്രത്യേകിച്ച് നമ്മുടെ സാംസ്കാരിക-ബൗദ്ധിക പാരമ്പര്യവുമായി എങ്ങനെയാണ് സംവദി ക്കുക എന്ന പ്രശ്നം. *രാമായണവും മഹാഭാരതവുമൊക്കെ ഇന്ത്യയുടെ സാംസ്കാരിക സ്രോതസ്സുകളാണ്. വിജ്ഞാനഭണ്ഡാരങ്ങളാണ്.* അവ ഏതെങ്കിലും ഒരു മതവിഭാഗത്തിന്റെ മാത്രം സ്വത്തല്ല; ഇന്ത്യൻ ജനത യുടെ ആകെ പൊതുസ്വത്താണ്. ഒരു രാജ്യത്തിന്റെ, ഒരു ജനതയുടെ സാംസ്കാരിക-ബൗദ്ധിക പൈതൃകത്തിന്റെ ടെലിവിഷൻ ആവിഷ്ക രണം ഒരിക്കലും വ്യാജമല്ല. എന്നുമാത്രമല്ല അവയെക്കുറിച്ചുള്ള ശരി യായ അറിവ് ജനങ്ങൾക്ക് പകർന്നുകൊടുക്കേണ്ടത് ആവശ്യം കൂടി യാണ്. അത് സാധിക്കണമെങ്കിൽ ഇതിഹാസങ്ങളിലടങ്ങിയ മൂല്യങ്ങളെ അവയുടെ ശരിയായ അർത്ഥത്തിലും ഭാവത്തിലും സംപ്രേഷണം ചെയ്യണം. നിർഭാഗ്യവശാൽ ദൂരദർശന്റെ *രാമായണത്തിലും മഹാ ഭാരതത്തിലും* ഈ തത്ത്വം പാലിക്കപ്പെട്ടില്ല. ഇന്ത്യയുടെ മഹാകാവ്യ ങ്ങളെ വെറും മതപാഠങ്ങൾ (Religious texts) മാത്രമായാണ് ദൂരദർശൻ അവതരിപ്പിച്ചത്. അതുകൊണ്ടുതന്നെ അവ മതവല്ക്കരണത്തിന് സഹാ യകമായി. മതവല്ക്കരണവും വർഗ്ഗീയവല്ക്കരണവും രണ്ടാണെങ്കിലും ഈ രണ്ടു പ്രക്രിയകളും തമ്മിൽ പരസ്പരബന്ധമുണ്ട്. ടെലിരാമായ ണവും ടെലിഭാരതവും സൃഷ്ടിച്ച വർദ്ധിത മതാവബോധം (heightened religious consciousness) വർഗ്ഗീയവല്ക്കരണത്തിന് പ്രയോജനകരമായി ഭവിച്ചു. ഈ ദൂഷ്യം ഒഴിവാക്കാൻ ഇതിഹാസങ്ങളുടെ ടെലിവിഷൻ ആവി ഷ്കരണം നടത്തുമ്പോൾ ശരിയായ കാഴ്ചപ്പാട് സ്വീകരിക്കുകയും കൂടു തൽ അവധാനത പുലർത്തുകയുമാണ് വേണ്ടത്.

? മതതീവ്രവാദത്തെക്കുറിച്ച് ഇക്കണോമിക് ആന്റ് പൊളിറ്റിക്കൽ വീക്കി ലിയിൽ ഈയിടെ നടന്ന ഒരു പഠനത്തിൽ ഒരു രാജ്യത്തിനകത്ത് ഒരു ജനവിഭാഗത്തിന്റെ സീമാന്തവല്ക്കരണം നടക്കുമ്പോൾ ആ ജനവിഭാഗ ത്തിനുള്ളിൽ മതതീവ്രവാദം പ്രത്യക്ഷപ്പെടാനിടയുണ്ടെന്നും ഇന്ത്യയിൽ ഹിന്ദുക്കളുടെ സിമാന്തവല്ക്കരണമാണ് ഹൈന്ദവ തീവ്രവാദത്തിനടി സ്ഥാനമെന്നും സൂചിപ്പിക്കപ്പെടുന്നുണ്ട്. ഇതേപ്പറ്റി എന്താണഭിപ്രായം.

ഒരു ജനവിഭാഗത്തിന്റെ സീമാന്തവല്ക്കരണം ആ വിഭാഗത്തെ തീവ്ര വാദത്തിലേക്ക് നയിക്കാൻ സാദ്ധ്യതയുണ്ടെന്നത് ശരിയാണ്. വടക്കെ ഇന്ത്യയിലെ പല ഭാഗങ്ങളിലും മുസ്ലീങ്ങൾക്കിടയിൽ ഇത് സംഭവിച്ചി ട്ടുണ്ട്. ഇപ്പോഴും സംഭവിച്ചുകൊണ്ടിരിക്കുന്നു. സീമാന്തവല്ക്കരിക്കപ്പെ ടുന്ന ജനവിഭാഗങ്ങളിൽ അരക്ഷിതബോധം വളരുക സ്വാഭാവികം മാത്രം. തങ്ങൾക്ക് രാഷ്ട്രീയ-സാമ്പത്തിക ശക്തിയും സ്വാധീനവും നഷ്ടപ്പെടുന്നു എന്ന ഭയവും അവരെ പിടികൂടുന്നു. അത്തരം ജനവിഭാഗം തീവ്രവാദ ത്തിലേക്ക് വഴുതാനും ആയുധമേന്താനുമുള്ള സാദ്ധ്യത വളരെ കൂടുത ലാണ്. പക്ഷേ, ഹിന്ദുവർഗ്ഗീയത ഇത്തരമൊരു സീമാന്തവല്ക്കരണ ത്തിന്റെ ഫലമാണെന്ന വാദം ശരിയാണെന്ന് തോന്നുന്നില്ല. കാരണം ഹിന്ദു ഭൂരിപക്ഷമുള്ള ഇന്ത്യയിൽ ഹിന്ദുക്കൾ ആകെ സീമാന്തവല്ക്കരി ക്കപ്പെടുന്ന ഒരു പരിതഃസ്ഥിതി നിലവിലില്ല. എന്നാൽ, അതേസമയം, ഹിന്ദുക്കളുടെയും മുസ്ലീങ്ങളുടെയും ഇടയിൽ ചില വിഭാഗങ്ങൾ സീമാന്ത വല്ക്കരിക്കപ്പെടുന്നു എന്നത് ഒരു വസ്തുതയാണ്. അത്തരക്കാർ പല തരത്തിലുള്ള തീവ്രവാദങ്ങൾക്കും അടിപ്പെടുന്നുണ്ട്.

കേരളവും വർഗ്ഗീയതയും

? കേരളത്തിലെ ജനസംഖ്യയിൽ 25 ശതമാനത്തോളം മുസ്ലീങ്ങളും ഏതാണ്ട് 20 ശതമാനത്തോളം ക്രൈസ്തവരുമുണ്ട്. ഇവിടത്തെ ജനങ്ങ ളിൽ ഏകദേശം പാതി രണ്ടു ന്യൂനപക്ഷസമുദായങ്ങളിൽപ്പെടുന്നവരാണ് എന്നാണതിനർത്ഥം. ഈ ന്യൂനപക്ഷ സമുദായങ്ങളിൽ പ്രവർത്തിക്കുന്ന വർഗ്ഗീയ പാർട്ടികൾ കേരളത്തിലെ രാഷ്ട്രീയജീവിതത്തിൽ കഴിഞ്ഞ മൂന്നു ദശകങ്ങളിലായി നിർണ്ണായക സ്വാധീനം ചെലുത്തിവരുന്നുമുണ്ട്. ഗൾഫ് ബൂമിന്റെയും മറ്റും ഫലമായി ഈ സമുദായങ്ങളുടെ സാമ്പത്തിക ചുറ്റു പാടുകളാവട്ടെ പ്രകടമായി മെച്ചപ്പെട്ടിരിക്കുന്നു. ഇത്തരമൊരവസ്ഥയിൽ കേരളത്തിലെ ഹിന്ദുക്കളിൽ തങ്ങൾ സിമാന്തവല്ക്കരിക്കപ്പെടുന്നു എന്ന ആശങ്ക സ്വയം ഉളവാകുകയോ ഉളവാക്കപ്പെടുകയോ ചെയ്യാനുള്ള സാദ്ധ്യതയില്ലേ? കേരളത്തിൽ അടുത്ത കാലത്തായി ഹൈന്ദവ വർഗ്ഗീ യത ശക്തിപ്രാപിക്കുന്നതിന്റെ ഒരു കാരണം ഈ ആശങ്കയല്ലേ.

ഈ ആശങ്ക കേരളത്തിൽ ഹൈന്ദവ വർഗ്ഗീയത ശക്തിപ്പെടുന്നതിന് സഹായകരമാകുന്നുണ്ടെന്നാണ് എന്റെയും അഭിപ്രായം. ഇത് കേരള

ത്തിൽ നടന്ന സാമൂഹിക-സാമ്പത്തിക പ്രക്രിയയുമായി ബന്ധപ്പെട്ട് കിട ക്കുന്നു. കഴിഞ്ഞ പത്തിരുപത് വർഷങ്ങളായി കേരളത്തിൽ പല ഭാഗ ങ്ങളിലും മേൽജാതിക്കാരായ ഹിന്ദുക്കൾ സാമൂഹിക-സാമ്പത്തിക രംഗ ങ്ങളിൽ വളരെയേറെ പുറകോട്ടു പോയിട്ടുണ്ട്. ഭൂപരിഷ്കരണത്തിൽനിന്ന് തുടങ്ങി ഗൾഫ് ബൂമിലെത്തിയപ്പോഴേക്കും അവരിൽ ഭൂരിഭാഗത്തിന്റെയും പ്രതാപം അസ്തമിച്ചു എന്നുമാത്രമല്ല പരിമിതമായ ജീവിതാവശ്യങ്ങൾ നിറവേറ്റാൻപോലും അവർ നന്നേ ബുദ്ധിമുട്ടുന്ന നിലവന്നു. ഈ തകർച്ച യുടെ മദ്ധ്യത്തിലാണ് മുസ്ലീം-ക്രൈസ്തവ സമുദായത്തിൽപ്പെട്ട പലരും അധിവിവസ്ഥരായി ഉയർന്നത്. അവരുടെ തങ്ങളുടെ തകർച്ചയ്ക്ക് കാര ണക്കാർ മുസ്ലീങ്ങളും ക്രൈസ്തവരുമാണെന്ന തോന്നൽ ഹിന്ദുമേൽ ജാതിക്കാർക്കിടയിൽ വ്യാപകമാവുകയും അബോധമായ ഒരുതരം വർഗ്ഗീയവല്ക്കരണത്തിന് അത് വഴിവെക്കുകയും ചെയ്തു. ഹിന്ദുക്ക ളുടെ ഈ വികാരത്തിന് രാഷ്ട്രീയരൂപം കൊടുക്കുകയാണ് കേരളത്തിൽ ഹൈന്ദവ വർഗ്ഗീയ പ്രസ്ഥാനങ്ങൾ ചെയ്യുന്നത്.

ന്യൂനപക്ഷവും വർഗ്ഗീയതയും

? ഇന്ത്യയിൽ ന്യൂനപക്ഷ വർഗ്ഗീയത എന്ന ഒരു പ്രതിഭാസമേയില്ല എന്ന് ചിലർ പറയാറുണ്ട്. മറ്റു ചിലർ ഇന്ത്യയിലെ ന്യൂനപക്ഷ വർഗ്ഗീയത പ്രതി രോധാത്മകമാണെന്നാണ് അഭിപ്രായപ്പെടുന്നത്. ന്യൂനപക്ഷങ്ങൾ പൗരാ വകാശങ്ങൾക്കുവേണ്ടി നടത്തുന്ന പോരാട്ടങ്ങളെ ന്യൂനപക്ഷവർഗ്ഗീയ തയായി ചിത്രീകരിക്കുന്നു എന്നാണ് മൂന്നാമതൊരു വിഭാഗം പ്രചരിപ്പി ക്കുന്നത്. ഇക്കാര്യത്തിൽ താങ്കളുടെ നിലപാടെന്താണ്.

ന്യൂനപക്ഷ വർഗ്ഗീയത ഇന്ത്യയിൽ രൂക്ഷമായി നിലനില്ക്കുന്നുണ്ട്. അതിന് ഒരു പ്രതിരോധാത്മക സ്വഭാവമുണ്ടെന്നത് ശരിതന്നെ. എന്നു വെച്ച് അത് വർഗ്ഗീയതയല്ലാതായി മാറുന്നില്ല. മുസ്ലിം ന്യൂനപക്ഷത്തിന്റെ ഉദാഹരണമെടുക്കുക. ശാരീരികമായും മാനസികമായും ഒത്തുകൂടാനുള്ള പ്രവണത (Ghettoization) അവർക്കിടയിൽ കാണാം. ഇത് പ്രതിരോധാ ത്മകമാണെങ്കിൽക്കൂടി, ഒരന്തർമുഖത്വം ഇതിലടങ്ങിയിട്ടുണ്ട്. ഈ അന്തർമുഖത്വം വർഗ്ഗീയതയായി, മൗലികവാദമായി, തീവ്രവാദമായി വ്യത്യസ്ത ഘട്ടങ്ങളിൽ പ്രത്യക്ഷപ്പെടുന്നു. ഇതിനെ 'പൗരാവകാശവാദ ങ്ങൾക്കുവേണ്ടി ന്യൂനപക്ഷം നടത്തുന്ന പോരാട്ടം' എന്ന് പറയുന്നത് വെറുമൊരു യൂഫമിസ (Euphemism)മാണ്. ന്യൂനപക്ഷങ്ങളുടെ മാത്രം പ്രശ്നമല്ല. ന്യൂനപക്ഷത്തിന്റെ അവകാശങ്ങൾ സംരക്ഷിക്കേണ്ടത് എല്ലാ ജനാധിപത്യ ശക്തികളുടെയും കടമയാണ്. ന്യൂനപക്ഷത്തിന്റെ പൗരാ വകാശപ്പോരാട്ടങ്ങൾ മറ്റുള്ളവരുടെ പൗരാവകാശപ്പോരാട്ടങ്ങളുമായി ഒത്തിണങ്ങിപ്പോകുന്നു എന്നുറപ്പുവരുത്തേണ്ടതുമുണ്ട്.

*? ന്യൂനപക്ഷങ്ങൾ ആക്രാമകമതനിരപേക്ഷത (Aggressive Secular-
ism) യുടെ ഭാഗത്ത് നില്ക്കണമെന്ന് ഈയിടെ താങ്കൾ നിർദ്ദേശിക്കു
കയുണ്ടായി. ഇതല്പം വിശദീകരിക്കാമോ.*

ഭൂരിപക്ഷ വർഗ്ഗീയതയുടെ മറുമരുന്നായി ന്യൂനപക്ഷ വർഗ്ഗീയതയെ
കാണുന്നവരുണ്ട്. ഈ സമീപനം ശരിയല്ല. ന്യൂനപക്ഷ വർഗ്ഗീയത ഭൂരി
പക്ഷ വർഗ്ഗീയതയ്ക്ക് ശക്തി പകരുകയേ ചെയ്യൂ. ഭൂരിപക്ഷ വർഗ്ഗീയ
തയ്ക്ക് ഹിന്ദുസമൂഹത്തിലെ ഭൂരിപക്ഷത്തിന്റെ പിന്തുണയില്ലെന്ന് നാം
മനസ്സിലാക്കണം. ഹിന്ദുക്കളിലെ ഭൂരിപക്ഷം ഇപ്പോഴും മതനിരപേക്ഷ
തയുടെ ഭാഗത്താണുള്ളത്. ഈ വിഭാഗം കൂടുതൽ ശക്തിയാർജ്ജിക്കേ
ണ്ടത് ന്യൂനപക്ഷത്തിന്റെ കൂടി താല്പര്യമാണ്. അത് സാധിക്കണമെ
ങ്കിൽ ന്യൂനപക്ഷം ശക്തമായി, തീവ്രമായി, വിട്ടുവീഴ്ചയില്ലാത്തവിധം
മതനിരപേക്ഷതയുടെ ഭാഗത്ത് നില്ക്കണം. ഇതാണ് ആക്രാമക മത
നിരപേക്ഷതകൊണ്ട് ഞാനുദ്ദേശിച്ചത്. ന്യൂനപക്ഷം വർഗ്ഗീയതയ്ക്കടി
പ്പെടുംതോറും ഭൂരിപക്ഷ വർഗ്ഗീയത കരുത്താർജ്ജിക്കും.

*? ഭൂരിപക്ഷവർഗ്ഗീയത ഹിന്ദുത്വം എന്ന മുദ്രാവാക്യം ഉയർത്തിപ്പിടിച്ചു
കൊണ്ടാണ് ഹൈന്ദവ സംഘാടനത്തിന് ശ്രമിക്കുന്നത്. അനേകം ജാതി
കളും ഉപജാതികളുമായി പിരിഞ്ഞു നില്ക്കുകയും ആന്തരവൈരുദ്ധ്യ
ങ്ങളാൽ വീർപ്പുമുട്ടുകയും ചെയ്യുന്ന ഹിന്ദു സമുദായത്തെ മതവികാര
ത്തിന്റെ ചരടിൽ കോർത്തിണക്കി ഏറെക്കാലം മുന്നോട്ടുപോകാൻ സംഘ
പരിവാറിന് സാധിക്കുമോ?*

ഹിന്ദുക്കളല്ലാത്ത അഹിന്ദുക്കളെ ഹിന്ദുക്കളാക്കുക എന്നതാണ്
സംഘപരിവാറിന്റെ പരിപാടി. മേല്ജാതിക്കാരുടെ സഹായം കൊണ്ടു
മാത്രം അധികാരത്തിലേറാൻ സാധിക്കില്ലെന്ന് സമീപകാലത്ത് ഹിന്ദു
വർഗ്ഗീയത തിരിച്ചറിഞ്ഞിരിക്കുന്നു. കബീർയാത്രയും റായ്ദാസ് യാത്രയും
അയ്യൻകാളി യാത്രയുമൊക്കെ ഈ തിരിച്ചറിവിൽ നിന്നാണുടലെടുത്തത്.
ഹൈന്ദവ സംഘാടനത്തിലൂടെയും വിവിധ ജാതികളിൽപ്പെടുന്ന ഹിന്ദു
ക്കളുടെ സജാതീയവല്ക്കരണ (Homogenization)ത്തിലൂടെയും രാഷ്ട്രീ
യശക്തി കൈവരിക്കാമെന്ന് പരിവാർ കണക്കുകൂട്ടുന്നു. പക്ഷേ, മതാടി
സ്ഥാനത്തിലുള്ള ആഭ്യന്തര വൈരുദ്ധ്യങ്ങൾക്ക് പോംവഴി കണ്ടെത്തുക
സാദ്ധ്യമല്ല. അതുകൊണ്ട് ഹിന്ദുവർഗ്ഗീയത അധികാരത്തിൽ വന്നാൽ
ബലപ്രയോഗത്തിലധിഷ്ഠിതമായ ഫാഷിസ്റ്റ് ഭരണരീതികൾ സ്വായത്ത
മാക്കാനാണ് സാദ്ധ്യത.

ബുദ്ധിജീവികളും മതനിരപേക്ഷതയും

*? മതനിരപേക്ഷതയ്ക്കും ലിബറലിസത്തിനും ശക്തിക്ഷയം സംഭവിച്ചു
കൊണ്ടിരിക്കുന്ന വർത്തമാന സാഹചര്യത്തിൽ ബുദ്ധിജീവികളുടെ കട*

മയെന്താണ്? നമ്മുടെ സെക്യുലർ പാരമ്പര്യം നിലനിർത്താൻ ഏതേത് മേഖലകളിൽ ഏതേത് പ്രവർത്തനങ്ങളാണവർ നടത്തേണ്ടത്.

ഇത് വളരെ പ്രധാനപ്പെട്ട ചോദ്യമാണ്. ഉത്തരം സങ്കീർണ്ണവുമാണ്. സമൂഹം പ്രതിസന്ധികൾ നേരിടുമ്പോൾ പലപ്പോഴും നമ്മുടെ ബുദ്ധി ജീവികൾക്ക് കാലിടറിയതായാണനുഭവം. അടിയന്തരാവസ്ഥയുടെ കാലത്ത് ബുദ്ധിജീവികളിൽ ഭൂരിഭാഗവും നിഷ്ക്രിയരാവുകയാണുണ്ടാ യത്. എൺപതുകളുടെ അവസാനത്തിൽ ഹിന്ദുവർഗ്ഗീയത ശക്തിപ്രാപി ച്ചപ്പോൾ ലിബറൽ ബുദ്ധിജീവികളിൽ പലരും ആ പക്ഷത്തേക്ക് മാറി. അതുതന്നെ ഇപ്പോഴും പ്രവർത്തിച്ചുകൊണ്ടിരിക്കുന്നു. മധ്യവർഗ്ഗ സ്ഥ യാത്രികരായുള്ള പലരും ഇന്ന് മാർക്സിസത്തിന്റെ 'ദൗർബല്യങ്ങൾ' കണ്ടെത്തുകയും ഹിന്ദുത്വത്തിന്റെ വിപ്ലവാത്മകതയെക്കുറിച്ചു വാചാല രാവുകയും ചെയ്യുന്നു. ഈ ചുറ്റുപാടിൽ സാമൂഹിക പ്രതിബദ്ധതയുള്ള ബുദ്ധിജീവികൾ അടിയന്തരമായി ചെയ്യേണ്ടത് ബുദ്ധിജീവികളുടെ വിശാ ലമായ ഒരു കൂട്ടായ്മ സൃഷ്ടിക്കുകയാണ്. ഈ കൂട്ടായ്മയുടെ മുഖ്യ കർത്തവ്യം മതനിരപേക്ഷതയുടെ പ്രാധാന്യവും പ്രസക്തിയുമെന്നതു പോലെ, അതിന്റെ ശരിയായ അർത്ഥവും ഉള്ളടക്കവും സാമാന്യജന ങ്ങൾക്ക് പകർന്നുകൊടുക്കുക എന്നതാവണം. അതിനവർ ജനങ്ങൾക്കി ടയിലേക്ക് ഇറങ്ങിച്ചെല്ലണം. ഇന്ന് ഇന്ത്യയിലെ സാധാരണക്കാർ മതനി രപേക്ഷതയുടെ പ്രാധാന്യം വേണ്ടത്ര ഉൾക്കൊണ്ടിട്ടുണ്ടോ എന്നത് സംശയമാണ്. മതനിരപേക്ഷത ഒരു പൊള്ളവാക്കായി, മൈതാന പ്ര സംഗങ്ങളിൽ ഉരുവിടാനുള്ള ഒരു മന്ത്രമായി അധഃപതിച്ചിരിക്കുന്നു. ആധു നികതയെ നിരാകരിക്കുന്ന പണ്ഡിതന്മാരും ബുദ്ധിജീവികളും മതനിരപേ ക്ഷതയുടെ പ്രസക്തിയെത്തന്നെ ചോദ്യം ചെയ്യാൻ തുടങ്ങിയിട്ടുമുണ്ട്. ഈ സാഹചര്യത്തിൽ, ഇന്ത്യയിൽ ശാന്തിനിർഭരവും സംഘർഷരഹിത വുമായ സാമൂഹ്യജീവിതത്തിന് മതനിരപേക്ഷത എത്രത്തോളം ഒഴിച്ചു കൂടാനാവാത്തതാണെന്ന് ജനങ്ങളെ ഗൗരവപൂർവ്വം ബോദ്ധ്യപ്പെടുത്തേ ണ്ടതുണ്ട്. ഇന്ത്യക്ക് മതനിരപേക്ഷത വെറുമൊരു അലങ്കാരമല്ല എന്നും അത് ഈ രാജ്യത്തിന്റെ പ്രാണവായുതന്നെയാണെന്നും ജനകോടികളെ ഗ്രഹിപ്പിച്ചേ മതിയാവൂ. എഴുത്തിലൂടെ, പ്രസംഗത്തിലൂടെ, ചർച്ചയിലൂടെ, സംവാദത്തിലൂടെയൊക്കെ ഇതാവാം. പക്ഷേ, അതുമാത്രം പോരാ. നമ്മുടെ നഗരങ്ങളിലും ഗ്രാമങ്ങളിലും മതനിരപേക്ഷ കൂട്ടായ്മകൾ സൃഷ്ടി ക്കുക കൂടി വേണം. അതിന് ബുദ്ധിജീവികൾ വർഗ്ഗീയതയ്ക്കെതിരായ പ്രതിരോധ സംഘങ്ങൾ മാത്രമല്ല, ശക്തമായ മതനിരപേക്ഷാവബോധം സമൂഹത്തിൽ സൃഷ്ടിക്കാൻ സഹായിക്കുന്ന പ്രവർത്തനങ്ങൾക്ക് നേതൃത്വം കൊടുക്കുന്ന കേന്ദ്രങ്ങൾ കൂടിയാവണം. ബുദ്ധിജീവികൾ ദന്ത ഗോപുരവാസം അവസാനിപ്പിച്ച്, ജനമധ്യത്തിലിറങ്ങി സിവിൽ സമൂഹ ത്തിന്റെ ശരിയായ ദിശയിലുള്ള ആശയരൂപീകരണത്തിൽ നിർണ്ണായക മായ പങ്ക് വഹിക്കേണ്ട സന്ദർഭമാണിത്.

ബഹുസ്വരതയാണ് ഇന്ത്യൻ ദേശീയതയുടെ ചരിത്രപരമായ സ്വഭാവം

കെ എൻ പണിക്കർ/എൻ എസ് സജിത്

ഹൈദരാബാദ് സെൻട്രൽ യൂണിവേഴ്സിറ്റിയിൽ രോഹിത് വെമുലയുടെ ആത്മഹത്യയും അതിനെത്തുടർന്ന് രാജ്യവ്യാപക പ്രക്ഷോഭങ്ങളും ഇന്ത്യയുടെ രാഷ്ട്രീയമണ്ഡലത്തിൽ സജീവ ചർച്ചയാകുന്ന ഘട്ടത്തിലാണ് നമ്മെ നടുക്കിക്കൊണ്ട് ജെ എൻ യുവിലെ ഭരണകൂട ഭീകരത പത്രങ്ങളിൽ നിറയുന്നത്. സംഘപരിവാർ, അത് നേതൃത്വം നല്കുന്ന കേന്ദ്രസർക്കാർ, ആഭ്യന്തരമന്ത്രാലയത്തിന്റെ സമ്പൂർണ്ണ നിയന്ത്രണത്തിലുള്ള ഡൽഹി പൊലീസ് സേന, സർക്കാരും പൊലീസും കണ്ടെത്തുന്ന കാര്യങ്ങളെ വളച്ചൊടിച്ചു വിളമ്പുന്ന മുഖ്യധാരാ ചാനലുകൾ. നിരപരാധികളെ ദേശദ്രോഹികളെന്ന് മുദ്രകുത്താനും രാജ്യത്തെ ഏറ്റവും മികച്ച സർവ്വകലാശാലകളെ തകർക്കാനും ഇത്രയും സന്നാഹങ്ങൾ ധാരാളം. രാജ്യം മുമ്പെങ്ങും കാണാത്ത തരത്തിലുള്ള സംഭവങ്ങളാണ് ഡൽഹിയിൽ അരങ്ങേറുന്നത്. ജെ എൻ യു വിന്റെ ഇടതുപക്ഷ പാരമ്പര്യവും ഈ സർവ്വകലാശാല രാജ്യത്തിന് സംഭാവന ചെയ്ത വിപ്ലവകാരികളും ഇന്ത്യയിലെ തീവ്രവലതുപക്ഷത്തെ എത്രയധികം പ്രകോപിപ്പിക്കുന്നു എന്ന് വ്യക്തമാക്കുന്നു ഇപ്പോഴത്തെ അഴിഞ്ഞാട്ടം.

ആർ എസ് എസിന് സ്വാധീനമുള്ള ഒരു ഭരണകൂടം അധികാരത്തിലെത്തിയാൽ ഇന്ത്യയിൽ എന്ത് സംഭവിക്കുമെന്ന് വർഷങ്ങൾക്കുമുമ്പു തന്നെ മുന്നറിയിപ്പ് നല്കിയ ചരിത്രകാരൻ ഡോ. കെ എൻ പണിക്കർ ഇപ്പോഴത്തെ സംഭവങ്ങളെ വിശദമായി വിലയിരുത്തുന്നു. സമകാലിക ഇന്ത്യയിൽ ജെ എൻ യുവിന്റെ പ്രസക്തിയെന്ത്? എന്തുകൊണ്ട് ജെ എൻ യു വേട്ടയാടപ്പെടുന്നു? ദേശീയത എന്ന സംജ്ഞയെ ആർ എസ് എസ് എങ്ങനെ ദുരുപയോഗിക്കുന്നു തുടങ്ങിയ വിഷയങ്ങളെക്കുറിച്ച് പണിക്കർ സംസാരിക്കുന്നു:

? ജെ എൻ യുവിലെ മുൻ അദ്ധ്യാപകൻ എന്ന നിലയ്ക്ക് ഈ പ്രശ്നത്തെ എങ്ങനെയാണ് കാണുന്നത്.

ജെ എൻ യു കാമ്പസിൽ മാറ്റവും മാറ്റമില്ലായ്മയും സംഭവിച്ചിട്ടുണ്ട് എന്നതാണ് ആദ്യമായി ചൂണ്ടിക്കാണിക്കേണ്ടത്. മാറ്റം ചില വിദ്യാർത്ഥികളുടെയും കുറച്ച് അദ്ധ്യാപകരുടെയും ഇടയിൽ വലതുപക്ഷ കാഴ്ചപ്പാട് വളർന്നുവന്നു എന്നതാണ്. മാറ്റമില്ലായ്മ അദ്ധ്യാപകരുടെയും വിദ്യാർത്ഥികളുടെയും പ്രതികരണ ശേഷിയും ചോദ്യം ചെയ്യാനുള്ള പ്രവണതന്ത്യം നിലനില്ക്കുന്നു എന്നതാണ്. അതുകൊണ്ട് ജെ എൻ യുവിലെ അക്കാദമിക സംസ്കാരം നിലനില്ക്കുമെന്ന് നമുക്ക് പ്രത്യാശിക്കാം.

മറ്റൊരു കാര്യം ജെ എൻ യു സംസ്കാരത്തിന്റെ പ്രധാനപ്പെട്ട വശം പ്രതിഷേധത്തിന് ഒരിടം നല്കുന്നു എന്നതാണ്. എന്ത് അഭിപ്രായമുണ്ടെങ്കിലും അവിടെ പ്രകടിപ്പിക്കാനുള്ള അവകാശവും സ്വാതന്ത്ര്യവും വിദ്യാർത്ഥികൾക്കുണ്ട്. ആ അവകാശം ചോദ്യം ചെയ്യുകയാണിപ്പോൾ. രാത്രിഭക്ഷണത്തിനുശേഷമുള്ള 'ആഫ്റ്റർ ഡിന്നർ ടോക്സ്' എന്ന പേരിൽ അറിയപ്പെടുന്ന ചർച്ച ജെ എൻ യുവിലെ പൊതുസംവാദത്തിന്റെ വേദിയായിരുന്നു. ഇതിൽ ഓരോ സംഘടനയ്ക്കും അവർക്ക് താല്പര്യമുള്ളവരെയും അദ്ധ്യാപകരെയും പുറത്തുനിന്നുള്ളവരെയും ക്ഷണിച്ച് ചർച്ച നടത്തുന്നത് പതിവാണ്. അത് രാത്രി ഒമ്പത് ഒമ്പതര മണിക്ക് തുടങ്ങി പുലർച്ചെ ഒന്നര രണ്ടു മണിവരെ നീളും. ജെ എൻ യു വിൽ ഉള്ളപ്പോഴും ജെ എൻ യു വിട്ട ശേഷവും ആഫ്റ്റർ ഡിന്നർ ടോക്സിൽ ഞാൻ പങ്കെടുത്തിട്ടുണ്ട്. വളരെ പോപ്പുലർ ആയിരുന്നു അത്. അവിടെ കുട്ടികൾക്ക് ചോദ്യം ചോദിക്കാം. വളരെ ജനാധിപത്യപരമായിരുന്നു ആ സംവാദങ്ങൾ. ഗൗരവതരമായ ചർച്ചകൾ ആയിരുന്നു. ഒരു ഗ്രൂപ്പിലെ ആൾക്കാർ മാത്രം വരുന്ന പ്രവണത പിന്നീടുണ്ടായിട്ടുണ്ട്. എങ്കിലും തുറന്ന ചർച്ചയ്ക്ക് വഴിവയ്ക്കാറുണ്ട്. പലപ്പോഴും ഒരു രാത്രിയിലെ ചർച്ച തുടർന്നുപോകുന്ന അവസരങ്ങൾ ഉണ്ടായിട്ടുണ്ട്.

ഈ തുറസ്സായ അവസ്ഥയ്ക്കാണ് ഇപ്പോൾ മാറ്റം വന്നിരിക്കുന്നത്. അതിന്റെ ഫലമാണ് ഇന്ന് നാം കാണുന്ന പ്രതിസന്ധി. അഭിപ്രായവ്യത്യാസം ഉണ്ടായാൽ വിദ്യാർത്ഥികളും അദ്ധ്യാപകരും യൂണിവേഴ്സിറ്റി അധികൃതരും സംവാദങ്ങളിലൂടെ ആശയവിനിമയത്തിലൂടെ അവയെ പരിഹരിക്കാൻ ശ്രമിക്കുകയാണ് വഴക്കം. അതിനുപകരം അന്യോന്യമുള്ള ബലപ്രയോഗത്തിലേക്കും പൊലീസിന്റെ ഇടപെടലിലേക്കും നയിച്ചത് ജെ എൻ യുവിന്റെ അടിസ്ഥാനപരമായ പാരമ്പര്യത്തിന് നിരക്കാത്ത താണ്.

? എന്തുകൊണ്ട് ജെ എൻ യു ഇങ്ങനെ ആക്രമിക്കപ്പെടുന്നു.

ഇങ്ങനെയുള്ള ആക്രമണത്തിന് പല കാരണങ്ങളുണ്ട്. ജെ എൻ യുവിന്റെ രൂപീകരണ സമയത്തുതന്നെ സർവകലാശാലയെക്കുറിച്ച് വ്യത്യസ്തമായ അഭിപ്രായങ്ങൾ പ്രകടിപ്പിക്കുകയുണ്ടായിട്ടുണ്ട്. ബില്ലിന്റെ

ചർച്ചയിൽ തന്നെ പാർലമെന്റിൽ ഈ പ്രശ്നം ഉന്നയിക്കപ്പെടുകയു ണ്ടായി. എങ്കിലും ജെ എൻ യുവിന്റെ സ്വഭാവത്തെക്കുറിച്ച് പൊതുവിൽ സ്വീകരിക്കപ്പെട്ട അഭിപ്രായസമന്വയമുണ്ടായിരുന്നു. ജെ എൻ യു എന്തിന് നിലകൊള്ളുന്നു എന്നതിനെക്കുറിച്ച് ആദ്യകാല ഭരണാധികാരികൾക്കും അക്കാദമിക് സമൂഹത്തിനും വ്യക്തമായ ധാരണകൾ ഉണ്ടായിരുന്നു. അവയിൽ രണ്ടു കാര്യങ്ങൾ പ്രത്യേകിച്ച് ചൂണ്ടിക്കാട്ടേണ്ടതുണ്ട്. ഒന്ന്: മതേതര അവബോധം സൃഷ്ടിക്കാനുള്ള ബൗദ്ധിക സാഹചര്യം ഒരുക്കി എന്നതാണ്. രണ്ടാമത്തേത് സാമൂഹികനീതി സാദ്ധ്യമാക്കാൻ ഉതകുന്ന പരിപ്രേക്ഷ്യം സൃഷ്ടിക്കുക. ഇതു രണ്ടും ജെ എൻ യു വിന്റെ പാഠ്യപദ്ധ തിയുടെ ഉള്ളടക്കത്തിലുണ്ട്. സെക്കുലർ കാഴ്ചപ്പാടോടുകൂടിയ കോഴ്സു കളാണ് പഠിപ്പിക്കുന്നത്. അതിനർത്ഥം മറ്റ് ആശയങ്ങൾ ചർച്ച ചെയ്യപ്പെ ടുന്നില്ല എന്നല്ല. സമൂഹത്തെ നോക്കിക്കാണുന്നതിലും കോഴ്സുകൾ വിഭാവന ചെയ്യുന്നതിലും ഈ കാഴ്ചപ്പാടുകളുണ്ട് എന്നേയുള്ളൂ. സാമൂ ഹിക നീതിയെ അടിസ്ഥാനമാക്കിയുള്ള കോഴ്സുകൾ നിരവധിയുണ്ട്. ദളിത് ശോഷണത്തെക്കുറിച്ചും സ്ത്രീസമത്വത്തെക്കുറിച്ചുമുള്ള അന്വേ ഷണങ്ങൾ ജെ എൻ യു വിൽ പഠനത്തിന്റെ ഭാഗമായി. ഈ മേഖലക ളിൽ ഗൗരവപൂർവ്വമായ പഠനങ്ങൾക്ക് സമയമെടുത്തുവെങ്കിലും അവ യെല്ലാം ജെ എൻ യുവിന്റെ അടിസ്ഥാപരമായ കാഴ്ചപ്പാടിന്റെ ഭാഗമാ യിരുന്നു. എന്തു പഠിപ്പിക്കുന്നു എന്നതിനേക്കാൾ കൂടുതൽ എങ്ങനെ പഠിപ്പിക്കുന്നു എന്നതിനാണ് ജെ എൻ യു പ്രാധാന്യം നല്കിയത്. പഠി പ്പിച്ചിരുന്നത് ഏതു വിഷയമായാലും മതേതരത്വത്തിന്റെയും സാമൂഹിക നീതിയുടെയും കാഴ്ചപ്പാടുകൾ അവയിൽ ഉള്ളടങ്ങിയിരുന്നു. ജെ എൻ യു പഠിപ്പിച്ചത് വിദ്യാർത്ഥികളെ ചിന്തിപ്പിക്കാനാണ്; ചോദ്യങ്ങളുന്നയി ക്കാനും. അവർക്ക് കുറെ ഇൻഫർമേഷൻ നല്കാനായിരുന്നില്ല കോഴ്സു കൾ വിഭാവനം ചെയ്തത്. ചോദ്യം ചെയ്യാനുള്ള ഒരു പ്രവണത, അതി നുള്ള കഴിവ് വിദ്യാർത്ഥികളിലുണ്ടാക്കുക. അതുണ്ടാക്കിയാൽ മാത്രമേ അറിവിന്റെ അതിർത്തികൾ വിപുലമാക്കാനാവൂ. കുട്ടികൾക്ക് ചോദ്യം ചെയ്യാനുള്ള മനഃസ്ഥിതി സൃഷ്ടിക്കുക എന്നതാണ് ജെ എൻ യുവിലെ അക്കാദമിക് പ്രവർത്തനത്തിന്റെ ഒരുവശം.

ഞാൻ ക്ലാസെടുക്കുമ്പോൾ ആദ്യം പറഞ്ഞിരുന്നത്, ഞാൻ പറയാൻ പോകുന്ന കാര്യങ്ങൾ ഒരു പുസ്തകത്തിൽ പറഞ്ഞ കാര്യങ്ങളല്ല, ഞാൻ പഠിച്ച് വിശകലനം ചെയ്ത് ഉണ്ടാക്കിയ ഒരു ചട്ടക്കൂടാണ് എന്നതാണ്. അത് വിദ്യാർത്ഥികൾ സ്വീകരിക്കണമെന്നില്ലെന്നും എന്റെ സമീപനം തെറ്റാണെന്ന് സ്ഥാപിക്കാൻ കഴിഞ്ഞാൽ ഏറ്റവും കൂടുതൽ സന്തോ ഷിക്കുക ഞാനായിരിക്കും എന്നും പറയാറുണ്ട്. വിദ്യാർത്ഥികളെ ചോദ്യം ചെയ്യാൻ പഠിപ്പിക്കുക എന്നതായിരുന്നു ഇതിന്റെ ലക്ഷ്യം. അല്ലാതെ അദ്ധ്യാപകർ പറയുന്നത് വേദവാക്യമായി സ്വീകരിക്കുന്നവരായി വിദ്യാർത്ഥികൾ മാറരുതെന്നർത്ഥം. മിക്കവാറും എല്ലാ അദ്ധ്യാപകരും അവലംബിച്ച ബോധനരീതിയാണിത്. ഇതൊന്നും ബി ജെ പിക്കും സംഘ

പരിവാറിനും സ്വീകരിക്കാൻ പറ്റുന്ന കാര്യങ്ങളല്ല. ചോദ്യം ചെയ്യലല്ല, പാരമ്പര്യത്തെ സ്വീകരിക്കുക അതിന് വഴങ്ങിക്കൊടുക്കുക എന്നതാണ് അവർ ആശിക്കുന്നത്. മേൽജാതിക്കാരുടെ അവകാശങ്ങളാണ് അവർ സംരക്ഷിക്കാൻ ശ്രമിക്കുന്നത്. സംഘപരിവാറിന്റെ ആശയങ്ങൾക്ക് വിരു ദ്ധമാണ് ജെ എൻ യുവിലെ ബോധനരീതി.

? വിദേശ സർവ്വകലാശാലകളിൽ പലതിലും വിദ്യാർത്ഥികൾ അതുവരെ ആർജ്ജിച്ച വിവേചനത്തിന്റെയും ജനാധിപത്യവിരുദ്ധതയുടെയും മൂല്യ ബോധ്യം കൂടുതൽ മെച്ചപ്പെട്ട രീതിയുമൊക്കെ സാമൂഹികവൽക്കരണത്തിലൂടെയും സംവേദനശീലങ്ങളിലൂടെയും തിരസ്കരിക്കാൻ ബോധപൂർവ്വമായ ശ്രമ ങ്ങൾ നടക്കുന്നുണ്ട്. ജാതി, വംശം, ലിംഗം, ഗോത്രം, മതം മറ്റ് സ്വത്വ ങ്ങൾ എന്നിവയെ അടിസ്ഥാനമാക്കിയുള്ള വിവേചനങ്ങൾ കാരണം സിവിക് മൂല്യങ്ങളും സമത്വം സ്വാതന്ത്ര്യം സാഹോദര്യം എന്നിവയും എങ്ങനെയെല്ലാം അട്ടിമറിക്കുന്നു എന്ന് വിദ്യാർത്ഥികളെ ബോധ്യപ്പെടു ത്താൻ അവർ ശ്രമിക്കുന്നു. ഇന്ത്യയിൽ ഇത്തരം ശ്രമങ്ങൾ ചെറിയതോ തിലെങ്കിലും ജെ എൻ യുവിൽ നടക്കുന്നതാണോ പ്രകോപന കാരണം.

അതുതന്നെയാണ് ജെ എൻ യു ശ്രമിച്ചത്. ജെ എൻ യു തുടങ്ങിയ കാലത്തുതന്നെ അന്താരാഷ്ട്ര നിലവാരത്തിൽ അനുഭവങ്ങളുള്ളവരും സൈദ്ധാന്തികമായി ചിന്തിക്കാൻ കഴിവുമുള്ള അദ്ധ്യാപക സമൂഹമാണ് ഉണ്ടായിരുന്നത്. അതുകൊണ്ടുതന്നെ ഇന്ത്യയിലെ മറ്റു സർവ്വകലാശാ ലകളിൽ അന്ന് നിലനിന്നിരുന്ന അക്കാദമിക് സംസ്കാരത്തിൽനിന്നും രീതികളിൽനിന്നും വ്യത്യസ്തമായ ഒരു സംസ്കാരവും രീതിയും ജെ എൻ യുവിൽ സൃഷ്ടിക്കപ്പെട്ടു. ഇന്റർഡിസിപ്ലിനറി ടീച്ചിങ്ങിന്റെയും പഠനത്തിന്റെയും കാഴ്ചപ്പാട് അതിൽ പ്രധാനമായിരുന്നു. ഉദാഹരണ ത്തിന് ചരിത്രം പഠിക്കുന്ന വിദ്യാർത്ഥി പതിനാറ് കോഴ്സുകൾ പഠിക്കു മ്പോൾ അവയിൽ ചുരുങ്ങിയത് രണ്ടു കോഴ്സുകളെങ്കിലും പുറമെ നിന്ന് പഠിക്കണം. ഇക്കണോമിക്സോ സോഷ്യോളജിയോ പഠിക്കുമ്പോൾ ഹിസ്റ്ററി പഠിക്കുന്നതിൽനിന്ന് അല്പം വ്യത്യസ്തമായ മെത്തഡോളജി യാണ് ഉണ്ടാകുക. ഒരതിർത്തിവരെ ഇത് വിദ്യാർത്ഥികൾക്ക് അക്കാദ മിക് സ്വാതന്ത്ര്യം നല്കുന്നു. ഒരു തുറന്ന സമ്പ്രദായം എന്നർത്ഥം. ജെ എൻ യു വിൽ ചേരുമ്പോൾ ഒരു വിദ്യാർത്ഥിക്ക് അങ്ങനെയൊരു കാഴ്ചപ്പാട് ഉണ്ടായെന്നുവരില്ല. ജെ എൻ യു വിദ്യാർത്ഥികൾക്ക് ഒരു പുതിയ ആശയലോകം തുറന്നിടുകയാണ് ചെയ്യുന്നത്. ഉദാഹരണമായി ജാതിയെക്കുറിച്ച് പഠിക്കുന്നവർക്ക് ഹിസ്റ്ററി ക്ലാസിൽനിന്ന് അതിന്റെ ചരി ത്രപരമായ ധാരണകളേ കിട്ടൂ. സമകാലിക ജാതിസമ്പ്രദായത്തെക്കു റിച്ചും അതിന്റെ പ്രശ്നങ്ങളെക്കുറിച്ചും പഠിക്കണമെങ്കിൽ സോഷ്യോ ളജി പഠിക്കണം. അതു പഠിപ്പിക്കുന്ന ആളുകൾ അവിടെയുണ്ടാകും. കാഴ്ചപ്പാട് വിപുലമാക്കാനുള്ള ഒരു ശ്രമം ജെ എൻ യുവിന്റെ പഠനസ മ്പ്രദായത്തിൽ സഹജമായിരുന്നു.

? ഇത്രയും ജനാധിപത്യപരവും പരസ്പര സമ്പർക്കം പുലർത്തുന്നതു മായ ഒരു ബോധന സംവിധാനം രൂപപ്പെടുത്തുന്നതിൽ പങ്കുവഹിച്ച പ്രധാ നികൾ ആരെല്ലാമായിരുന്നു.

അതു കൂട്ടായ ശ്രമത്തിന്റെ ഭാഗമാണ്. ഓരോ ഫാക്കൽറ്റിയിലും സെന്ററിലും പഠിപ്പിക്കുന്ന വിഷയത്തെക്കുറിച്ച് കൂട്ടായ ചർച്ചകൾ നട ന്നിട്ടുണ്ട്. ഓരോ സ്കൂളിനും ഒരു പ്ലാനിങ് കമ്മിറ്റി ഉണ്ടായിരുന്നു. പ്രസി ദ്ധരായവരാണ് അവയെ നയിച്ചത്. അതിന്റെ തുർച്ചയായാണ് കോഴ്സ് സ്ട്രക്ചർ രൂപപ്പെടുത്തിയത്. പുതിയ അദ്ധ്യാപകർ വന്നപ്പോഴൊക്കെ അതിൽ പിന്നീട് കാലികമായ മാറ്റങ്ങൾ വന്നു. ജെ എൻ യുവിന് ഇപ്പോ ഴത്തെ സ്വഭാവമുണ്ടാകുന്നതിന് ചുക്കാൻ പിടിച്ചത് ആദ്യ വൈസ് ചാൻസ ലർ ജി പാർത്ഥസാരഥിയായിരുന്നു. കെട്ടിടം മുതൽ അദ്ധ്യാപകരും വിദ്യാർത്ഥികളും വരെയുള്ളവർ എങ്ങനെയാവണമെന്നത് അദ്ദേഹ ത്തിന്റെ കാഴ്ചപ്പാടാണ്. ഇന്ത്യയുടെ പല ഭാഗത്തുനിന്ന് അദ്ധ്യാപകരെ അങ്ങോട്ട് ആകർഷിക്കാനും ഒരു പുതിയ സംരംഭമാണിതെന്ന് അവരെ ബോധ്യപ്പെടുത്താനും അദ്ദേഹത്തിന് കഴിഞ്ഞു. ബോർഡ് ഓഫ് സ്റ്റഡീസ് ഉണ്ടെങ്കിലും എന്ത് പഠിപ്പിക്കണമെന്നത് അതത് സ്കൂളുകൾക്ക് തീരുമാനിക്കാം. അതിനുള്ള അക്കാദമിക് സ്വാതന്ത്ര്യം അദ്ധ്യാപകർക്ക് ഉണ്ടായിരുന്നു. അതിന് സഹായിച്ചത് പ്രശസ്തരായ പണ്ഡിതരടങ്ങിയ ഉപദേശക സമിതിയാണ്.

മുമ്പെങ്ങും ഉണ്ടാകാത്ത തരത്തിലുള്ള സംഭവങ്ങളാണ് ജെ എൻ യുവിൽ ഇപ്പോൾ രൂപപ്പെട്ടുവരുന്നത്. മാധ്യമങ്ങളുടെ സഹായത്തോടെ പൊലീസ് കള്ളക്കേസ് ചമച്ച് രാജ്യദ്രോഹക്കുറ്റത്തിന് ചില വിദ്യാർത്ഥി കളെ പിടികൂടുന്നു. വ്യാജ തെളിവുകളാണ് ഈ കേസുകൾക്ക് അടി സ്ഥാനമെന്ന് പറയുന്നവരെപ്പോലും രാജ്യദ്രോഹികളെന്ന് മുദ്രകുത്തുന്നു. രാജ്യത്ത് മറ്റൊരു യൂണിവേഴ്സിറ്റിയും സാക്ഷ്യം വഹിക്കാത്ത സംഭവ ങ്ങളാണ് ജെ എൻ യുവിൽ നടക്കുന്നത്.

രണ്ടുവർഷത്തെ മോദിസർക്കാരിന്റെ ഭരണവും വിദ്യാഭ്യാസ രംഗത്ത് സ്മൃതി ഇറാനിയുടെ നീക്കങ്ങളും അതിന് മുമ്പുള്ള വാജ്പേയി സർക്കാർ നടത്തിയ പ്രവർത്തനങ്ങളും പരിശോധിച്ചാൽ ചില കാര്യങ്ങൾ വ്യക്തമായി കാണാനാവും. സംഘപരിവാർ, പ്രത്യേകിച്ച് ആർ എസ് എസ് ആശയരൂപീകരണത്തിന് വളരെ പ്രാധാന്യം നല്കുന്നു. അവർ പ്രത്യയശാസ്ത്രപരമായ കാര്യങ്ങളിൽ വളരെ ശ്രദ്ധിച്ചിരുന്നു എന്നും കാണാം. കഴിഞ്ഞ എൻ ഡി എ ഭരണകാലത്ത് കൈക്കൊണ്ട ആദ്യത്തെ നടപടികൾ പാഠപുസ്തകത്തിൽ മാറ്റം വരുത്തുക എന്നതായിരുന്നു. അതേസമയം അതിന് സമാന്തരമായി സ്ഥാപനങ്ങളിൽ നുഴഞ്ഞുകയറി സ്വാധീനം ചെലുത്തുകയും ചെയ്തു. അതിനായി സംഘപരിവാറിന്റെ ആശയങ്ങൾ സ്വീകരിക്കുന്നവരെ പല സ്ഥാപനങ്ങളുടെയും തലവന്മാ രായി നിയമിച്ചു. എല്ലാ സ്ഥാപനങ്ങളും വർഗ്ഗീയവല്ക്കരിക്കാനുള്ള ശ്രമ മായിരുന്നു അത്. പൊലീസ് മുതൽ ചരിത്രഗവേഷണ കൗൺസിൽ വരെ

വർഗ്ഗീയവല്ക്കരിക്കാനുള്ള ശ്രമം നടത്തി. പിടിച്ചെടുക്കാൻ കഴിയാത്ത സ്ഥാപനങ്ങളിൽ അവിടുത്തെ ബുദ്ധിജീവികളെ ആക്ഷേപിക്കുക, അവർക്കെതിരായി ആരോപണമുയർത്തുക, അവരുടെ സ്വീകാര്യത തകർക്കുക എന്നിവയൊക്കെയായിരുന്നു തന്ത്രങ്ങൾ. അരുൺ ഷൂരി അതിനു മുന്നിൽനിന്ന് പ്രവർത്തിച്ചയായാളാണ്. ഇത്തരം പ്രവണതകളാണ് അന്ന് നമ്മൾ കണ്ടത്. അതിന്റെ ഏറ്റവും ഭീകരമായ അവസ്ഥയാണ് നമ്മൾ ഇപ്പോൾ അഭിമുഖീകരിക്കുന്നത്.

ഹൈദരാബാദിലും ജെ എൻ യുവിലും സംഭവിച്ചത് ഈ പ്രവണ ധധുകട പുതിയ പതിപ്പാണ്. കൂടുതൽ ഭീകരമായ പതിപ്പാണെന്നു മാത്രം. ഹൈദരാബാദ് സർവ്വകലാശാലയിൽ ദളിത് വിദ്യാർത്ഥികൾ അംബേദ്കർ സ്റ്റുഡൻസ് അസോസിയേഷൻ എന്ന പേരിൽ സംഘടിച്ചു. ഈ സംഘ ടനയ്ക്ക് മറ്റു പല സർവ്വകലാശാലകളിലും സ്വാധീനവുമുണ്ട്. ഒരു വലിയ സംഘം ദളിത് വിദ്യാർത്ഥികൾ ഈ സംഘടനയ്ക്ക് കീഴിൽ പ്രവർത്തി ക്കുന്നു. കഴിഞ്ഞ കുറച്ചു കൊല്ലങ്ങളായി പല സർവ്വകലാശാലകളിലും അവരുടെ സ്വാധീനം വർദ്ധിച്ചിട്ടുണ്ട്. അഖിലേന്ത്യാ തലത്തിൽ അതൊരു വലിയ ശക്തിയായി വളർന്നുവരുമെന്ന് ബി ജെ പി ഭയക്കുന്നു. ജെ എൻ യുവിലാകട്ടെ തുടക്കം മുതൽതന്നെ മാർക്സിസ്റ്റ് സ്വാധീനമാണ് നില നില്ക്കുന്നത്. അവിടെ വർഗ്ഗീയശക്തികൾക്ക് വളരെ തുച്ഛമായ സാന്നി ദ്ധ്യമേ ഉള്ളൂ. ഈ രണ്ടു ശക്തികളെയും തകർക്കാനാണ് എ ബി വി പിയും സംഘപരിവാറും ശ്രമിക്കുന്നത്. ഇവയെ തകർക്കാതെ കാമ്പ സുകളിൽ വർഗ്ഗീയതയുടെ ശക്തി വളർത്താനാവില്ല. സർവ്വകലാശാല കളിലും കോളേജുകളിലും സ്വാധീനമുണ്ടാകുന്നത് ഭാവിയുടെ സൂചന യാണ്. ആ സ്വാധീനത്തെ തകർക്കാനുള്ള ശ്രമമാണ് രണ്ടിടത്തും കണ്ടത്. അതിനൊരു പാറ്റേൺ ഉണ്ട്. ഹൈദരാബാദിൽ സംഭവിച്ചതെന്താണ്? എ ബി വി പി ഒരു പരാതി നല്കുന്നു. കേന്ദ്രമന്ത്രി കൂടിയായ സ്ഥലം എം പി ഇടപെടുന്നു. പിന്നെ മനുഷ്യവിഭവശേഷി മന്ത്രി നടപടി എടു ക്കാൻ സർവ്വകലാശാലയോട് ആവശ്യപ്പെടുന്നു.

ജെ എൻ യുവിൽ സംഭവിച്ചതും ഇതിന് സമാനമാണ്. എ ബി വി പിയാണ് ഇതിന് മുൻകൈയെടുക്കുന്നത്. ഒരു വിദ്യാർത്ഥി സംഘടന യുടെ യോഗം അലങ്കോലപ്പെടുത്താനുള്ള ശ്രമമാണ് എ ബി വി പി നട ത്തിയത്. ദേശദ്രോഹപരമായ മുദ്രാവാക്യങ്ങൾ ഉയർത്തി എന്ന ആരോ പണം ഉന്നയിക്കുകയും തല്ഫലമായി പൊലീസ് ഇടപെടുകയും വിദ്യാർത്ഥി യൂണിയൻ ചെയർമാനെ അറസ്റ്റു ചെയ്യുകയും ചെയ്തു.

ദേശദ്രോഹ മുദ്രാവാക്യം വിദ്യാർത്ഥി നേതാവ് ആണോ ഉയർത്തി യത് എന്നതിനെക്കുറിച്ച് പല സന്ദേഹങ്ങളും പുറത്തുവന്നിട്ടുണ്ട്. എ ബി വി പി പ്രവർത്തകർക്ക് ഇതിൽ പങ്കുണ്ടെന്ന് സംശയിക്കപ്പെടു ന്നു. ഇതിനു നല്കിയ തെളിവ് കെട്ടിച്ചമച്ചതാണെന്ന സംശയം ഇനിയും വ്യക്തമായിട്ടില്ല. പൊലീസ് ഇടപെടുകയും വിദ്യാർത്ഥികൾക്ക് അവകാ ശപ്പെട്ട നിയമസംരക്ഷണം ലഭിക്കാതെ പോകുകയും ചെയ്തു. വ്യാപ

കമായ പ്രതിഷേധത്തിന് ഇത് ഇടവരുത്തിയിട്ടുണ്ട്. കേന്ദ്രഭരണത്തിന്റെ ഇടപെടൽ ഉണ്ടായിട്ടുണ്ടോ എന്ന് സംശയിക്കുന്നവരുമുണ്ട്. ഇവയുടെ യാഥാർത്ഥ്യം എന്തായിരുന്നാലും ബി ജെ പി അധികാരത്തിൽവന്ന ശേഷം ഇത്തരം സംഭവങ്ങൾ വ്യാപകമായെന്നു വ്യക്തം. മനുഷ്യ വിഭ വശേഷി മന്ത്രാലയത്തിന്റെ പങ്ക് ഇതിൽ ഉണ്ടെന്ന് ജെ എൻ യുവിലെ അദ്ധ്യാപകരും വിദ്യാർത്ഥികളും വിശ്വസിക്കുന്നു. വൈസ് ചാൻസലറുടെ സമീപനത്തിലെ വൈരുദ്ധ്യങ്ങൾ അത്തരമൊരു നിഗമനത്തിലേക്കാണ് വിരൽചൂണ്ടുന്നത്.

സംവാദങ്ങൾക്ക് പൊതുസമൂഹത്തിൽ ഇടം നഷ്ടപ്പെടുകയാണ്. ഒരു വിഷയത്തിൽ ആർ എസ് എസിന്റെ നിലപാടുകൾക്കു വിരുദ്ധമായ അഭി പ്രായം പറയുന്നവർ രാജ്യദ്രോഹികളായിപ്പോലും മുദ്രകുത്തപ്പെടുന്ന സ്ഥിതിയുണ്ട്. ഭിന്നാഭിപ്രായങ്ങൾക്ക് വിലകല്പിക്കുന്ന ജെ എൻ യുവിലും അതുതന്നെയല്ലേ കണ്ടത്. സമൂഹത്തിനൊരു മുന്നറിയിപ്പാ ണിത്. അഭിപ്രായ ഭിന്നതകൾ സ്വതന്ത്രമായി പ്രകടിപ്പിക്കാനുള്ള സ്വാത ന്ത്ര്യത്തിന് വിലക്കുവരാൻ സാദ്ധ്യതയുള്ളതിന്റെ ഒരു സൂചന. ഭരണകൂ ടത്തിന്റെ പ്രവർത്തനങ്ങളെ എതിർക്കാൻ ശ്രമിച്ചാൽ എന്തു സംഭവിക്കാൻ സാദ്ധ്യതയുണ്ട് എന്നതിന്റെ താക്കീതാണ് സംഘപരിവാർ നല്കുന്നത്.

കനയ്യകുമാറിനെ അറസ്റ്റുചെയ്തത് ആകസ്മിക സംഭവമല്ല. കരു തിക്കൂട്ടി ചെയ്തതാണ്. സ്റ്റേറ്റിന്റെ നേരിട്ടുള്ള ഇടപെടലാണത്. ജുഡീ ഷ്യറി ഈ സന്ദർഭത്തിൽ എന്തുകൊണ്ട് സംശയിച്ചുനില്ക്കുന്നു എന്നത് ദുരൂഹമാണ്. നിരപരാധിയായ കനയ്യകുമാർ ശിക്ഷിക്കപ്പെടുകയാണെ ങ്കിൽ സമാധാന ജീവിതം ആഗ്രഹിക്കുന്ന പലരും നിശ്ശബ്ദരായേക്കും. ഭയപ്പെടുത്തിക്കൊണ്ട് ജനങ്ങളെ നിശ്ശബ്ദരാകുന്നത് ഫാസിസത്തിന്റെ ഒരു രീതിയാണ്. എതിരഭിപ്രായങ്ങളെ അടിച്ചമർത്തുക എന്നതാണ് ഈ രീതി. ഇതിന്റെ ആദ്യനാളുകളാണ് നാം അനുഭവിച്ചുകൊണ്ടിരിക്കുന്നത്.

അയോദ്ധ്യയിൽ പള്ളിപൊളിച്ചതിനെതിരെ നിലപാട് സ്വീകരിച്ച എന്നെപ്പോലുള്ളവരോട് ചരിത്രകാരന്മാർതന്നെ ചോദിച്ചിട്ടുണ്ട്. ഇതൊക്കെ എന്തിനാണ് എതിർക്കുന്നതെന്ന്. ഭരണകൂടത്തിന് അപാരമായ അധി കാരശക്തിയുണ്ട്. അതിന് പലവിധത്തിലും ഒരദ്ധ്യാപകന്റെ പ്രൊഫഷ ണൽ ജീവിതത്തെ സ്വാധീനിക്കാൻ കഴിയും. അതുകൊണ്ട് കൂടുതൽ സംയമനത്തോടെ പ്രതികരിക്കുന്നതായിരിക്കും പ്രായോഗിക ബുദ്ധി യെന്ന് ഒരു സുഹൃത്ത് താക്കീത് നല്കുകയുണ്ടായി. ഉദാഹരണമായി അദ്ദേഹം ചൂണ്ടിക്കാട്ടിയത് വിദേശയാത്ര ചെയ്യാൻ അനുമതി നിഷേധി ച്ചുകൂടെ എന്നാണ്. വിദേശയാത്ര ചെയ്യേണ്ടെന്ന് തീരുമാനിച്ചാൽ മതി യല്ലോ എന്നായിരുന്നു എന്റെ പ്രതികരണം. പക്ഷേ, ഭരണകൂടത്തിന്റെ ശക്തി പലരുടെയും പ്രതികരണശേഷിക്ക് വിലങ്ങായി നില്ക്കാൻ സാദ്ധ്യ തയുണ്ടെന്നർത്ഥം. ഇത്തരം ഭീഷണികളെ മറികടന്നെങ്കിലേ ഭരണകൂട അതിക്രമങ്ങളെ ചോദ്യം ചെയ്യാൻ കഴിയൂ.

ആളുകളെ നിശ്ശബ്ദരാക്കാം. ജെ എൻ യു ഒറ്റപ്പെട്ട ഒരു സംഭവമാ

ണെന്ന് കരുതാനാവില്ല. പല സ്ഥലത്തും ആവർത്തിക്കാൻ ഇടയുള്ള കാര്യമാണിത്. കമ്യൂണിസ്റ്റുകാർക്കും ദളിതർക്കും മാത്രമാവില്ല ഈ അനുഭവം. പ്രതികരിക്കാൻ സന്നദ്ധരായ ആർക്കും ഈ അനുഭവമുണ്ടാകാം.

അഫ്സൽ ഗുരുവിന് അനുകൂലമായി മുദ്രാവാക്യം വിളിച്ചു എന്ന വീഡിയോ അടിസ്ഥാനമാക്കിയാണ് കനയ്യകുമാറിനെ അറസ്റ്റു ചെയ്തത്. എന്നാൽ ഈ തെളിവിന് അധികം ആയുസ്സ് ഉണ്ടായിരുന്നില്ല. എന്നിട്ടും രാജ്യത്തെ വലിയൊരു വിഭാഗം ചിന്തിക്കുന്നത് അത് പാക് അനുകൂല പ്രകടനമായിരുന്നുവെന്നാണ്. ജനങ്ങൾ വിശ്വസിക്കുന്നത് സർക്കാർ ഭാഷ്യമാണ്. സത്യം തിരിച്ചറിയപ്പെടാതെ പോകുന്ന സ്ഥിതിയല്ല.

തീവ്രവാദക്കുറ്റം ചുമത്തിയാണല്ലോ അഫ്സൽ ഗുരുവിനെ ശിക്ഷി ച്ചത്. അതുകൊണ്ട് അഫ്സൽ ഗുരുവിനെ ഓർമ്മിക്കുന്നത് രാജ്യദ്രോ ഹമാണെന്ന് കണക്കാക്കപ്പെടുന്നു. അഫ്സൽ ഗുരുവിന് നീതി ലഭി ച്ചുവോ എന്ന വിഷയത്തിലേക്ക് ഞാൻ കടക്കുന്നില്ല. അത് നിയമവിദ ഗ്ദ്ധർക്കിടയിൽ വിവിധ അഭിപ്രായങ്ങൾക്ക് വഴിവച്ചിട്ടുണ്ട്. പക്ഷേ, അതു യർത്തിയ ഒരു ചോദ്യം, വ്യാപകമായി ചർച്ച ചെയ്യപ്പെട്ട ഒരു വിഷയം വധശിക്ഷ ആധുനിക സമൂഹത്തിൽ സ്വീകാര്യമാണോ എന്നതാണ്. ഇതി നെക്കുറിച്ചു വ്യത്യസ്തമായ അഭിപ്രായങ്ങളുണ്ട്. വധശിക്ഷ നിരോധി ക്കണമെന്ന് അഭിപ്രായപ്പെടുന്ന ഒരു വലിയ വിഭാഗം ജനങ്ങൾ ലോക മെമ്പാടുമുണ്ട്. അതുകൊണ്ട് അഫ്സൽ ഗുരുവിനെ ഓർമ്മിക്കുന്നത് വധ ശിക്ഷയെക്കുറിച്ചുള്ള പരിശോധന എന്ന നിലയ്ക്കാണ്.

രാഷ്ട്രത്തിനെതിരായി മുദ്രാവാക്യം ഉയർത്തിയെന്ന ആരോപണം പരിഗണിക്കേണ്ടത് ഈ സന്ദർഭത്തിലാണ്. രാഷ്ട്രവും ഭരണകൂട സംവി ധാനവും ഒന്നല്ല. ഭരണകൂട ഉപകരണങ്ങളുടെ നടപടികളെ ചോദ്യം ചെയ്യുന്നത് സ്വാഭാവികമാണ്. അത് നിലവിലുള്ള സംവിധാനങ്ങളിൽനിന്ന് മാറ്റം കൊണ്ടുവരാനുള്ള ശ്രമത്തിന്റെ ഭാഗമാണ്. ഭീകരത പലപ്പോഴും ഒരു ഒഴിവായി ഉപയോഗപ്പെടുന്നു. രാഷ്ട്രത്തിനെതിരായ മുദ്രാവാക്യം മുഴ ക്കിയെന്ന് ആരോപിക്കപ്പെടുമ്പോൾ അതിനെ ആരും തുണയ്ക്കാൻ സാദ്ധ്യതയില്ല. പക്ഷേ, രാജ്യദ്രോഹത്തിന്റെയും ഭീകരതയുടെയും മുദ്ര കുത്തി പലരെയും തുറങ്കിലടയ്ക്കുന്നു എന്നതാണ് യാഥാർത്ഥ്യം; വിചാ രണയില്ലാതെ.

അഫ്സൽ ഗുരു ചെയ്ത തെറ്റിന് തീർച്ചയായും ശിക്ഷ അനുഭവി ക്കണം. പക്ഷേ, ആ തെറ്റ് പൂർണ്ണമായും തെളിവുകൾ സഹിതം സ്ഥാപി ക്കപ്പെട്ടില്ലെന്ന് സംശയിക്കപ്പെടുകയാണെങ്കിൽ അത് സ്ഥാപിക്കപ്പെടേ ണ്ടിയിരുന്നു എന്ന് ആവശ്യപ്പെടാൻ മനുഷ്യസ്നേഹികൾക്ക് സാധി ക്കണം. അഫ്സൽ ഗുരു വധിക്കപ്പെട്ടശേഷം വധശിക്ഷയ്ക്കെതിരെ ഫേസ്ബുക്കിൽ ഞാൻ എഴുതുകയും ഒരു നിവേദനത്തിൽ ഒപ്പിടുകയും ചെയ്തിട്ടുണ്ട്. അത് അഫ്സൽ ഗുരുവിനു വേണ്ടിയുള്ള പ്രതികരണമാ യിരുന്നില്ല. വധശിക്ഷയ്ക്കെതിരെയുള്ള പ്രതികരണമായിരുന്നു. മനുഷ്യന് നല്കാൻ സാധിക്കാത്തതൊന്നും തിരിച്ചെടുക്കാൻ അധികാരമില്ലെന്ന

സ്വാഭാവിക വാദമാണ് ഉന്നയിച്ചത്.

അതുപോലെ തന്നെയാണ് ദേശീയതയുടെ പ്രശ്നം. അതിന് രണ്ടു വശങ്ങളുണ്ട്. ഒന്ന്, ഇന്ത്യൻ ദേശീയത എന്താണെന്ന ചോദ്യം. അത് ഇന്നും സംവാദത്തിന് വിധേയമാക്കേണ്ട സങ്കീർണ്ണ പ്രശ്നമാണ്. അതിർത്തിയിൽ ഒരു ജവാൻ പാകിസ്ഥാനിയെ വെടിവെച്ചുകൊന്നാൽ അതിനെ രാജ്യസ്നേഹമായി വിലയിരുത്തുന്നു. ഇതേ ജവാൻ ഗ്രാമ ത്തിൽ വന്ന് ക്രൂരനായ ഒരു ജന്മിയെ വകവരുത്തിയാൽ അത് വധശിക്ഷ അർഹിക്കുന്ന കുറ്റമാകും. രണ്ട് സംഭവത്തിലും മനുഷ്യനാണ് കൊല്ല പ്പെടുന്നത്. മനുഷ്യൻ എന്ന അസ്തിത്വത്തിന് പ്രാധാന്യമില്ലാത്ത അവ സ്ഥയിലേക്ക് ദേശീയത മാറ്റുന്നു. ഒരേ സമയത്ത് സാർവ്വദേശീയതയെ ക്കുറിച്ചും വസുധൈവ കുടുംബകം എന്ന സങ്കല്പത്തെക്കുറിച്ചും പറ യുമ്പോൾത്തന്നെ മറ്റു ദേശീയതയിൽ ഉൾപ്പെടുന്നവരെ ആക്രമിക്കുന്ന തിൽ വിരോധാഭാസം ഇല്ലേ എന്ന് ചർച്ച ചെയ്യപ്പെടണം.

ദേശീയതയെക്കുറിച്ചുള്ള ഒരു സംവാദത്തിനുപോലും സാദ്ധ്യതയി ല്ലാത്ത വിധം തീവ്രദേശീയവാദികൾക്ക് പ്രാമുഖ്യം ലഭിച്ചിരിക്കുന്നു. ദേശീ യതയുടെ അപകടങ്ങൾ ചൂണ്ടിക്കാണിച്ചവരിൽ പ്രധാനിയാണ് രബീന്ദ്ര നാഥ് ടാഗോർ. അദ്ദേഹം വലിയ ദേശീയവാദിയാണെങ്കിലും ദേശീയത യുടെ കാര്യത്തിൽ ഗാന്ധിയുമായി ഏറ്റുമുട്ടിയിരുന്നു. വ്യത്യസ്തമായ കാഴ്ചപ്പാടാണ് അദ്ദേഹം പുലർത്തിയത്. തീവ്രദേശീയതയുടെ വളർച്ച യുടെ സാദ്ധ്യത മുൻകൂട്ടി കാണാനുള്ള ദീർഘദൃഷ്ടി ടാഗോറിനുണ്ടായി രുന്നു എന്നു വേണം കരുതാൻ.

ആർ എസ് എസിന്റെ ആശയങ്ങൾ ഇന്ത്യൻ ദേശീയതയ്ക്ക് നിര ക്കാത്തതാണ്. കാരണം അവ ഇന്ത്യൻ ദേശീയതയുടെ അടിസ്ഥാന സ്വഭാവത്തിന് നിരക്കാത്തതാണ്. ബഹുസ്വരതയാണ് ഇന്ത്യൻ ദേശീയ തയുടെ ചരിത്രപരമായ സ്വഭാവം. ഇന്ത്യ എന്ന സങ്കല്പം പല ഘട്ട ത്തിലും മാറി വന്നിട്ടുണ്ട്. ഇന്നത്തെ പാകിസ്ഥാന്റെ ഭൂവിഭാഗങ്ങൾ ഒരു കാലത്ത് ഇന്ത്യയുടെ ഭാഗമായിരുന്നു. അഫ്ഗാനിസ്ഥാനും സിലോണും ഇന്ത്യയെന്ന ഭരണ സംവിധാനത്തിന്റെ ഭാഗമായിരുന്നു. പഞ്ചാബും സിന്ധുമൊക്കെ ഇന്ത്യയുടെ ഭാഗമായിരുന്നു. ഈ യാഥാർത്ഥ്യത്തെ സ്വീകരിക്കാതെ അഖണ്ഡ ഭാരതമെന്ന സങ്കല്പമാണ് ആർ എസ് എസ് മുന്നോട്ടുവയ്ക്കുന്നത്. മാത്രമല്ല ഇന്ത്യയുടെ സാംസ്കാരിക ബഹുസ്വ രതയെ അവർ സ്വീകരിക്കുന്നുമില്ല. അതുകൊണ്ട് ആർ എസ് എസ് ഉയർത്തിപ്പിടിക്കുന്ന ദേശീയത ഇന്ത്യയുടെ യഥാർത്ഥ ദേശീയതയ്ക്ക് എതിരാണ്. അവർ മുന്നോട്ടുവയ്ക്കുന്നത് കപട ദേശീയതയാണ് എന്ന് പറയുന്നതിൽ വലിയ തെറ്റുണ്ട് എന്ന് തോന്നുന്നില്ല. സവർക്കർ മുത ലുള്ള നേതാക്കൾ പറഞ്ഞത് ഭാരതം ഹിന്ദുക്കളുടേതാണെന്നാണ്. അത് ഇന്ത്യൻ ഭരണഘടനയ്ക്ക് എതിരാണ്. യഥാർത്ഥ ഇന്ത്യൻ ദേശീയ തയ്ക്ക് എതിരായാണ് അവർ നിലകൊള്ളുന്നത്.

കൂടാതെ കൊളോണിയൽ വിരുദ്ധ ദേശീയപ്രസ്ഥാനത്തിന്റെ ഭാഗ മായിരുന്നില്ല ആർ എസ് എസ്. അതുമാത്രം പറഞ്ഞാൽ പോര. കൊളോ ണിയൽ ഭരണവുമായി സഹകരിച്ചവരാണവർ. ഹിന്ദുരാഷ്ട്രം സൃഷ്ടിക്കു ന്നതിനു വേണ്ടി ബലപ്രയോഗത്തിന് ഉപയോഗിക്കാൻ സാധിക്കുന്ന വിധം കൊളോണിയലിസവുമായി സഹകരിച്ചവരാണവർ. ഹിന്ദു മഹാസഭ പ്രസിഡന്റായിരുന്ന മൂഞ്ചെ ചെയ്ത കാര്യങ്ങൾ പരിശോധിച്ചു നോക്കാം. രണ്ടാം ലോക യുദ്ധം തുടങ്ങിയ കാലത്ത് 1940 ൽ ഇന്ത്യക്കാരെ ഭരണ ത്തിൽ കൂട്ടിച്ചേർത്തുകൊണ്ട് യുദ്ധത്തിനെതിരായ ഒരു നീക്കം നടത്താൻ ബ്രിട്ടീഷുകാർ ശ്രമിച്ചു. പ്രവശ്യാസായിയുടെ എക്സിക്യൂട്ടീവ് കൗൺസി ലിലേക്ക് പേരു നിർദ്ദേശിക്കാനായി ഓരോ പാർട്ടിയോടും അന്ന് ആവ ശ്യപ്പെട്ടു. ആദ്യം പേരു നല്കിയത് ഹിന്ദു മഹാസഭയാണ്. ഒരു പേർ ചോദിച്ചപ്പോൾ അഞ്ചു പേർ എഴുതിക്കൊടുത്തു. മുസ്ലീം ലീഗും കോൺഗ്രസും അല്പം സംശയിച്ചുനിന്നു. ഹിന്ദുമഹാസഭയ്ക്ക് ഒട്ടും സംശയിക്കേണ്ടിവന്നില്ല. അതുപോലെ തന്നെ മൂഞ്ചെ ആർ എസ് എസു കാരോട് ആഹ്വാനം ചെയ്തത് ബ്രിട്ടീഷ് ആർമിയിൽ ചേരാനാണ്. ഹിന്ദു യുവാക്കൾക്ക് ആയുധപരിശീലനം നേടുകയായിരുന്നു ലക്ഷ്യം. യുദ്ധ ത്തിൽ തിരിച്ചുവന്ന് ഹിന്ദുയുവാക്കൾക്ക് പരിശീലനം നല്കാൻ ഇവർക്കാ കുമല്ലോ. മുസോളിനി മൂഞ്ചെക്ക് പ്രചോദനമായിരുന്നു എന്നത് സ്ഥാപി ക്കപ്പെട്ട കാര്യമാണല്ലോ. സ്വാതന്ത്ര്യ സമരത്തിൽ പങ്കെടുത്തിട്ടേ ഇല്ല അവർ. ഹെഡ്ഗെവാർ അല്പകാലം ജയിലിൽ കിടന്നു എന്നതു മാത്ര മാണ് അവർക്ക് അവകാശപ്പെടാനാകുന്നത്. സവർക്കർ മാപ്പെഴുതിക്കൊ ടുത്തിട്ടാണ് ജയിലിൽനിന്ന് പുറത്തുവരുന്നത്.

ജെ എൻ യുവിലേക്ക് തന്നെ മടങ്ങിവരാം. കള്ളക്കേസ് ചുമത്തലും അറസ്റ്റും വിദ്യാർത്ഥികളെയും മാധ്യമപ്രവർത്തകരെയും പരസ്യമായി ആക്രമിക്കലും എല്ലാം നടന്നിട്ടും പ്രധാനമന്ത്രി നരേന്ദ്രമോദി ദീർഘനാൾ മൗനം പുലർത്തിയ ശേഷമാണ് പ്രതികരിച്ചത്. അതുതന്നെ തന്റെ സർക്കാരിനെ അട്ടിമറിക്കാൻ ചിലർ ശ്രമിക്കുന്നുവെന്ന ദുർബ്ബലമായ പ്രതി കരണം.

മോദിയുടെ മൗനത്തിന് പല അർത്ഥങ്ങളും കാരണങ്ങളുമുണ്ട്. അത് ബോധപൂർവ്വമാണ്. ആകസ്മികമല്ല. ഒരു പദ്ധതിയുടെ ഭാഗമാണത്. പാർലമെന്റിന്റെ കാര്യത്തിലായാലും മറ്റേതു കാര്യത്തിലായാലും മോദി ഒന്നും പറയുന്നില്ല. ഈ സംഭവങ്ങളെയൊക്കെ മോദി സ്വാഗതം ചെയ്യു കയാണ്. അസ്ഥിരമായ സാഹചര്യം ഉണ്ടാകുന്നത് ബി ജെ പിക്ക് ഗുണ കരമാണ്. ഇടതുപക്ഷക്കാരും തീവ്രവാദികളും ജനാധിപത്യത്തെ അട്ടി മറിക്കാൻ ശ്രമിക്കുന്നു എന്ന മോദിയുടെ വാദം ഫാസിസത്തിന്റെ പഴയ വാദമാണ്. ജെ എൻ യു പ്രശ്നത്തിൽ ഒരു വീഡിയോ ദൃശ്യം വ്യാജ മായി നിർമ്മിച്ച് ലക്ഷ്യം വയ്ക്കുന്നത് ജർമ്മനിയിലെ പാർലമെന്റ് മന്ദിര മായ റെയ്സ്റ്റാഗ് കത്തിച്ചപോലുള്ള ഉദാഹരണമാണ്. അതേ തന്ത്രമാണ് ഇവിടെയും തുടരാൻ ശ്രമിക്കുന്നത്. ഇതിനൊക്കെ പരിഹാരം വേണ

മെന്ന ആഗ്രഹം മോദിക്ക് ഇല്ല. ഇത്തരം സംഭവങ്ങൾ കൂടുതൽ ഉണ്ടാ കുമ്പോൾ വിവിധ വിഭാഗങ്ങളെ ലക്ഷ്യംവയ്ക്കും. വാജ്പേയി ഭരണ കാലത്ത് ബുദ്ധിജീവികളെയാണ് ലക്ഷ്യം വച്ചിരുന്നത്. ബുദ്ധിജീവികൾ തീവ്രവാദികൾ ആണെന്നാണ് അന്ന് അരുൺഷൂരിയെപ്പോലുള്ളവർ പറ ഞ്ഞത്. ആ തീവ്രവാദിപ്പട്ടം ഇന്ന് മറ്റുള്ളവർക്ക് ചാർത്തിക്കൊടുക്കുക യാണ്. പ്രശ്നങ്ങൾക്ക് പരിഹാരം കാണാതെ അതിനെ കൂടുതൽ സങ്കീർണ്ണമാക്കാനും അതുവഴി കൂടുതൽ അരക്ഷിതാവസ്ഥ സൃഷ്ടിക്കു കയുമാണ് ലക്ഷ്യം. അരക്ഷിതാവസ്ഥയിൽനിന്നേ അടിയന്തരാവസ്ഥ പോലുള്ള ഒരു സാഹചര്യം സൃഷ്ടിക്കാനാവൂ.

1970 കളുടെ മധ്യത്തിലെ രാഷ്ട്രീയ അടിയന്തരാവസ്ഥയ്ക്ക് സമാ നമായ സാഹചര്യമാണോ രൂപപ്പെടുന്നത്. ഇപ്പോഴത്തെ അവസ്ഥ വച്ചു നോക്കുമ്പോൾ അമിതാധികാരപ്രവണതകളുള്ള ഭരണം ഉണ്ടാകാനാണ് സാദ്ധ്യത കാണുന്നത്. ജെ എൻ യു വിദ്യാർത്ഥികൾക്ക് വിദേശ ശക്തി കളുമായി ബന്ധമുണ്ടെന്ന് രാജ്നാഥ് സിങ് പറയുന്നത് എത്ര ബാലിശ മാണ്. അറസ്റ്റ് ചെയ്യപ്പെട്ട ജെ എൻ യു വിദ്യാർത്ഥി ഉമർ ഖാലിദ് പതി വായി പാകിസ്ഥാനിൽ പോകാറുണ്ടെന്ന് ആരോപിക്കപ്പെട്ടിരിക്കുന്നു. ആ വിദ്യാർത്ഥിക്ക് പാസ്പോർട്ട് പോലുമില്ലെന്നതാണ് സത്യം. ഇങ്ങനെയുള്ള നുണകൾ പ്രചരിപ്പിക്കുന്നതിൽ മാധ്യമങ്ങൾ വലിയ പങ്കുവഹിക്കുന്നു. *ടൈംസ് നൗ, സീ ടി വി* തുടങ്ങിയ ചാനലുകൾ യാതൊരു വിവേചന ബുദ്ധിയും കാണിക്കാതെ പ്രചരിപ്പിക്കുന്ന വസ്തുതകൾ ജനങ്ങളിൽ പലരും വിശ്വസിക്കാൻ സാദ്ധ്യതയുണ്ട്. ഈ ചാനലുകൾ കണ്ടാൽ ലോകത്തിലെ ഏറ്റവും വലിയ ഭീകരരുടെ താവളമാണ് ജെ എൻ യു എന്നു തോന്നും. ജെ എൻ യു അടച്ചുപൂട്ടണമെന്ന മുറവിളി ഞാനൊക്കെ അവിടെ പഠിപ്പിക്കുന്ന കാലത്തേ കേട്ടുതുടങ്ങിയിട്ടുണ്ട്.

ഇരുട്ടണയും മുമ്പേ....

കെ എൻ പണിക്കർ/ ഡോ. പി ജെ വിൻസെന്റ്

കൊളോണിയൽ കാലഘട്ടത്തിലെ സാമൂഹ്യ-രാഷ്ട്രീയ ചലന ങ്ങൾ ആഴത്തിൽ അപഗ്രഥിച്ച് അവതരിപ്പിക്കുകവഴി ചരിത്രരചനയുടെ ദിശമാറ്റിയ അതുല്യപ്രതിഭയാണ് പ്രൊഫ. കെ എൻ പണിക്കർ. ആധു നിക ഇന്ത്യയിലെ സാംസ്കാരിക-ബൗദ്ധിക ചരിത്രവും ചിന്താധാരകളും മുഖ്യഗവേഷണ മേഖലയാക്കിയ പണിക്കരുടെ പ്രതിഭ വ്യാപരിക്കാത്ത മേഖലകളില്ല. അദ്ദേഹത്തിന്റെ മൗലികചിന്തയും സാംസ്കാരിക ഇടപെ ടലും ഇന്ത്യയിൽ മതേതര-പുരോഗമന സംസ്കൃതിക്ക് അമരപ്രചോദ നമാണ്. വിദ്യാഭ്യാസ ചിന്തകൻ, സാംസ്കാരിക പ്രവർത്തകൻ, കഴിവുറ്റ ഭരണാധികാരി, ചരിത്രകാരൻ തുടങ്ങി വിവിധ മേഖലകളിൽ കൈയൊപ്പ് ചാർത്തിയ പ്രതിഭാശാലിയാണ് പ്രൊഫ. കെ എൻ പണിക്കർ. പ്രാദേ ശിക ചരിത്രരചനയ്ക്ക് രീതിശാസ്ത്രം പ്രദാനം ചെയ്ത് ഒരു അക്കാദ മിക വിഷയമായി വളർത്തിയതിൽ അദ്ദേഹത്തിന്റെ പങ്ക് അദ്വിതീയമാ ണ്. ഇന്ത്യയിൽ ബൗദ്ധിക ചരിത്രശാഖ വളർത്തിയെടുക്കുവാനും സാംസ്കാരിക പഠനങ്ങളെ ചരിത്രത്തിന്റെ പരിഗണനാ വിഷയങ്ങളിൽ മുൻനിരയിലെത്തിക്കാനും അദ്ദേഹത്തിന്റെ കനപ്പെട്ട അക്കാദമിക സംഭാ വനകൾക്ക് കഴിഞ്ഞു. ചിന്തയും ആഴവും പരപ്പും ശിഷ്യഗണങ്ങൾക്ക് മാത്രമല്ല, ഒരു ജനതയ്ക്കാകെ പകർന്നു നൽകിയ പ്രൊഫ. പണിക്കർ സമകാലീന ഇന്ത്യയിലെ ധിഷണാശാലികളിൽ ചിന്തയുടെ മൗലികത കൊണ്ടും ജനപക്ഷ നിലപാടുകൾകൊണ്ടും വേറിട്ടു നില്ക്കുന്നു.

? ശ്രേഷ്ഠനായ അദ്ധ്യാപകൻ, ചരിത്രകാരൻ, സാംസ്കാരിക പ്രവർത്ത കൻ, ചിന്തകൻ തുടങ്ങി ബഹുതല സ്പർശിയായ ധൈഷണിക ജീവി തമാണ് താങ്കളുടേത് 'Professor or ideas' എന്നു വിശേഷിപ്പിക്കപ്പെ ടുന്ന ചരിത്രകാരനാണ് താങ്കൾ, താങ്കളുടെ ചിന്തയുടെ ലോകം രൂപ പ്പെടുന്നതിന്റെ നാൾവഴികൾ വിശദീകരിക്കാമോ.

വള്ളുവനാടൻ സംസ്കൃതിയും ചുറ്റുവട്ടത്തുള്ള സാധാരണ മനു
ഷ്യരുടെ ജീവിതവും ആഴത്തിൽ സ്വാധീനിച്ചിട്ടുണ്ട്. കമ്യൂണിസ്റ്റ് നേതാ
വായിരുന്ന കെ പി മാധവമേനോന്റെ ജീവിതവും പ്രവർത്തനങ്ങളും കമ്യൂ
ണിസത്തിലേക്ക് ആകർഷിക്കാൻ കാരണമായി. പൊലീസ് മർദ്ദനമേറ്റ്
ചെറുപ്പത്തിലേ മരിച്ചുപോയ അദ്ദേഹം എന്റെ ചിന്തയെ കാര്യമായി
സ്വാധീനിച്ചു. വിക്ടോറിയ കോളേജിൽ പഠിക്കുന്ന കാലത്ത് വിദ്യാർത്ഥി
ഫെഡറേഷനിൽ സജീവമായി പ്രവർത്തിച്ചു. സയൻസും സാഹിത്യവും
പഠിക്കണമെന്ന് ആഗ്രഹമുണ്ടായിരുന്നു. അതുകൊണ്ട് ബി എ രസതന്ത്രം
കോഴ്സിനു ചേർന്നു. മുണ്ടൂർ കൃഷ്ണൻകുട്ടി അടക്കം ഞങ്ങൾ നാലു
പേർ മാത്രമാണ് വിദ്യാർത്ഥി ഫെഡറേഷനിൽ സജീവ പ്രവർത്തകരാ
യിട്ടുണ്ടായിരുന്നത്. കോളേജ് യൂണിയൻ തിരഞ്ഞെടുപ്പിൽ സ്റ്റുഡന്റ്
ഫെഡറേഷൻ പ്രതിനിധിയായി ചെയർമാൻ സ്ഥാനത്തേക്ക് മത്സരിച്ചു.
നല്ല ഭൂരിപക്ഷത്തിൽ വിജയിച്ചു. ഞങ്ങൾ 'നാൽവർസംഘം' രാഷ്ട്രീയ
ത്തിലും സാഹിത്യത്തിലും തല്പരരായിരുന്നു. വായനയും സംവാദങ്ങളും
സജീവമായി നടന്നു. ഈ വായനക്കൂട്ടായ്മയാണ് മാർക്സിലേക്കും
പുരോഗമന രാഷ്ട്രീയത്തിലേക്കും ഞങ്ങളെ നയിച്ചത്.

*?മാർക്സിയൻ ചിന്താധാരയിൽ ഗ്രാംഷിയൻ ചിന്തയോട് സവിശേഷമായ
അടുപ്പം താങ്കൾ പുലർത്തുന്നുണ്ട്. 'ഗ്രാംഷിയൻ വിചാരവിപ്ലവം' ഇന്ത്യൻ
സാഹചര്യത്തിന് എത്രമാത്രം ഇണങ്ങുന്നതാണ്?*

എന്റെ വിചാരപ്രപഞ്ചം അടിസ്ഥാനപരമായി മാർക്സിസമാണ്.
'Ideology'യെക്കുറിച്ചുള്ള മാർക്സിന്റെ ഉൾക്കാഴ്ചകൾ സമഗ്രവും മൗലി
കവുമാണ്. സാമ്പത്തിക വ്യാഖ്യാന മാതൃക മാത്രമായി മാർക്സിസത്തെ
കാണുന്ന പൊതുശീലം നിലവിലുണ്ട്. ഇത് ശരിയല്ല, ഇന്ത്യ കണ്ട
ഏറ്റവും മഹാനായ മാർക്സിസ്റ്റ് ചരിത്രകാരൻ ഡി ഡി കൊസാംബി
യാണ്. സാമ്പത്തികപ്രശ്നത്തെക്കുറിച്ച് അദ്ദേഹമൊന്നും എഴുതിയിട്ടില്ല.
'Ideology'യെക്കുറിച്ചുള്ള മാർക്സിന്റെ പരികല്പനകളെ 20-ാം നൂറ്റാ
ണ്ടിലെ സാഹചര്യങ്ങൾക്കനുസരിച്ച് വ്യാഖ്യാനിച്ച് വികസിപ്പിക്കാൻ
ഗ്രാംഷിക്ക് കഴിഞ്ഞു. ചരിത്രവും സംസ്കൃതിയും സംഘർഷമേഖലക
ളായി മാറിയ വർത്തമാനകാലത്ത് ഉപരിഘടനയെ (Super structure)
സംബന്ധിച്ച ഗ്രാംഷിയൻ വാദങ്ങൾ ഏറെ പ്രസക്തമാണ്.

*? ലെനിനുശേഷം 20-ാം നൂറ്റാണ്ട് കണ്ട ഏറ്റവും മൗലികതയുള്ള
മാർക്സിസ്റ്റ് ചിന്തകനാണ് ഗ്രാംഷിയെന്ന് എറിക് ഹോബ്സ ബാം പറ
ഞ്ഞിട്ടുണ്ട്. Interesting Times എന്ന തന്റെ ഇരുപതാം നൂറ്റാണ്ടിലെ
ധൈഷണിക ചരിത്രം കൂടിയായ, ആത്മകഥയിൽ 'താൻ ബ്രിട്ടീഷ് കമ്യൂ
ണിസ്റ്റ് പാർട്ടിയിലാണെങ്കിലും മനസ്സുകൊണ്ട് ഗ്രാംഷിയുടെ ഇറ്റാലിയൻ
കമ്യൂണിസ്റ്റ് പാർട്ടിയിലാണ്"ന്ന് ഹോബ്സ് ബാം എഴുതി. ചരിത്രത്തിൽ
ഗ്രാംഷിയൻ ചിന്തയ്ക്കുള്ള പ്രാധാന്യമാണ് ഇത് സൂചിപ്പിക്കുന്നത്.*

*മലബാർ കലാപമടക്കമുള്ള ആധുനിക ഇന്ത്യയിലെ സാമൂഹ്യചലന
ങ്ങളെ സമഗ്രവും ശാസ്ത്രീയവുമായി വ്യാഖ്യാനിക്കാൻ താങ്കൾ ഗ്രാംഷി
യെ ഉപയോഗിച്ചു. ഇന്ത്യൻ ചരിത്രരചനയിൽ ഗ്രാംഷിയൻ ചിന്തയുടെ
പ്രസക്തിയെന്താണ്?*

മതവും ജാതിയും സമുദായവുമൊക്കെ ഇന്ത്യൻ സാഹചര്യത്തിൽ
മനുഷ്യരുടെ ജീവിതത്തിൽ മൗലികമായിരുന്നു. ഇപ്പോഴും ഈയവസ്ഥ
തുടരുന്നുമുണ്ട്. കോളനിവിരുദ്ധ സമരത്തിൽ പാരമ്പര്യങ്ങളും വിശ്വാസ
ധാരകളും ശക്തമായ സാന്നിദ്ധ്യമായിരുന്നു. രാഷ്ട്രീയ മുന്നേറ്റങ്ങളുടെ
ആധ്യാത്മികപ്പെടന പ്രധാനം ചെയ്യുന്ന് ഇതരം ബോധങ്ങളാണ്. ഇവയെ
വിശേഷിച്ച് മനസ്സിലാക്കാൻ ഉപരിഘടനയുടെ സൈദ്ധാന്തികനായ
(Theoretician of Supernatures) ഗ്രാംഷിയുടെ ചിന്തകൾ ഏറെ പ്രസ
ക്തവും ഉപയോഗപ്രദവുമാണ്.

*? കഴിഞ്ഞ മൂന്ന് ദശാബ്ദങ്ങളായി താങ്കളെഴുതിയ ചരിത്രസംബന്ധിയായ
ലേഖനങ്ങൾ സമാഹരിച്ച് History as a site of Struggle എന്ന പേരിൽ
പ്രസിദ്ധീകരിക്കുകയുണ്ടായി. 'ചരിത്രം' സംഘർഷാത്മകമായി മാറിക്ക
ഴിഞ്ഞു. ശരിയായ ദിശയേതാണ്? പ്രതിരോധത്തിന്റെ സാദ്ധ്യതകൾ വിശ
ദമാക്കാമോ.*

കൊളോണിയൽ ചരിത്രരചനകളാണ് ഇന്ത്യ വിഭജനത്തിന്റെ വിത്തു
വിതച്ചത്. സമകാലീന ഇന്ത്യയിൽ ഹൈന്ദവ ഫാസിസ്റ്റുകൾ ജനങ്ങളെ
വിഭജിക്കാനുള്ള കപട ചരിത്ര രചനയിൽ മുഴുകിയിരിക്കുന്നു. ചരിത്രം
സംഘപരിവാറിന്റെ പ്രത്യയശാസ്ത്രമാണ്. ചരിത്രമാണ് വർഗ്ഗീയവല്ക്ക
രണത്തിന്റെ ഉപാധി. ഹിന്ദു-മുസ്ലീം സംഘർഷം ഉണ്ടാക്കാൻ വർഗ്ഗീയ
ചരിത്രം അനിവാര്യമാണ്. ഇന്ത്യൻ ദേശീയതയുടെ വക്താക്കളായി
ഹിന്ദുത്വശക്തികൾ മാറുന്നു. പഴശ്ശിരാജ, വീരപാണ്ഡ്യ കട്ട ബോമ്മൻ,
അക്കമ്മാദേവി അടക്കമുള്ള ഒട്ടുമിക്ക പ്രാദേശിക വീരന്മാരേയും ഹിന്ദു
വല്കരിച്ച് സ്വന്തമാക്കാനുള്ള ശ്രമങ്ങൾ നടക്കുന്നു. സ്വാമിവിവേകാന
ന്ദന്റെ 150-ാം ജന്മദിനാഘോഷത്തിന്റെ ഭാഗമായി അദ്ദേഹം കേരളം
സന്ദർശിച്ചപ്പോൾ ഉപയോഗിച്ച കട്ടിൽ ഘോഷയാത്രയായി കൊണ്ടുപോ
കാൻ നേതൃത്വം നല്കിയത് പി പരമേശ്വരനാണ്. വിവേകാനന്ദനും ആർ
എസ് എസും തമ്മിൽ ഒരു ബന്ധവുമില്ല. വിവേകാനന്ദനെ 'ഹിന്ദുവല്കരി
ക്കാൻ' ശ്രമിക്കുകയാണ്.

ചരിത്രത്തിൽ പൊതുസമൂഹം കൂടുതൽ ശ്രദ്ധിക്കേണ്ടിയിരിക്കുന്നു.
ശാസ്ത്രീയ ചരിത്രം ജനകീയവല്കരിക്കുകയാണ് വർഗ്ഗീയ ചരിത്രത്തെ
ഉപരോധിക്കാനുള്ള ഉപാധി. സാംസ്കാരിക-ധൈഷണിക ചരിത്രം കൂടു
തൽ പഠിക്കപ്പെടണം. ഫാസിസ്റ്റുകൾ സംസ്കൃതിയെ ഉപയോഗിക്കുന്നു.
ആർ എസ് എസ് അവകാശപ്പെടുന്നതുതന്നെ അവർ ഒരു സാംസ്കാരിക
സംഘടന'യാണെന്നാണ്. സാംസ്കാരിക സംഘടന, 'സാംസ്കാരിക
ദേശീയത തുടങ്ങി സംസ്കൃതിയുടെ പേരിൽ വളർത്തിയെടുക്കുന്ന
വർഗ്ഗീയ ബോധം അപകടകരമാണ്.

സാംസ്കാരിക ജീവിതത്തെ രാഷ്ട്രീയപ്രവർത്തനത്തിന്റെ കേന്ദ്ര സ്ഥാനത്ത് കൊണ്ടുവരികയാണ് പ്രതിരോധത്തിനായി ചെയ്യേണ്ടത്. തൊഴിൽസമരങ്ങൾ, കർഷകസമരങ്ങൾ, വിദ്യാർത്ഥി-യുവജന മുന്നേറ്റ ങ്ങൾ തുടങ്ങിയ രാഷ്ട്രീയ സമരങ്ങൾ കൊണ്ടുമാത്രം ഫാസിസത്തിന്റെ വളർച്ച തടയാനാവില്ല. മനുഷ്യരുടെ ദൈനംദിന ജീവിതം രാഷ്ട്രീയ പ്രവർത്തനത്തിന്റെ കേന്ദ്രസ്ഥാനത്ത് വരണം. ആളുകൾ എന്തുകൊണ്ട് യാഥാസ്ഥിതികരാകുന്നു? ജാതി-മത-വർഗ്ഗീയ ബോധങ്ങളിലേക്ക് മടങ്ങുന്നു? സംസ്കാരം ഒരു പ്രത്യയശാസ്ത്രമായി തൃണമൂൽതലത്തിൽ പ്രവർത്തിക്കുന്നുണ്ട്. ഹിന്ദുത്വ ശക്തികൾക്ക് ഇവിടെ നിർണ്ണായക സ്വാധീ നമുണ്ട് (ഉദാ: ശോഭായാത്രകൾ, ഗണേശോത്സവം, അയ്യപ്പസേവ മുത ലായവ). മതേതര ലിബറൽ പ്രസ്ഥാനങ്ങൾ വേണ്ടത്ര ഇടപെടൽ നട ത്തുന്നില്ല. കമ്യൂണിസ്റ്റുകാരും ഇടതുപക്ഷവും സാംസ്കാരിക മേഖല യിൽ വേണ്ടത്ര ശ്രദ്ധിക്കുന്നില്ല. രാഷ്ട്രീയ സമരങ്ങൾക്ക് കൊടുക്കുന്ന പ്രാധാന്യം സാംസ്കാരിക പ്രവർത്തനങ്ങൾക്കും നല്കണം. ഡൽഹി യിലെ പി ഡബ്ല്യു എ യുടെ (Progressive Writers Association) തകർച്ച, കേരളത്തിൽ KPAC ക്ക് തുടർച്ചയുണ്ടാകാത്തത് തുടങ്ങിയ അതിപ്രധാ നമായ വിട്ടുകളയൽ കമ്യൂണിസ്റ്റുകാർ പരിശോധിക്കണം.

? ഔദ്യോഗിക പ്രതിപക്ഷം പോലുമില്ലാത്ത വിധം ഭൂരിപക്ഷം നേടി അധി കാരത്തിൽ വരാൻ മോഡിക്ക് കഴിഞ്ഞിരുന്നു. ഈ സാഹചര്യത്തിൽ 'രാമജന്മഭൂമി'യുടെ രാഷ്ട്രീയദിശ എങ്ങനെയായിരിക്കും.

രാമക്ഷേത്ര നിർമ്മാണത്തിന് ചരിത്രത്തിന്റെ പിൻബലമുണ്ടാക്കാ നുള്ള ബോധപൂർവ്വമായ ശ്രമങ്ങൾ നടക്കുന്നുണ്ട്. 'ബാബറി മസ്ജിദ് രാമജന്മഭൂമി' പ്രശ്നമൊരു രാഷ്ട്രീയ പ്രശ്നമാണ്. അതിന് മതപരമോ ചരിത്രപരമോ ആയ സാംഗത്യമില്ല. ഹിന്ദുരാഷ്ട്രീയ രൂപീകരണമാണ് രാമക്ഷേത്ര നിർമ്മാണത്തിന്റെ അജണ്ട. 1992 ൽ അവരുടെ ലക്ഷ്യം 2014 ആയിരുന്നു. അക്കാലത്ത് ഞാനിത് പറഞ്ഞിട്ടുണ്ട്. രണ്ട് ദശാബ്ദങ്ങൾ ആർ എസ് എസിനു അനിവാര്യമായിരുന്നു. ഇക്കാലയളവിനുള്ളിൽ എല്ലാ ഗ്രാമങ്ങളിലും വി എച്ച് പി ഉണ്ടായി. ഹിന്ദുത്വത്തിന് സാമൂഹ്യ അടിത്ത റയുണ്ടായി. സാധാരണ ജനങ്ങളെ വർഗ്ഗീയ ലോകവീക്ഷണത്തിലേക്ക് ആനയിക്കാൻ സംഘപരിവാറിന് കഴിഞ്ഞു. വർഗ്ഗീയബോധത്തിനെതിരെ പ്രതിബോധം ഉണ്ടാക്കാൻ ലിബറൽ-ഇടത്-മതേതര പ്രസ്ഥാനങ്ങൾക്ക് കഴിഞ്ഞില്ല. കുറേ സെമിനാറുകൾ സംഘടിപ്പിച്ചതുകൊണ്ടോ പ്രസംഗ ങ്ങൾ നടത്തിയതുകൊണ്ടോ മാത്രം പ്രശ്നപരിഹാരമാവുന്നില്ല. കമ്യൂ ണിസ്റ്റ് പാർട്ടി നേരിട്ട് ഇത്തരം കാര്യങ്ങൾ ചെയ്യുമ്പോൾ ഒരുപക്ഷേ, വിപുലമായ കൂട്ടായ്മയുണ്ടാക്കാൻ കഴിഞ്ഞെന്നുവരില്ല. ലിബറൽ ബുദ്ധി ജീവി സമൂഹത്തെ ഒന്നിച്ച് അണിനിരത്താൻ കമ്യൂണിസ്റ്റുകാർക്ക് കഴി യണം. ഇന്ത്യയിലെ ലിബറൽ ഇന്റലിജൻഷ്യ ഇപ്പോഴും സെക്യുലറാണ്. ഇടത് ആഭിമുഖ്യമുള്ളവരാണ്. അവരെ ഒന്നിച്ച് അണിനിരത്താനുള്ള

വഴക്കം കമ്യൂണിസ്റ്റുകാർ കാണിക്കണം. വർഗ്ഗീയ രാഷ്ട്രീയത്തെ ചെറു ക്കാൻ മറ്റ് മാർഗ്ഗങ്ങളില്ല.

? കേരള നവോത്ഥാനം ഇപ്പോൾ റിവേഴ്സ് ഗിയറിലാണ്. നവ യാഥാ സ്ഥിതികത്വം വേരുപിടിക്കാനുള്ള സാഹചര്യമെന്താണ്.

കേരള നവോത്ഥാനത്തിന്റെ അപചയമാണിത്. ജാതി തകർക്കാതെ ആധുനികത ഉണ്ടാകില്ല. നവോത്ഥാനത്തിന്റെ ഫലമായി ജാതി-മത സമു ദായ ശാക്തീകരണം സംഭവിച്ചു. അതുമൂലം ആധുനികത ഒരു ലോക വിശേഷമായി വികസിച്ചില്ല. ജാതിയും മതവും രാഷ്ട്രീയത്തിലും വ്യക്തിജീവിതത്തിലും തിരിച്ചുവന്നു. രാഷ്ട്രീയം മതവല്കരണത്തിന് വിധേയമായി. മതമാകട്ടെ രാഷ്ട്രീയവല്ക്കരിക്കപ്പെടുകയും ചെയ്തു. ആധുനിക ശരീരത്തിൽ യാഥാസ്ഥിതിക മനസ്സുള്ളവരായി മലയാളികൾ മാറി.

രാഷ്ട്രീയ കക്ഷികൾ രാഷ്ട്രീയപ്രശ്നങ്ങൾ മാത്രം ഏറ്റെടുത്താൽ പോരാ. സാമൂഹ്യ-സാംസ്കാരിക പ്രശ്നങ്ങൾ കൂടി പ്രാധാന്യത്തോടെ ഏറ്റെടുക്കണം. രാഷ്ട്രീയവും സംസ്കാരവും ഇപ്പോൾ വ്യത്യസ്ത മേഖ ലകളായി നിലകൊള്ളുന്നു. ഇത് സാംസ്കാരിക പിന്നോക്കാവസ്ഥയ്ക്ക് കാരണമാകുന്നു. Ideology യ്ക്ക് കൂടുതൽ പ്രാധാന്യം കൊടുക്കണം. സാംസ്കാരിക പ്രശ്നങ്ങളെ അഭിമുഖീകരിക്കാൻ ശേഷിയുള്ള രാഷ്ട്രീയ നയം അനിവാര്യമാണ്. സാംസ്കാരിക തുല്യത നേടാനുള്ള ജനകീയ ഉയർപ്പുകൾക്ക് ഇടതുപക്ഷം നേതൃത്വം നല്കണം. നവോത്ഥാനം മുന്നോട്ടു പോകാനുള്ള മാർഗ്ഗമിതാണ്.

? കേരളത്തിൽ സജ്ജമായിട്ടുള്ള 'ഹിന്ദു സമുദായ ഐക്യം' എന്ത് ഫല ങ്ങളാണുണ്ടാക്കുക.

പുലയ മഹാസഭ-എസ് എൻ ഡി പി എന്നിവർ മോദിയെ വിളിച്ചു കൊണ്ടുവരുന്നു. 'വനവാസി കല്യാൺ മഞ്ച്' ആദിവാസികളെ വർഗ്ഗീയ മായി സംഘടിപ്പിക്കാൻ ശ്രമിക്കുന്നു. ഹിന്ദു ഐക്യം സൃഷ്ടിക്കുകയാണ് ലക്ഷ്യം. ദളിതരെയും ആദിവാസികളെയും ഹിന്ദുവല്ക്കരിക്കാനുള്ള സംഘടിത പരിശ്രമങ്ങൾ നടന്നുവരുന്നു. യു പിയിൽ ദളിതരെ കൃത്രിമ ബ്രാഹ്മണ്യത്തിലേക്ക് ഉയർത്തുന്നു. ആർ എസ് എസ് ആദിവാസി മേഖ ലകളിൽ നടത്തുന്ന സ്കൂളുകൾ വർഗ്ഗീയ ആശയങ്ങൾ പ്രചരിപ്പിക്കു ന്നുണ്ട്. കേരളത്തിൽ ദളിതരെ ഹിന്ദുവല്ക്കരിക്കുക അത്ര എളുപ്പമല്ല, കാരണം ദളിത് മേല്ജാതി വൈരുദ്ധ്യങ്ങളെ വ്യക്തമായി തിരിച്ചറിഞ്ഞ വരാണ് അവർ. ഉത്തരേന്ത്യൻ സാഹചര്യം പക്ഷേ, വ്യത്യസ്തമാണ്.

? മതത്തിന്റെ പേരിൽ നിരന്തര സംഘർഷങ്ങളോ പീഡനങ്ങളോ കേരള ത്തിലുണ്ടായിട്ടില്ല. എന്നിട്ടും സമീപകാലത്ത് മുസ്ലീം സാമുദായികതയും തീവ്രവർഗ്ഗീയതയും ശക്തിപ്പെടുന്നു. ഈ പ്രശ്നത്തെ താങ്കൾ എങ്ങനെ കാണുന്നു.

ഉത്തരേന്ത്യയിൽനിന്ന് വ്യത്യസ്തമായ സാഹചര്യമാണ് കേരളത്തി
ലുള്ളത്. ഇവിടെ ന്യൂനപക്ഷങ്ങളിൽ സമ്പന്നർ നിരവധിയുണ്ട്. പരമദരി
ദ്രർ എന്നുപറയാവുന്നവർ അതിസൂക്ഷ്മമാണ്. പ്രാദേശിക സാഹചര്യ
ങ്ങൾ മാത്രമല്ല ദേശീയ-സാർവ്വദേശീയ സംഭവങ്ങളും പ്രസ്ഥാനങ്ങളും
വർഗ്ഗീയതയുടെ വളർച്ചയ്ക്ക് കാരണമാകുന്നുണ്ട്. ആഗോള ഇസ്ലാമിക
തീവ്രവാദങ്ങൾ കേരള മുസ്ലീങ്ങളെ സ്വാധീനിക്കുന്നുണ്ട്. Minority Com-
munalism (ന്യൂനപക്ഷ വർഗ്ഗീയത) ഹിന്ദുത്വശക്തികൾ ഫലപ്രദമായി
ഉപയോഗിക്കുന്നുണ്ട്. കേരളത്തിലെ ഗ്രാമീണ മുസ്ലീങ്ങളുടെ ജീവിതനി
ലവാരം ഉയർത്താനുള്ള സമരങ്ങൾ ആവശ്യമാണ്. ഇടതുപക്ഷം
ഗ്രാമീണ ദരിദ്ര-ഇടത്തരം മുസ്ലീങ്ങളുടെ ജീവിതപ്രശ്നങ്ങളെ പ്രത്യേകം
പരിഗണിക്കണം. ന്യൂനപക്ഷവിഭാഗങ്ങളിലെ പാവപ്പെട്ടവരെ കേന്ദ്രീക
രിച്ച് രാഷ്ട്രീയ-സാംസ്കാരിക പ്രവർത്തനങ്ങൾക്ക് നേതൃത്വം നല്കണം.

*? സംഘപരിവാർ സാംസ്കാരിക ചിഹനങ്ങളും ആഘോഷങ്ങളും മാത്രമല്ല
ദേശീയപ്രസ്ഥാനത്തെപ്പോലും സ്വന്തമാക്കിക്കഴിഞ്ഞു. ഈ പ്രക്രിയ
ഏതു രൂപത്തിലാണ് 'രാഷ്ട്രീയ സംസ്കൃതി'യെ ബാധിക്കുക.*

പ്രാദേശിക വീരന്മാർ (Local Heroes) നവോത്ഥാന നായകന്മാർ,
സാമൂഹ്യ പരിഷ്കാരങ്ങൾ, ദേശീയ നേതാക്കൾ എന്നിവരെയൊക്കെ
ഹിന്ദു ശക്തികൾ പരിവാരവൃത്തത്തിനകത്താക്കിയിട്ടുണ്ട്. ദേശീയ നേതാ
ക്കളിൽ നെഹ്റു ഒഴികെ എല്ലാവരെയും അവൻ 'പിന്തുടരുന്നുണ്ട്'!
നരേന്ദ്രമോദി തന്റെ പ്രസംഗങ്ങളിലെല്ലാം ഗാന്ധിജിയെ ഉദ്ധരിക്കുന്നു.
സ്വച്ഛ്ഭാരത് കാമ്പയിനിൽ ഈശ്വരനും ഗാന്ധിയുമാണ് ബ്രാൻഡ് അംബാ
സിഡർമാർ. ഇത് 'ഹിന്ദുത്വ ഹെജിമണി' ഉണ്ടാക്കാനുള്ള പരിശ്രമമാണ്.
Hindu Right Wing Cultural Project തൃണമൂൽതലത്തിൽ വേരുപിടിച്ചി
ട്ടുണ്ട്. ജനങ്ങൾ ആദരിക്കുന്ന വ്യക്തികളെയും പ്രസ്ഥാനങ്ങളെയും പിന്തു
ടരുന്നു എന്ന തോന്നലുണ്ടാക്കാൻ സംഘപരിവാരത്തിന് കഴിയുന്നു.
കോൺഗ്രസ് നേതാവായിരുന്ന സർദാർ വല്ലഭായി പട്ടേലിന്റെ പ്രതിമ
നിർമ്മിക്കുന്നത് ഒരു 'പിടിച്ചെടുക്കൽ തന്ത്ര'മാണ്. ഗാന്ധിജിയെ ഉദ്ധരി
ക്കുന്നതും ഇതിനുവേണ്ടിതന്നെ.

? നെഹ്റുവിനെ സംഘപരിവാരം അകറ്റിനിർത്തുന്നതെന്തുകൊണ്ട്?

നെഹ്റുവും നെഹ്റുവിയിസവും സംഘപരിവാരത്തിനും നവലിബ
റൽ കോൺഗ്രസിനും അനുകൂലമല്ല. പുത്തൻ കോൺഗ്രസുകാരിൽ ഒരു
പക്ഷേ, പകുതിയും ഹിന്ദുത്വ ആശയങ്ങൾ പിൻപറ്റുന്നവരാണ്. നെഹ്റു
വിന്റെ സോഷ്യലിസ്റ്റ് ആഭിമുഖ്യം, യുക്തിചിന്ത, ചരിത്രപരത, മതേ
തരത്വം, ആധുനികാവബോധം, ലോകവീക്ഷണം എന്നിവ ഹിന്ദുത്വശ
ക്തികൾക്കെതിരാണ്. ഗാന്ധിജിയിലും പട്ടേലിലും സ്വീകാര്യമായ പലതും
കണ്ടെത്താൻ അവർക്ക് കഴിയും. എന്നാൽ ശാസ്ത്രീയചിന്തയിൽ അടി
യുറച്ച നെഹ്റുവിൽനിന്ന് കാര്യമായിട്ടൊന്നും സ്വീകരിക്കാൻ ഹിന്ദുത്വ
ശക്തികൾക്കില്ല.

? 2014 ലോക്സഭാ തിരഞ്ഞെടുപ്പിന്റെ ഭാഗമായി നടത്തിയ വിവിധ സർവ്വേ കളിൽ നഗര ഗ്രാമ വ്യത്യാസമില്ലാതെ യുവാക്കൾ അഴിമതിക്കെതിരെ വോട്ടുചെയ്യുമെന്ന് അഭിപ്രായപ്പെട്ടു. മതേതര ദേശീയതയെ പിന്തുണച്ച യുവാക്കൾ വർഗ്ഗീയതയെ നിരസിക്കുകയും ചെയ്തു. എന്നാൽ ഈ വിഭാ ഗത്തിന്റെ വോട്ട് ബി ജെ പിക്ക് അല്ലെങ്കിൽ മോദിക്ക് ലഭിച്ചു. എന്താണി തിന്നു കാരണം.

പത്തുവർഷത്തെ യു പി എ സർക്കാരിന്റെ നവലിബറൽ നയ ങ്ങൾക്കെതിരായ വിധിയെഴുത്തുണ്ടായി. വിശാല-ഇടതുബോധം പുലർത്തുന്ന പുതുതലമുറ പക്ഷേ, കേന്ദ്രീകൃത ചട്ടക്കൂടുകളിൽനിന്ന് പ്രവർത്തിക്കാൻ തയ്യാറാകുന്നില്ല. ഇവരെ ആകർഷിക്കാൻ പറ്റുന്ന സംഘ ടനാ സംവിധാനം രൂപപ്പെടുത്തണം. മീഡിയ യുവതയിൽ വലിയ സ്വാധീനം ചെലുത്തുന്നു. ഇന്ത്യയിലെ ദേശീയ മാധ്യമങ്ങളെല്ലാം തന്നെ നരേന്ദ്രമോദിയെ പിന്തുണച്ചു. ഇന്ത്യൻ മീഡിയ ആണ് ഇന്നത്തെ നരേ ന്ദ്രമോദിയെ സൃഷ്ടിച്ചത്. They have made Modi. *Times Now* ലെ അർണാബ് ഗോസ്വാമിയെപ്പോലുള്ളവർ മോദിക്കുവേണ്ടി പ്രവർത്തിച്ചു. NDTV BJP യ്ക്ക് അനുകൂലമായിരുന്നു. അന്തർദ്ദേശീയ മാധ്യമങ്ങളും മോദിയെ സാദ്ധ്യതാ പട്ടികയിൽ ഒന്നാമതായി പ്രതിഷ്ഠിച്ചു. ഇതുവഴി യുവാക്കളുടെ വോട്ടുകൾ നേടാൻ മോദിക്ക് കഴിഞ്ഞു.

? ആശയപരമായി ഐക്യപ്പെടുമ്പോഴും സംഘടനാ ചട്ടക്കൂട് ഇഷ്ടപ്പെ ടാത്ത 'നവമാധ്യമപുതുതലമുറ'യെ ആകർഷിക്കാൻ ഏതുതരത്തിലുള്ള മാറ്റങ്ങളാണ് കമ്യൂണിസ്റ്റുകാർ കൊണ്ടുവരേണ്ടത്.

സംഘടനാസംവിധാനം കൂടുതൽ ജനാധിപത്യപരമാക്കണം. താഴേ തലത്തിൽനിന്ന് ഉയർന്നുവന്ന അഭിപ്രായങ്ങളും പ്രക്ഷോഭങ്ങളും പരി ഗണനാ വിഷയങ്ങളാകണം. സമീപനം കൂടുതൽ ജനാധിപത്യപരമാ കണം. ആന്തരിക ജനാധിപത്യം കൊണ്ടുവരണം. പ്രവർത്തകരും നേതാ ക്കളും സാധാരണത്വം പാലിക്കണം. അതേസമയം മറ്റുള്ളവരിൽനിന്ന് വ്യത്യസ്തരാണെന്ന് ജനപക്ഷ നിലപാടുകളിലൂടെ തെളിയിക്കുകയും വേണം. സാധാരണക്കാരെ വിശ്വാസത്തിലെടുക്കണം. അവരുടെ പ്രശ്ന ങ്ങൾ ഏറ്റെടുക്കണം.

? ഹിന്ദുവർഗ്ഗീയത ഫാസിസ്റ്റ് രൂപം കൈവരിക്കാനുള്ള സാദ്ധ്യത വളരെ യധികമാണ്. Before the Night Falls - ഇരുട്ടണയും മുമ്പേ നമുക്കെന്തു ചെയ്യാനാകും.

ബി ജെ പിക്കും ഗവൺമെന്റിനും പുറത്ത് വിശാലമായ രാഷ്ട്രീയ ഭൂമിക ഇന്ന് ഏറെക്കുറെ ശൂന്യമാണ്. സമൂഹത്തെ ജനാധിപത്യവല്ക്ക രിക്കാനുള്ള ഉത്തരവാദിത്തത്തിൽനിന്നും 'ലിബറലുകൾ' പിന്നോട്ടുപോയി. ഇന്ത്യൻ സമൂഹം മതാടിസ്ഥാനത്തിൽ വിഭജിക്കപ്പെടാനുള്ള സാദ്ധ്യത നിലനില്ക്കുന്നു. സിവിൽ സമൂഹം വർഗ്ഗീയവല്ക്കരിക്കപ്പെടുകയാണ്.

രാഷ്ട്രീയപ്രക്ഷോഭങ്ങളോ പ്രചാരണങ്ങളോ കൊണ്ടുമാത്രം ജനാധിപത്യ -മതേതര സ്ഥലികളെ സംരക്ഷിക്കാനും വിപുലപ്പെടുത്താനും കഴിയില്ല. സാംസ്കാരിക ഉയിർപ്പ് ഇക്കാര്യത്തിൽ അനിവാര്യമാണ്. കാരണം ബി ജെ പിയും സംഘപരിവാരവും സാംസ്കാരിക സ്ഥലികളെ കീഴടക്കാ നാണ് ശ്രമിക്കുന്നത്. സാംസ്കാരിക ചിഹ്നങ്ങളും ആശയങ്ങളും സ്ഥാപ നങ്ങളും വർഗ്ഗീയവല്ക്കരിക്കപ്പെട്ടാൽ "രാഷ്ട്രീയ ഹിന്ദുയിസത്തിന് സ്വാഭാ വികമായി വോട്ടുകൾ ലഭിക്കും. ജനതയുടെ ദൈനംദിന ജീവിതത്തെ മതേതരവല്ക്കരിക്കാൻ സംസ്കൃതിയുടെ തലത്തിൽ നിന്നുകൊണ്ട് ശക്തമായ ബൗദ്ധിക സാംസ്കാരിക പ്രസ്ഥാനം" സംഘടിപ്പിക്കണം. ലിബറൽ ബുദ്ധിജീവികൾ, സാംസ്കാരിക പ്രവർത്തകർ, കമ്യൂണിസ്റ്റു കാർ, ഹ്യൂമനിസ്റ്റുകൾ, അക്കാദമിക പണ്ഡിതർ തുടങ്ങിയ വിവിധ വിഭാ ഗങ്ങളുടെ ജനാധിപത്യ കൂട്ടായ്മയ രൂപീകരിക്കണം. സാംസ്കാരിക ബഹുസ്വരതയാണ് ഇന്ത്യൻ സാംസ്കൃതിയുടെ ശക്തി. പക്ഷേ, സാംസ്കാരിക തുല്യത (Cultural equality) നമുക്ക് നേടാനായിട്ടില്ല. ആഗോളീകരണം മത-ജാതി-ഭാഷ-വംശീയ സ്വത്വങ്ങളെയൊക്കെ പരി പോഷിപ്പിക്കുന്നു. ഇന്ത്യൻ മദ്ധ്യവർഗ്ഗത്തിന്റെ അരക്ഷിതത്വം വർഗ്ഗീയ തയിലേക്ക് വഴിമാറിയതാണ് സമകാലീന ഇന്ത്യൻ അവസ്ഥ. ഈ സാഹ ചര്യത്തിൽ ജനാധിപത്യ സാംസ്കാരിക കൂട്ടായ്മ ശക്തിപ്പെടുത്താൻ ഇടതുപക്ഷം നേതൃത്വം നല്കണം.

? ബൗദ്ധിക ചരിത്രശാഖയിലെ ആദ്യപഥികരിൽ ഒരാളാണ് താങ്കൾ. 'കൊളോണിയൽ ഇന്ത്യയുടെ ബൗദ്ധിക ചരിത്രം' (Intellectual History of Colonial India) തയ്യാറാക്കുന്നതിനുള്ള ഗവേഷണത്തിലാണ് താങ്കൾ. ബൗദ്ധിക ചരിത്രരചനയുടെ സാധ്യതകൾ എന്തൊക്കെയാണ്?

ബൗദ്ധിക ചരിത്രത്തിന്റെ സാധ്യതകൾ വിപുലമാണ്. ആശയങ്ങ ളുടെ ചരിത്രം (History of Ideas) എന്ന തലത്തിൽനിന്ന് സാമൂഹ്യ- സാംസ്കാരിക ചരിത്രത്തിന്റെ കൂടിച്ചേരൽ ഇടമായി ഡൈഷണിക ചരിത്രം മാറിയിട്ടുണ്ട്. സാംസ്കാരിക ചരിത്രം ഡൈഷണിക ചരിത്ര ത്തിന്റെ ഭാഗമായി മാറിക്കഴിഞ്ഞു. പരമ്പരാഗത സാംസ്കാരിക ചരിത്രത്തിൽനിന്നും സാമൂഹ്യജീവിതത്തിന്റെ സൂക്ഷ്മാംശങ്ങളിലേക്ക് പുതിയ സാംസ്കാരിക പഠനങ്ങൾ വികസിച്ചിട്ടുണ്ട്. ഡൈഷണിക ചരിത്ര മില്ലാതെ ചരിത്രമെഴുത്ത് അസാദ്ധ്യമാണ്. എന്നാൽ ഇന്ത്യയിലെ ചരി ത്രവിജ്ഞാന മണ്ഡലത്തിൽ ഡൈഷണിക ചരിത്രം വേണ്ടത്ര ശ്രദ്ധിക്ക പ്പെട്ടിട്ടില്ല. ആധുനിക ഇന്ത്യയുടെ വൈജ്ഞാനിക ചരിത്രമെഴുതുമ്പോൾ 19-ാം നൂറ്റാണ്ടിൽ ഇന്ത്യയിലുണ്ടായ ബൗദ്ധിക ഉണർവ് സവിശേഷ ശ്രദ്ധ യർഹിക്കുന്നു. 'ഇന്ത്യൻ നവോത്ഥാനം' എന്നു വിളിക്കുന്ന പത്തൊ മ്പതാം നൂറ്റാണ്ടിലെ ഡൈഷണിക ഉയിർപ്പുകൾ യൂറോപ്യൻ ഉല്പന്നമാ ണെന്ന വാദം വിമർശനമർഹിക്കുന്നു. ഭാരതത്തിന്റെ സാംസ്കാരിക മണ്ഡലത്തിൽ നിർല്ലീനമായ ഡൈഷണിക പാരമ്പര്യത്തെ വീണ്ടെടുത്തു

കൊണ്ടാണ് നവോത്ഥാന പ്രവണതകൾ ശക്തിപ്പെട്ടത്. യൂറോപ്യൻ ആധുനികത പ്രക്രിയയ്ക്ക് പ്രേരകശക്തിയായി എന്ന കാര്യം വിസ്മരി ക്കുന്നില്ല.

കൊളോണിയലിസത്തിന്റെ സാമ്പത്തിക-രാഷ്ട്രീയ അധീശത്വവും ചൂഷണവും വലിയ തോതിൽ പഠനവിധേയമായിട്ടുണ്ട്. എന്നാൽ കൊളോ ണിയലിസം സൃഷ്ടിച്ച മാനസികാടിമത്തത്തിന്റെ പ്രതിസന്ധികൾ വേണ്ട വിധം പഠനവിധേയമായിട്ടില്ല. ആഫ്രിക്കൻ ചിന്തകനായ ങൂങ്ങി വാതി യാൻഗോയുടെ പഠനങ്ങൾ ഈ ദിശയിൽ ശ്രദ്ധേയമായ കാൽവെയ്പ്പാണ്. ഇവയെ ഇന്ത്യൻ സാഹചര്യത്തിൽ പ്രയോഗിച്ചുകൊണ്ട് മാനസികാടിമ ത്തത്തിന്റെ വിവിധ ഭാവങ്ങളെ അപഗ്രഥിക്കാനുള്ള പരിശ്രമങ്ങൾ ഞാൻ നടത്തിയിട്ടുണ്ട്. ഡൈഷണിക ചരിത്രം ഇത്തരത്തിൽ വലിയ സാദ്ധ്യത കൾ മുന്നോട്ടുവയ്ക്കുന്നുണ്ട്.

? കേരളത്തിൽ പ്രാദേശിക ചരിത്രരചനയ്ക്ക് സിദ്ധാന്തവും ചട്ടക്കൂടുമു ണ്ടാക്കിയവരിൽ പ്രഥമ പരിഗണനീയനാണ് താങ്കൾ. കേരളത്തിൽ വന്നി ട്ടുള്ള പ്രാദേശിക ചരിത്രരചനകളെ താങ്കൾ എങ്ങനെ വിലയിരുത്തുന്നു. അക്കാദമിക ചരിത്രവും ജനകീയ ചരിത്രവും തമ്മിലുള്ള വിടവ് നിക ത്താൻ പറ്റുന്നവിധം ചരിത്രരചനയെ ജനാധിപത്യവല്ക്കരിക്കാൻ കഴി യുമോ.

കേരളത്തിൽ ലക്ഷണമൊത്ത പ്രാദേശിക ചരിത്രരചനകൾ ഉണ്ടാ യിട്ടുണ്ട്. എന്നിരുന്നാലും 'പ്രാദേശിക ചരിത്രം' എന്ന പേരിൽ പ്രസിദ്ധീ കരിക്കുന്ന ഒട്ടുമിക്ക രചനകളും വാമൊഴി ശേഖരണം മാത്രമാണ്. വാമൊ ഴികൾ ശേഖരിച്ച് അപ്പടി പ്രസിദ്ധീകരിക്കുന്നത് അപകടകരമാണ്. കാരണം കാലക്രമത്തിൽ പ്രസിദ്ധീകൃതമായ 'വാമൊഴി ചരിത്രങ്ങൾ' ചരിത്രസത്യമായി തെറ്റിദ്ധരിക്കപ്പെടാനും ദുരുപയോഗപ്പെടുത്താനും സാദ്ധ്യതയുണ്ട്. അക്കാദമിക ചരിത്രത്തെ ജനകീയവല്ക്കരിക്കുന്നതിൽ വീഴ്ച സംഭവിച്ചിട്ടുണ്ട്. ജനങ്ങളുടെ സ്മരണകളിൽ നിലനില്ക്കുന്ന ജന കീയ ചരിത്രം പലപ്പോഴും വൈകാരിക പ്രതലങ്ങളിൽ പ്രവർത്തിച്ച് സാമൂഹ്യസംഘർഷങ്ങൾക്ക് കാരണമാകുന്നു. ശാസ്ത്രീയ ചരിത്രരച നയും അക്കാദമിക ചരിത്രത്തിന്റെ ജനകീയവല്ക്കരണവും അനിവാര്യ മാണ്. വാമൊഴികൾ ചരിത്രമാകുന്നത് വർഗ്ഗീയ ചരിത്രത്തിന് വളമാ കുന്നു. ജനങ്ങളിൽ ശാസ്ത്രീയ ചരിത്രാവബോധം സൃഷ്ടിക്കലാണ് വർഗ്ഗീയ ചരിത്രരചനകളെ പ്രതിരോധിക്കാനുള്ള മാർഗ്ഗം.

? കേരളീയ നവോത്ഥാനത്തിന്റെ പ്രതിസന്ധികൾ എന്തൊക്കെയാണ്?

കേരള നവോത്ഥാനം ഒരു പണിതീർന്ന ഉല്പന്നമല്ല. ആധുനികത ശരിയായ അർത്ഥത്തിൽ മലയാളി ആന്തരവല്ക്കരിച്ചിട്ടില്ല. നവോത്ഥാനം അപൂർണ്ണമാണ്. ജ്ഞാനോദയം കേരളത്തിലുണ്ടായിട്ടില്ല. ബുദ്ധിജീവി സമൂഹവും ഉണ്ടായിട്ടില്ല. ഒറ്റപ്പെട്ട ബുദ്ധിജീവികൾ ഉണ്ടായിട്ടുണ്ട്. ആധു

നികാർത്ഥത്തിലുള്ള 'അക്കാദമിക സമൂഹത്തിന്റെയും ബുദ്ധിജീവി സമൂ
ഹത്തിന്റെയും അഭാവത്തിൽ നവോത്ഥാന ഉണർവ്വുകൾക്ക് ഗ്രഹണം
സംഭവിച്ചു. ജാതി ശക്തമാവുകയും നവയാഥാസ്ഥിതികത്വം പൊതു
ബോധമായി മാറുകയും ചെയ്തു. ആധുനിക ശരീരത്തിൽ യാഥാസ്ഥി
തിക മനസ്സുള്ളവരാണ് മലയാളികൾ. ജാതി തകർക്കാതെ നവോത്ഥാനം
പുതിയ ദിശകളിലേക്ക് മുന്നേറില്ല.

*? 1976 ലാണ് മതേതരത്വം ഇന്ത്യൻ ഭരണഘടനയുടെ ഭാഗമാകുന്നത്.
അതിനർത്ഥം ഇന്നു നാം കാണുന്ന, പൊതുവിൽ സ്വീകരിച്ചിരിക്കുന്ന
മതേതരസങ്കല്പം തുടക്കത്തിൽ ആവശ്യമില്ലെന്ന് ദേശീയ നേതൃത്വം
കരുതിയിരുന്നോ.*

തീർച്ചയായും അല്ല. മതേതരത്വം സംബന്ധിച്ച് ഉന്നതമായ
വീക്ഷണം മുഖ്യധാര ദേശീയനേതാക്കൾക്കുണ്ടായിരുന്നു. ഭരണഘടന
യിലെവിടെയും പേരെടുത്തു പറഞ്ഞിരുന്നില്ലെങ്കിലും മതനിരപേക്ഷത
എന്ന ആശയത്തെ ഇന്ത്യൻ ഭരണവ്യവസ്ഥയുടെ കാതലായാണ് കണ
ക്കാക്കിയിരിക്കുന്നത്. ന്യൂനപക്ഷ സംരക്ഷണത്തിൽ അത് പ്രത്യേകം
ശ്രദ്ധയൂന്നിയിരിക്കുന്നു. രൂപീകരണഘട്ടം മുതൽ ഒരു മതേതര രാഷ്ട്ര
മായാണ് ഇന്ത്യയെ കണ്ടുപോന്നത്. സ്വാതന്ത്ര്യാനന്തര ഭാരതത്തിൽ
പ്രത്യേകിച്ച് 1990 കൾക്കുശേഷം അതിദ്രുതം മതേതരത്വം തകർന്നു
കൊണ്ടിരിക്കുന്നു എന്നത് അസ്വസ്ഥതയുളവാക്കുന്നു.

*? നമ്മുടെ ബഹുമത സമൂഹത്തിൽ എപ്രകാരമാണ് 'മതേതരത്വം'
പ്രവർത്തക്ഷമമാവുക.*

നമ്മുടേതുപോലുള്ള ബഹുമത സമൂഹത്തിൽ മതേതരത്വം പൂർണ്ണ
മാകുന്നത് മതസഹിഷ്ണുതയിലൂന്നിയല്ല. മറിച്ച് വിവിധ മതസ്ഥർ തമ്മി
ലുള്ള പരസ്പര ബഹുമാനത്തിലൂടെയാണ്. മദ്ധ്യകാലഘട്ടത്തിലെ
സാംസ്കാരിക ചരിത്രം നല്കുന്ന ചിത്രം അത്തരമൊരവസ്ഥ നമ്മുടെ
നാട്ടിൽ നിലനിന്നിരുന്നു എന്ന് വ്യക്തമാക്കുന്നു. സൂഫി പാരമ്പര്യം, ഭക്തി
പ്രസ്ഥാനം, സിഖ് മതം പോലെയുള്ള സമന്വിത പ്രസ്ഥാനങ്ങളുടെ
ഉദയം, അക്ബറെപ്പോലുള്ള ഭരണാധികാരികൾ എന്നിങ്ങനെ നിരവധി
ഘടകങ്ങൾ ഈ വസ്തുത വ്യക്തമാക്കുന്നുണ്ട്. മതങ്ങളുടെ 'പരസ്പര
ബഹുമാനം' സർഗ്ഗാത്മകവും ബുദ്ധിപരവുമായ പരിശ്രമങ്ങളിൽ നിർണ്ണാ
യകമായ നേട്ടങ്ങൾ കൈവരിച്ചിട്ടുണ്ട്. ഇതിൽ വഴിത്തിരിവുണ്ടാകുന്നത്
19-ാം നൂറ്റാണ്ടിൽ കൊളോണിയൽ ഭരണകൂടത്തിന്റെ ഇടപെടലോടെ
യാണ്. ഇന്ത്യൻ സമൂഹത്തിന്റെ അടിത്തറയാണ് മതങ്ങൾ എന്ന് കൊളോ
ണിയൽ ഭരണകൂടം തിരിച്ചറിയുകയും പരമതവിദ്വേഷത്തിലൂടെ ഈ അടി
ത്തറ തകർക്കാൻ അവർ പരിശ്രമിക്കുകയും ചെയ്തതോടെയാണ് മത
സംഘർഷങ്ങൾ ആരംഭിക്കുന്നത്. അതുകൊണ്ട് വർഗ്ഗീയത ഒരു കൊളോ
ണിയൽ സൂചകപ്രശ്നമാണെന്ന് പറയാം.

? മലബാറിലെ ഏത് അമ്പലവുമായി ബന്ധപ്പെട്ട പുരാവൃത്തം ശേഖരി ച്ചാലും ടിപ്പുവിന്റെ കാലത്ത് തകർക്കപ്പെട്ടു തുടങ്ങിയ കഥകൾ കാണാം. ദേശീയചരിത്രരചനകളിൽ ടിപ്പു ബ്രിട്ടീഷുകാർക്കെതിരെ പോരാടിയ ധീര ദേശാഭിമാനിയാണ്. മലബാറുകാർക്കാകട്ടെ ക്രൂരനായ അക്രമകാരിയും, ടിപ്പുവിന്റെ പിന്മുറക്കാർ തങ്ങളുടെ ഭൂമിയും അമ്പലങ്ങളും കൈയേറി കടപ്പുറങ്ങളും ഇടനാടുകളും സ്വന്തമാക്കിയെന്ന് ഹിന്ദുത്വവാദികൾ പ്രച രിപ്പിക്കുന്നു. പോപ്പുലർ ഹിസ്റ്ററി ഇത്തരം വാദങ്ങളെ പലപ്പോഴും പരോ ക്ഷമായി തുണയ്ക്കുകയും ചെയ്യുന്നു. വാമൊഴി ശേഖരണവും വാമൊഴി ചരിത്രങ്ങളും മലബാറിൽ ഹിന്ദു മുസ്ലിം വർഗ്ഗീയതകളുടെ വളർച്ചയ്ക്ക് പരോക്ഷമായി സഹായകമാവുന്നുണ്ട്. പ്രാദേശിക ചരിത്രരചനകൾ ആഗോളീകരണത്തിനെതിരായ പ്രത്യയശാസ്ത്രോപാധിയായി മാറേണ്ട താണ്. എന്നാൽ ഇതോടൊപ്പം പരിശോധന കൂടാതെ വാമൊഴികൾ ശേഖ രിച്ച് പ്രസിദ്ധീകരിക്കുന്നത് അർദ്ധ സത്യങ്ങൾക്കും അസത്യങ്ങൾക്കും ചരിത്രസത്യത്തിന്റെ പദവി നല്കുന്ന അവസ്ഥയിലേക്ക് കാര്യങ്ങൾ നീങ്ങുന്നുണ്ട്. ഈ സാഹചര്യത്തെ താങ്കൾ എങ്ങനെ നോക്കിക്കാണുന്നു.

പ്രാദേശിക ചരിത്രരചന ശാസ്ത്രീയമായി നിർവ്വഹിച്ചില്ലെങ്കിൽ അപ കടകരമാണ്. വർഗ്ഗീയവും രാഷ്ട്രീയവുമായ ലക്ഷ്യങ്ങൾ നേടാൻ കൃത്രിമ കഥകളും പാരമ്പര്യങ്ങളും സൃഷ്ടിച്ച് ജനങ്ങൾക്കിടയിൽ പ്രചരിപ്പിക്കു ന്നുണ്ട്. രാമജന്മഭൂമി പ്രശ്നത്തിൽ ഇത്തരത്തിൽ നിരവധി കഥകൾ ചരി ത്രമായി അവതരിപ്പിക്കുകയുണ്ടായി. ടിപ്പു സുൽത്താന്റെ കാര്യത്തിലും ഇതുതന്നെയാണ് സംഭവിക്കുന്നത്. കൃത്രിമ ചരിത്രങ്ങൾ സൃഷ്ടിക്കുന്ന തിൽ ഹിന്ദുത്വശക്തികൾ സവിശേഷ ശ്രദ്ധ ചെലുത്തുന്നുണ്ട്. ഭാരതീയ ഇതിഹാസ സങ്കലൻ യോജനപോലുള്ള സംഘടനകൾ ആർ എസ് എസിന്റെ നിർദ്ദേശമനുസരിച്ച് പുരാണേതിഹാസങ്ങളിൽനിന്ന് തെരഞ്ഞെ ടുത്ത ഭാഗങ്ങൾ ചരിത്രമായി അവതരിപ്പിച്ച് ബ്രാഹ്മണാധിപത്യവും ജാതി വ്യവസ്ഥയും പുതിയ രൂപത്തിൽ നിലനിർത്താനുള്ള പരിശ്രമങ്ങൾ നട ത്തിവരുന്നു. ജനങ്ങൾക്കിടയിൽ പ്രചരിക്കുന്ന കൃത്രിമ ചരിത്രങ്ങൾ വർഗ്ഗീയസംഘടനകൾക്കും വിഭാഗീയതയ്ക്കും സാധൂകരണമാവുക യാണ്. ഇത്തരം ജനകീയവല്കൃത ചരിത്രങ്ങൾ (Popularised history) പരിശോധന കൂടാതെ പ്രാദേശിക ചരിത്രങ്ങളിൽ ഇടംപിടിക്കുന്നുണ്ട്. പ്രാദേശിക ചരിത്രങ്ങൾ ജനകീയമാകുന്നതോടൊപ്പം വർഗ്ഗീയ ചരിത്രര ചനകളും പ്രചരിപ്പിക്കപ്പെടുന്നു എന്ന അവസ്ഥ സംഭവിക്കാൻ പാടില്ലാ ത്തതാണ്. ത്യാജ്യഗ്രാഹ്യ വിവേചനബുദ്ധിയോടെ പ്രാദേശിക ചരിത്രര ചന നിർവ്വഹിക്കണം. ചരിത്രം ഒരു സംഘർഷമേഖലയായി മാറിക്കഴി ഞ്ഞു.

കെ എൻ പണിക്കർ - ജീവിതരേഖ

തൃശൂർ ജില്ലയിൽ ഗുരുവായൂരിലെ തൈക്കാട്ട് 1936 ൽ ജനിച്ചു. ചാവക്കാട് ബോർഡ് ഹൈസ്കൂളിൽ പഠനം. പാലക്കാട് ഗവ. വിക്ടോ റിയ കോളേജിൽനിന്ന് ബിരുദ പഠനം പൂർത്തിയാക്കി. ഉപരി പഠനത്തി നായി രാജസ്ഥാൻ സർവ്വകലാശാലയിൽ ചേർന്നു. അവിടെ നിന്ന് ചരി ത്രത്തിൽ ഗവേഷണ ബിരുദം നേടി. 1962-63 കാലത്ത് രാജസ്ഥാൻ യൂണിവേഴ്സിറ്റി ചരിത്ര വിഭാഗത്തിൽ അദ്ധ്യാപകനായി സേവനമനു ഷ്ഠിച്ചു. 1963 മുതൽ 65 വരെ ഇന്ത്യൻ ഇൻസ്റ്റിറ്റ്യൂട്ട് ഓഫ് പബ്ലിക് അഡ്മി നിസ്ട്രേഷനിൽ റിസർച്ച് ഓഫീസറായിരുന്നു. തുടർന്ന് ഡൽഹി യൂണി വേഴ്സിറ്റി ഹാൻസ്രാജ് കോളേജിൽ 7 വർഷം അദ്ധ്യാപകനായി. 1972 ൽ JNU സെന്റർ ഫോർ ഹിസ്റ്റോറിക്കൽ സ്റ്റഡീസിൽ അസോസിയേറ്റ് പ്രൊഫസറായി. 1983 മുതൽ 2000 വരെ ആധുനിക ചരിത്രത്തിൽ പ്രൊഫ സറായി JNU ൽ തുടർന്നു. ചരിത്രവിഭാഗം അദ്ധ്യക്ഷനായും സേവനമ നുഷ്ഠിച്ചു. സ്കൂൾ ഓഫ് സോഷ്യൽ സയൻസസ്, ജവഹർലാൽ നെഹ്റു യൂണിവേഴ്സിറ്റി ഡീനായും ആർക്കൈവ്സ് ഓഫ് കണ്ടമ്പററി ഹിസ്റ്ററി യുടെ ചെയർമാനായും സേവനമനുഷ്ഠിച്ചു. നിരവധി സാമൂഹ്യശാസ്ത്ര - വിദ്യാഭ്യാസ ഗവേഷണ സ്ഥാപനങ്ങളുടെ ഉപദേശക സമിതിയിലും ഭരണസമിതിയിലും അംഗം. *El Colegio e Mexico,* മെക്സിക്കോസി റ്റി, *Muison de sciences l' homme,* പാരീസ് തുടങ്ങി നിരവധി വിദേശ സർവ്വകലാശാലകളിൽ വിസിറ്റിങ് പ്രൊഫസർ. സെന്റർ ഫോർ ഓറി യന്റൽ സ്റ്റഡീസ്, ബെർലിൻ, ബ്രിട്ടീഷ് കൗൺസിൽ, ലണ്ടൻ റോക്ക് ഫെല്ലർ സ്റ്റഡി & റിസർച്ച് സെന്റർ, ഇറ്റലി എന്നിവിടങ്ങളിൽ റിസർച്ച് ഫെല്ലോ ആയിരുന്നു. 2008 ൽ ഇന്ത്യൻ ചരിത്ര കോൺഗ്രസ് അദ്ധ്യക്ഷ നായി തെരഞ്ഞെടുക്കപ്പെട്ടു. കേരള കൗൺസിൽ ഓഫ് ഹിസ്റ്റോറിക്കൽ

റിസർച്ചിന്റെ സ്ഥാപക ചെയർമാൻ ആയിരുന്നു. കേരള ഹയർ എഡ്യൂ
ക്കേഷൻ കൗൺസിൽ വൈസ്- ചെയർമാൻ ആയി പ്രവർത്തിച്ചു. കേരള
ചരിത്ര കോൺഗ്രസിന്റെ സ്ഥാപക അദ്ധ്യക്ഷനായിരുന്നു.

2000-2004 ൽ ശ്രീ ശങ്കരാചാര്യ സർവ്വകലാശാല വൈസ് ചാൻസി
ലർ പദവി അലങ്കരിച്ചു. ഗുജറാത്ത് കലാപം (2002) ത്തെക്കുറിച്ച് അന്വേ
ഷിച്ച ജനകീയ കമ്മീഷൻ അംഗം. ഇന്ത്യയിലെ വിവിധ സാമൂഹ്യ
സാംസ്കാരിക സംഘടനകളുടെ പ്രവർത്തകനായും മുഖ്യ സംഘാടക
നായും പ്രവർത്തിച്ചു. അധിനിവേശ കാലഘട്ടത്തിലെ സാംസ്കാരിക
ഭൗതിക ചരിത്രമാണ് പ്രധാന ഗവേഷണ മേഖല. ബൗദ്ധിക ചരിത്രം,
പ്രാദേശിക ചരിത്രം എന്നീ ശാഖകൾ വികസിപ്പിക്കുന്നതിൽ മുഖ്യ പങ്കു
വഹിച്ചു. കേരളത്തിൽ പ്രാദേശിക ചരിത്ര രചനയ്ക്ക് അക്കാദമിക തല
ത്തിൽ തുടക്കംകുറിച്ചു. ജനകീയ ചരിത്രരചനയ്ക്ക് രീതിശാസ്ത്രം രൂപ
പ്പെടുത്തുന്നതിൽ മുഖ്യപങ്ക് വഹിച്ചു. ഇംഗ്ലീഷിലും മലയാളത്തിലുമായി
മുപ്പതിലധികം കൃതികൾ രചിച്ചു.

ഭാര്യ	:	ഉഷ
മക്കൾ	:	രാഗിണി, ശാലിനി
വിലാസം	:	9 ബി, നികുഞ്ജം, ഫോർച്യൂൺ
		ജവഹർ നഗർ, തിരുവനന്തപുരം
ഫോൺ	:	0471-231534, 9846497794
Email	:	knpanikkar@gmail.com

കെ എൻ പണിക്കരുടെ ഗ്രന്ഥങ്ങൾ

1. *British Diplomacy in North India*, Associate Publishing House, New Delhi, 1968

2. *Against Lord and State religion and Peasant Uprisings in Malabar,* Oxford University Press, New Delhi, 1990

3. *Culture and Consciousness in Modern India,* Peoples Publishing Houses, New Delhi, 1990 (Also in Malayalam, Tamil, Telugu, and Hindi)

4. *Culture Ideology and Hegemony,* Intellecturals and Social Consciousness in Colonial India, Tulika, New Delhi, 1996, Anthem Books, London, 2002 (Also in Hindi and Malayalam)

5. *Communal Threat, Secular Challenge, Earth Worm, Madras,* 1997 (Also in Tamil)

6. Before the Night Falls: Forebodings of Fascism in Idnia, Books for Change, Bangalore, 2002.

7. Agenda for Cultural Action and Other Essays, Three Essays Press, New Delhi, 2002.

8. Colonialism, Culture and Resistance, O xford University Press, 2007

9. History as A Site of Struggle, Three books collective New Delhi 2014.

10. *Essays on the History and Society of Kerala,* Thiruvanantha puram, 2015

Books Editied

1. John Malcolm, Political history of India 2 Vols, Editied with introduction and Explanatory notes, Associated Publishing House, New Delhi, 1970

2. National and Left Movements In India, Vikas, New Delhi, 1980

3. Peasant protest and Revolts in Malabar A source Volume Peoples Publishing House, New Delhi, 1990.

4. Communalism in India- History Politics and Culture, Monohar, New Delhi, 1992

5. A Concerned Indian's Guide to Communalism, Penguin, New Delhi, 1999, Also in Tamil and Malayalam.

6. Making of History, Edited with Terry Byres and Utsa Patnaik, Tulika New Delhi, 2000.

7. Towards Freedom, 1940, A Documentary History of the Freedom Struggle, New Delhi 2008 (Earlier withheld from Publication by the Indian Council of Historical Research)

8. Communalism Civil Society and the State: Reflections on a Decade of urbulance, Editied with Sukumar Muralidharan, New Delhi, 2002.

9. Perspective on Modern Indian History, Popular Prakasan Bombay.

10. Higher Education in India, Pearson Publications, New Delhi.

11. Caste in Kerala (Foerth comming) (Some of the above books also published in Hindi, Malayalam, Tamil and Telugu)

Books in Malayalam

1. *Samskaravum Avabhodam Adunika Indiayil,* Thiruv ananthapuram 1975.

2. Vargiyatayude Pratyayashastram, Thiruvananthapuram 1991

3. Vargeeyata, Matanirapekshata, Samskaram, Kozhikode 1997

4. Vargeeyatayude Verukal Tedi, Kozhikode, 1900

5.   Samskaravum Desiyatayum, Trichur, 2002

6.   Malabar Kalapam, Kottayam, 2004

7.   Iruttu Veezhum Mumbu, Calicut, 2005

8.   Fascistinte Nalukal, Calicut, 2005

9.   Sambhashanagal, Calicut, 2005

10.   Colonialism, Samskaram, Parampryabudhigeevikal, Thiruvananthapuram 2006

11.   Secular Patangal, Thiruvananthapuram, 2007

12.   Sambhashanagal, Trissur, 2008

13.   Thirenjeditha Prabandangal, Trissur, 2009

14.   Samskarika Bhauthikam, Kottayam, 2013.

അംഗീകാരങ്ങൾ പുരസ്കാരങ്ങൾ

1. Prof. Sudhakaran Memorial Award
2. Nilakkal Award for Communal Harmony
3. Muslim Education Society Award for Excellence.
4. Thekkurissi Memorial Award
5. Subramanya Shenoy Memorial Award for Public service
6. T K Ramakrishnan Memorial Award
7. Dubai Arts Lovers Association Award
8. Kerala Government Granthasala Award
9. Joseph Mundasseri Memorial Award
10. P Govinda Pillai Memorial Award
11. A T Kovur Memorial Award
12. Muzafa Ahamad Memorial Award, West bengal Government
13. Chukkappally Pichaiyya Memorial Award, Vijayawada
14. EMS Memorial Award, Heritage Centre, Govt. of Kerala
15. Vakkom Maulavi Award